நிழற்குடை

(ஈழத்து சிறுகதைகள்)

சாந்தி நேசக்கரம்

தடாகம்

தடாகம்

நிழற்குடை (ஈழத்து சிறுகதைகள்)

- **ஆசிரியர்:** சாந்தி நேசக்கரம்
- **முதற்பதிப்பு:** ஏப்ரல் *2022*
- **பக்க வடிவமைப்பு:** கி. ஆஷா
- **அட்டை ஓவியம்:** ரோஹிணி மணி
- **அட்டை வடிவமைப்பு:** வெ. பாலாஜி

Book Name & Author Name: ***Nizhar Kudai (Ezhaththu Sirukathaigal)*** a collection of short stories by ***Shanthi Nesakaram***

© ***Shanthi Nesakaram***

Published by:

THADAGAM
No.112, First Floor, Thiruvalluvar Salai
Thiruvanmiyur, Chennai 600 041
Ph: +91-98400-70870
www.thadagam.com | info@thadagam.com

ISBN: 978-81-952688-1-8

Published on April 2022

Price: ₹ 250

ஆசிரியரைப் பற்றி

எழுத்தாளர் சாந்தி நேசக்கரம் (16.06.1974) யாழ்ப்பாணம் குப்பிளானில் பிறந்தவர். தற்போது ஜெர்மனியில் வசித்துவருகிறார். தனது 13ஆவது வயதில் எழுத்துலகில் பிரவேசித்த இவர், கவிதை, சிறுகதை, நாவல் எழுதுவதென பன்முகத் திறமை கொண்டவர்.

1990இல் தமிழீழ விடுதலைப் புலிகளின் கலை, பண்பாட்டுக் கழகத்துடனான தொடர்பு இவரைக் குறிப்பிடத்தக்க எழுத்தாள ராக்கியது. ஈழத்தின் வடக்கு, கிழக்குப் பகுதி மக்களின் வாழ்க்கையைக் கட்டியெழுப்புவதை நோக்காகக் கொண்டு 'நேசக்கரம்' என்ற தன்னார்வத் தொண்டு அமைப்பை உருவாக்கி, உதவிப் பணிகளைச் செய்துவருகிறார்.

ஆஸ்திரேலிய, ஐரோப்பிய, கனடிய தமிழ் வானொலிகள் ஆகிய வற்றிலும், வேறு பல பத்திரிகைகள், இணையத்தள ஊடகங்களிலும் இணைந்து பணியாற்றிவருகிறார்.

இப்புத்தகத்தைப் பற்றி

பிறவிப் பெருங்கடலை நீந்தும் பயணத்தில் எனது வழித்தடமாக, பயணத் துணையாக இருந்தவை எனது படைப்புகளே. எனவே, இந்தப் படைப்புலகின் தொகுப்பை 'நிழற்குடை' என்கிறேன்.

மனதின் சுமைகளை இறக்கி வைக்கவும், உள்ளெழும் எண்ணங் களைச் சொல்லிவைக்கவும் எனது படைப்புகளே எனக்குப் பக்கத் துணையாகவும், பக்கபலமாகவுமிருந்தன.

2009ஆம் ஆண்டு, மே மாதம், எங்கள் வாழ்வும் வளமும் பறிக்கப்பட்டு நிர்க்கதியான என் உறவுகளின் துயரங்களை அவர்கள் என்னோடு பகிர்ந்துகொண்டவற்றை அக்காலத்தின் பதிவுகளாகப் பதிவுசெய்திருக்கிறேன்.

இக்கதைகள் ஒவ்வொன்றும் ஒரு சந்ததியின் பெருவாழ்வு. இந்த எழுத்துகள் மூலம் என் கதைமாந்தர்களுக்கான ஒரு நிழற்குடையை வழங்கியிருக்கிறேன்.

யுத்தத்தின் சத்தங்கள் நின்றுபோனதே தவிர, அந்த மனிதர்களின் வாழ்வு போராட்டம் நிறைந்தே கடந்துகொண்டிருந்த நேரத்தில் நிழல் கொடுத்து அவர்களைத் தாங்கிய கதைகள் இவை.

போரின் பின்னான காலத்தின் துயரம் என்பது உயிர்களை எப்படி வதைக்கும் என்பதன் சாட்சிகளாக 'நிழற்குடை' உயிரும் உணர்வும் கலந்திருக்கிறது.

இப்படைப்பை வெளிக்கொண்டு வரும் தடாகம் பதிப்பத்தினர் மற்றும் மகன் பார்த்திபன், மகள் வவுனீத்தா, தோழன் துளசிச் செல்வன் ஆகியோருக்கும் என் நெஞ்சு நிறைந்த நன்றியறிதலைத் தெரிவித்துக்கொள்கிறேன்.

ஜெர்மனி
12.04.2021

சாந்தி நேசக்கரம்

உள்ளுறை

1.	சயனைட்டைச் சாப்பிட்டிட்டான்	9
2.	கடைசிக் கடிதமும் காயாத கண்ணீரும்	16
3.	என்னை விடுங்கோ என்ர புள்ளை அம்பேபுஸ்ஸவில...	27
4.	வெளிநாட்டில் இருக்கிற அவனைத் தேடிக்கொண்டிருக்கிறோம்	35
5.	நாடு கடந்தவைகளும், பேர் அவைகளும்...	42
6.	அம்மாவின் பிள்ளையைத் தேடுகிறோம்...	46
7.	அவனைத் தேடுகிறாள் அவளது குழந்தையின் கனவுகளுக்காக	52
8.	என்ர நிலைமையை முதலாவதா எழுது...	58
9.	கே.பி., கருணான்ரை ஆளைக் கலியாணம் கட்டாதை..!	69
10.	தொடரும் துயரங்கள்..!	77
11.	காலம் கரைத்துவிட்ட வசந்தங்கள்	93
12.	ரெண்டாந்தாரமாயெண்டாலும் பரவாயில்லை...	104
13.	முள்ளிவாய்க்கால் முடிவு	108
14.	ஈழப்போராளிகளின் காதலும் குழந்தைகளும்	113
15.	காலச் சூரியன்களும் சிறைக் கம்பிகளும்	118
16.	ஆமிக்காரர் போட்டுக்குடுத்த அம்மாவின் வீடு	126
17.	நம்பிக்கையும் காசில்லாமல் கனவாகிறது	135
18.	இது கதையில்லை	138
19.	நீங்கேனம்மா இயக்கமானீங்க?	141
20.	காலத்தால் கைவிடப்பட்டவனை வரலாறு...	151
21.	அப்பாவைக் கூட்டிவர காசு தருவீங்களா சித்தி..!	156
22.	யெகோவாவின் குழந்தையாகிவிட்ட விடுதலைப் போராளி	162

23. அக்காவுக்கும் பொதுமன்னிப்பு' கிடைக்கும் — 169
24. மரணம் கொன்ற மாவீரர்களின் அப்பா — 176
25. மே மாத நினைவும் இரு கண்களை இழந்த.. — 181
26. அன்றொரு நாள் கரும்புலி இன்று புற்றுநோயாளி — 189
27. மூன்று மாவீரர்களை நாட்டுக்குத் தந்த... — 194
28. ஆப்பிரிக்காவில் பசியாயிருக்கும் ஈழப்போராளியின்... — 199
29. ஆனந்தபுரம் நினைவும் அவல வாழ்வின் கதையும் — 206
30. காணாமற்போனவர்கள் இனி வர வேண்டாம் — 214

1. சயனைட்டைச் சாப்பிட்டிட்டான்

இரவு விழுங்கிய அமைதியில் எல்லா ஜீவனும் உறங்கிக் கிடக்க, எங்கோ தொலைவாய் நாய்கள் ஊளையிடும் சத்தம் கேட்டுக் கொண்டேயிருந்தது. இடது கையைப் பிடரிக்கும், வலது கையை நெற்றியுலுமாய் வைத்துக்கொண்டு படுத்திருந்தான்.

இரவின் கருமைக்குள் உறங்கிப் போகாது அந்த அறையின் இருளைத் தன் ஒளிக் கைகளால் துடைத்தபடியிருந்த சிமினி விளக்கினைப் பூச்சிக் கூட்டமொன்று சுற்றிக்கொண்டிருந்தது. அவற்றில் சில பூச்சிகள் சிமினியின் கண்ணாடியில் மோதி, எரிந்து விழுந்துகொண்டிருந்தன. அந்த ஒளி விளக்கின் மீதான தன் பார்வையைத் திருப்பி நேரெதிரே பார்த்தான். அகிலன் எந்த அரவமுமின்றிக் கிடந்தான். அவனுக்குப் பக்கத்தில் அவனது அம்மா முழித்தபடிதானிருந்தாள்.

"என்ன தம்பி நித்திரை வரேல்லயா?" என்று கேட்டாள். "இல்லை யம்மா... அவங்கள் வருவாங்கள் போல கிடக்கம்மா..." பின்கதவுப் பக்கத்தால் அவர்கள் வந்து போக, அம்மா பாதையைப் பார்த்தபடி சொன்னாள், "இல்ல மோன நானிருக்குமட்டும் விட மாட்டன்..." அம்மாவின் நம்பிக்கை தரும் வார்த்தைகளுக்குப் பிறகும், கைகளால் கழுத்திலிருந்த சையனைட் குப்பியை ஒற்றைக் கையால் தடவிப் பார்த்தான்.

'அப்பா செத்துப்போட்டாராமடா... செல் விழுந்து சிதறிப் போனாராம்... சின்னண்ணையைக் காணேல்லயாமடா... அம்மா தனிச்சுப் போனா... வலைஞர் மடத்தில பெரியம்மாவோடை இருக்கிறாவாம்... எல்லாம் உங்கடை ஆக்களாலைதான்... நீயும் ஒரு நாளைக்கு அனாதையாப் போப்போறாயடா... அப்பா நெடுகலும் கதைக்கேக்க பிள்ளை நீங்கள் நல்லாயிருங்கோண்டுதானடா சொல்லீற்றுப் போறவர்... கடைசியாக் கதைக்கேக்கயும் சொன்னவர் ஒரு முடிவு வரும் பிள்ளை எங்களைப் பற்றி யோசிக்கதையுங் கோண்டு சொல்லீற்றுப் போன மனிசன் இப்படிப் போட்டுதடா...' வெளிநாட்டிலிருக்கும் சின்னக்காவின் ஞாபகமும் அவள் அழுத அழுகையும்தான் அலைச்சுக்கொண்டிருந்தது.

கடைசியாய் வன்னியிலிருந்து அனுப்பப்பட்ட எழுபத்தைந்து பேரில், இவன்தான் ஒரு வன்னிப்பொடியன். மற்றவையள் எல்லாரும் கிழக்கு மாகாணம். அந்தப் பயணத்தை விரும்பாமல் ஏற்றுக் கொண்டான். இடைக்கிடை போய்ப்பார்க்க கதைக்கவென அம்மாவும் அப்பாவும் அவனைத்தான் தேடுவார்கள் என்பது தெரிந்தும் சொல்லாமல்கொள்ளாமல் கட்டளையை ஏற்றுக்கொண்டு போய்ச் சேர்ந்தான்.

பழக்கப்படாத கிழக்கு மாகாணம். இவனுக்கு அகிலனைத் தவிர இப்போது யாருமில்லை. கிழக்கின் காடுகளில் அந்த மரநிழல்களில் சுற்றித் திரிந்த எழுபத்தைந்து பேரில் ஒவ்வொருத்தராய் திரும்பாமல் ஆமியிட்டைப் பிடிபட்டவனும், சயனைட் சாப்பிட்டவனுமென எல்லாரும் ஏதோ வகையில் செத்துப்போனதும் சிறப்பு முகாம்களிலும் என இருக்க, இவர்கள் இருவருமே தனித்துப் போனார்கள். அகிலன், கிழக்கு மாகாணத்தைச் சேர்ந்தபடியால் இலகுவாய் அந்தக் காடுகளை அவன் துணையோடு சமாளிக்க முடிந்தது. அதுவும் இப்போது மாறி அவனது அம்மா யாருக்கும் தெரியாமல் தனது வீட்டுக்குள் இருவரையும் வைத்துக்கொண்டிருக்கிறாள். வன்னிக் காடுகள்போல இலகுவாய் ஒளித்துத் திரிந்து ஓட முடியாதபடி ஆறு மாதம் கடந்த நிலையிலும் இடம், வலம் அறியவே சிரமப்பட்டான்.

தொலைவாய்க் கேட்ட வாகன ஒலி முன்வீட்டு வாசலோடு அடங்கிவிட, ஆட்கள் பரபரப்பாய் கதைப்பது கேட்கிறது. விளக்கை அணைத்துவிட்டு யன்னலை மெல்ல விலக்கி எட்டிப்பார்த்தாள் அகிலனின் அம்மா. யாரோ இறங்கி அவசரமாய் ஓடுவது தெரிந்தது. முற்றத்தில் படுத்திருந்த வீட்டு நாய் குரைக்கத் தொடங்கியது.

பேய்கள் வந்துவிட்டதுபோல் புலன்கள் உணர அவனைப் பார்த்தாள். 'அகிலன்...' என வாயெடுத்து எழுப்புவதற்காக அவன் தோளருகே போன கைகளை ஒதுக்கிக்கொண்டாள். உறக்கம் மறந்து பல நாட்களுக்குப் பின்னர் இன்றுதான் அமைதியாக உறங்குகிறான். அது அவனையே மறந்த தூக்கமாய்த் தெரிந்தது அவளுக்கு. நாய்களின் குரைப்பு ஓயாமல் முன்வாசற்கதவை நோக்கி நெருங்க, எரிந்துகொண்டிருந்த சிமினி விளக்கினை அணைத்துவிட்டாள்.

நாய் குரைப்பில் தூக்கம் அறுபட, "அம்மா" என்றான் அகிலன். "நானிஞ்சைதான் இருக்கிறன். சத்தம் போடாதை தம்பி..." இவனது இதயம் இரட்டிப்பு வேகத்தில் அடித்துக்கொண்டிருந்தது.

அம்மா பயத்தில் பதறுவதை உணர்ந்தவன், "அம்மா நான் குப்பி கடிக்கப்போறேன்" என்றான். "தம்பி பொறுங்கோ. அவசரப் படாதையுங்கோ..." கைகளால் கவனமாய்ப் பிடித்து வைத்திருந்தான் சயனைட் குப்பியை. கடைசியில் இதுதான் தன்னைக் காப்பாற்றும் என்ற முழுமையான நம்பிக்கையை இன்னும் கைவிடாமல் நம்பினான்.

நாயின் குரைப்பு ஓயாது தொடர, நாயை நோக்கி யாரோ கற்களால் எறிந்தார்கள். எறியப்பட்ட கற்கள் கதவு சுவர்களில் விழுந்தன. நாய் பின்பக்கமாகக் குலைத்துக்கொண்டு ஓடியது.

'டொக்... டொக்... டொக்...' முன்வாசற்கதவு தட்டப்படுகிறது. காலன் வாசலில் வந்து அழைத்தாற் போல அவனுக்கும் அச்சத்தில் ஆவி பதறியது.

'டொக்... டொக்... டொக்... டொக்...' மீண்டும்மீண்டும் வாசற் கதவு தட்டப்பட்டுக்கொண்டேயிருந்தது. 'அவங்கள்தான் வந்திட் டானுகள்... நான் நினைச்சிட்டிருந்தது சரியாத்தானிருக்கு...' என்று அம்மா முணுமுணுத்தாள். உள்ளிருந்து எந்து அசுமாத்தமுமில்லை.

கடந்த அரை மணி நேரமாக அந்த வாசலில் இருந்த பதற்றமும், நாயின் குரைப்பும் மெல்லமெல்ல அடங்குகிறது. "இனி வரானுகள். சத்தமெல்லாம் குறைஞ்சிட்டுது. பயப்பிடாதையும் நாளைக்கு நாம எங்கையாவது போயிடுவம்" என்று நம்பிக்கையோடு சொன்னாள் அம்மா.

நிலம் வெளிக்க முதல் இவனும் அகிலனும் வெளியேறுவதெனத் தீர்மானமாகியது. அம்மா அவர்களுக்கு முன்னம் எழும்பி வெளிக்கிட்டு வந்தா. அம்மாவுக்குப் பின்னால் அவனும் அகிலனும் போனார்கள். ஊர் எல்லைக்குப் போனதும் அகிலன் சொன்னான், "இனி நாங்க போவமம்மா நீங்க போங்கோ... பின்னேரம் அந்தா அவடத்துக்கு வாங்கோம்மா" என்றான். "கவனம்" என்று சொன்னபடி அம்மா திரும்பிப் போனாள். அகிலனுக்குப் பின் அவன் போனான்.

இரவு பாதியில் அறுத்த தூக்கம் எங்காவது நிம்மதியாய் விழுந்து படுக்கவேணும் போலிருந்தது இருவருக்கும். அம்மா கொடுத்து விட்ட மஞ்சி பிஸ்கெற்றை உடைத்தான் அகிலன். இருவரும் அதைப் பங்கிட்டுக் கொண்டார்கள். "கொஞ்சத்துக்குப் படுத்திட்டு உன்னை விடுறன்ரா" என்று சொல்லியபடி, அகிலன் நிலத்தில் கொட்டியிருந்த இலைகள் நடுவில் படுத்தான். அதிகம் காடென்று சொல்ல முடியாத அந்த நிழல்களின் இடுக்குகளால் வெளிச்சம் ஊறிக்கொண்டிருந்தது.

ஏதோ சரசரத்தபடி வந்து நிலத்தில் வீழ்ந்தது. ஏதோவொரு சிறு விலங்கு அது. இவனைத் தாண்டி ஓடியது.

நிப்பாட்டி வைத்திருந்த கைபேசியை எடுத்து இயக்கினான். சின்ன அக்காவோடு கதைக்க வேணும்போலையிருந்தது. சின்ன அக்காவை அழைத்தான் சின்னத்தான்தான் டெலிபோனை எடுத்தார். இவனென்றதும் அவளைக் கூப்பிட்டுவிட்டார்.

"என்னடா எப்பிடியிருக்கிறா?" என்று சின்னக்கா ஆரம்பித்தாள்.

"என்னக்கா செய்தி?"

"என்னத்தைச் சொல்ல ஆமீட்டைக் கனபேர் சரணடைஞ்சிட்டின மாமெண்டு இஞ்சை டீ.வி.யளில காட்டிறாங்கள். சனம் முழுதும் வவுனியாவுக்கு போட்டுதுகளாம். வன்னியுக்கை எல்லாம் எரியுதாம். எங்கடை வீடுவாசல், சொந்த பந்தம் எல்லாம் அழிஞ்சிட்டுதுகளடா... டீ.வி.யளைப் பாக்க சோறும் தின்னேலாமக் கிடக்கு..." சின்னக்கா விக்கிவிக்கியழுதாள்.

"அப்ப அம்மாவும் வவுனியாவுக்கை வந்திருப்பா என்ன?" என்றான்.

"ஆருக்குத் தெரியும்" என்றாள் அவள்.

"நீயென்னடா செய்யப்போறா..?"

"அதானக்கா தெரியேல்ல. நான் சொன்னனெல்லோ அகில னெண்டு, அவனும் நானுந்தான் இப்ப மிஞ்சியிருக்கிறம். அவன்ரை அம்மாதான் இப்ப உதவி. அவதான் முந்தநாள் டவுணுக்குப் போய் ஒரு காட் வாங்கியந்து தந்தவ. செலவுக்கு வந்த காசுத் தொடர்புகளு மில்லாமப் போட்டுது. போன கிழமை பிடிபட்ட பொடியனிட்டை இந்த நம்பரை ஆமியெடுத்திட்டுத் தொல்லை பண்றாங்கள். தங்க ளிட்டை வரச்சொல்றாங்கள். அகிலன் இருக்கிறவரைக்கும் இருப்பன் இல்லாட்டி பாப்பம். என்ரை டெலிபோன் வராட்டி நானில்லை யெண்டு நினையக்கா."

"ஏன்ரா அப்பிடிச் சொல்றா?" சின்னக்கா அழுதுகொண்டு கேட்டாள்.

"அதற்கான பதில் இப்போதைக்குத் தெரியவில்லை" என்று சொல்லிவிட்டு, தொடர்பைத் துண்டித்துக் கொண்டான்.

இவன் பதினெட்டு வயதில் வீட்டை சொல்லாமல் காணாமல் போய்விட, இவனைத் தேடித்தேடி ஒவ்வொரு இடமாய் அலைந்தவள் சின்னக்கா. ஊரிலுள்ள கோயில்களுக்கெல்லாம் நேத்தி வைச்சு

இவனை எதிர்பார்த்தவள். ஒரு இரவு தோழர்களுடன் அம்மாவையும் சின்னக்காவையும் ஆச்சரியப்படுத்தினான்.

"ஏன்ரா எங்களை ஏமாத்தீட்டுப்போன நீ" எனக் கேட்டு அழுதாள் சின்னக்கா. அவனது தோழர்களும் அவனுமாக ஐந்து நாட்கள் நின்று கதைச்சுச் சிரிச்சு சாப்பிட்டு மகிழ்ந்து போய்... பூனகரியில் சென்றி யிலிருந்த போது இவனும் சென்றியில் நின்றவர்களும் அறியாமல் ஆமி இவர்களைச் சுற்றி வளைத்த போது சயனைட்டை நம்பியே ஏழு சென்றிப் பொடியளும் இருந்தார்கள்.

"தம்பியவை அவசரப்படைதையுங்கோ... நாங்கள் அடிச்சுக் கொண்டிருக்கிறோம்..." என்று தளபதியொருவரின் குரலும், அந்தப் படையணியின் மீதான நம்பிக்கையும் மூன்று நாட்களை அந்தப் பதுங்குகுழிக்குள் கழித்து மீளவும் உயிர் பிழைத்துத் திரும்பிய போது ஒரு மாத லீவு கொடுத்துப் பொறுப்பாளர் வீட்டையனுப்பினார்.

சின்னக்கா எப்போதும் இவனையே சுற்றிக்கொண்டிருந்தாள். அப்பிடியே அவன் விலகுவதற்கான கடிதம் எழுதும்வரையும் சின்னக்கா அவனைத் தொடர்ந்துகொண்டிருந்தாள். லீவு முடிந்து போனவன்தான் விலகப்போகும் விருப்பத்தைப் பொறுப்பாளருக்குத் தெரிவித்தான்.

"என்னடாப்பா பூனகரியோடை பயந்திட்டியோ..?" என்றார் பொறுப்பாளர்.

"இல்லையண்ணை அவசரமெண்டாக் கூப்பிடுங்கோ வாறன்" என்றான்.

தண்டனையின்றி வீட்டுக்குப் போக அனுமதியும் கிடைத்து வீட்டுக்கு அவன் போக, சின்னக்காவுக்கு வெளிநாட்டு மாப்பிளை சரி வந்ததது. அவனுக்கு விருப்பமான சின்னக்கா, ஊரையும் அவனையும் விட்டு வெளிநாடு போனாள்.

"நான் போய் உன்னைக் கூப்பிடுவன்" என்று சொல்லிப் போனாள்.

அவளது பிரிவு தாங்க முடியாமல் அம்மாவிடம் கூடப் பலதரம் திட்டுவாங்கியிருக்கிறான். "நீ யெங்களை விட்டிட்டுப்போகேக்க நாங்கள் எவ்வளவடா துடிச்சனாங்கள்..." என அவனது அலட்டலை அடக்கிவிடுவாள் அம்மா.

நிலமை இறுகி அவன் திரும்பவும் அழைக்கப்பட்ட போது அம்மாவும் அப்பாவும் தடுத்ததையும் கேக்காமல் வீட்டுக்கு

ஓராளெண்டாலும் போக வேணுமம்மா. சொல்லித்தான் போனான். போய்ச் சில மாதங்களில் கிழக்கிற்கு அனுப்பப்பட்டான். அதன் பின்னான மாற்றங்கள் அவனால் அவனது தோழர்களால் நினைத்தும் பார்க்க முடியாதவையாக எல்லாம் ஏதோ கனவுபோல மாறியது.

O

அம்மாவை வரச்சொன்ன நேரம் நெருங்கிவருவதை அகிலனுக்குச் சொன்னான். அகிலன் தனியே போயிட்டு வாறனென்டு சொல்லிக் கொண்டு வெளிக்கிட்டான். சேகுவேராவின் புத்தகத்தை வெளியில் எடுத்து வாசிக்கத் தொடங்கினான். இயக்கத்துக்குப் போன புதிதில் வாசித்த புத்தகம் நேற்று அகிலனின் அம்மாவிடமிருந்து வாங்கிக் கொண்டான். மனசை அரிக்கும் விடயங்களை மறக்க புத்தகத்தில் மூழ்கினான். சேகுவேராவின் வாழ்க்கையை வாசிக்கவாசிக்க மீண்டும் மனம் ஏதோவெல்லாம் உணர்வுகளால் நிறைந்தது.

போன அகிலன் வந்து சேர்ந்தான். அம்மா குடுத்த சோற்றை அவனுக்கு முன் வைத்துவிட்டுச் சொன்னான், "நீயில்லாட்டி நான் செத்துப்போயிடுவன்ரா. அம்மா கனக்க யோசிக்கிறா. நாங்களினித் தனிச்சு என்னத்தைச் செய்யப்போறம்... பேசாமல் குப்பியைக் கடிக்கலாம் போலையிருக்கு" என்றான் அகிலன். இவன் பதில் சொல்லாமல் சாப்பிட்டு முடித்தான்.

இருளத் துவங்கியது. அம்மா, ஊரின் எல்லையில் இவர்களுக்காகக் காத்திருந்தாள். மாற்றங்களை அவதானித்தபடி இருவரும் அம்மாவைத் தேடினார்கள். அம்மா தலையில் ஏதோ பாரத்தோடு நின்றிருந்தாள். அம்மாவுக்குப் பக்கத்தில் மூன்று பேர், இவர்களுடன் ஒன்றாய் வன்னியிலிருந்து கிழக்குக்கு வந்தவர்கள். கிட்டடியில் பிடிபட்டு மகசீன் சிறையில் என்று ஊரில் யாரோ சொன்னதாக அம்மா சொன்னது ஞாபகம் வந்தது.

இவன் யோசிப்பதற்கிடையில் அகிலன் சொன்னான். "அவங்கள் பிடிபடேல்லயாம். எங்கெயோ மாட்டுப்பட்டு நிண்டவங்களாம். உன்னையும் என்னையும் தேடித்தான் அம்மாட்டை வந்தவங்க ளென்டு அப்போதை அம்மா சொன்னவா."

இன்று இரவு பெரியப்பா வீட்டில்தான் தங்குவதாகச் சொன்னான் அகிலன். தன் பெரியப்பா, வீட்டிலிருந்து மூன்று பிள்ளைகளை நாட்டுக்காகக் கொடுத்தவர். அவருக்கென்டிருந்த மூன்று பேரும் இப்ப இல்லை. பெரியப்பாவும் பெரியம்மாவும்தான் இருக்கினம்.

ஆனா பெரியம்மாக்கு மூளை பிசகிட்டுது பிள்ளையளை இழந்தப் பிறகு... அகிலன் தன் பெரியப்பா குடும்பம் பற்றிச் சொல்லிக் கொண்டே போனான்.

வானொலியில் செய்தி போய்க்கொண்டிருந்தது. ஒன்பதாயிரம் வரையில் போராளிகள் சரணடைந்துள்ளதாகவும் நூற்றுக் கணக்கில் கொல்லப்பட்டதாகவும் சொல்லப்பட்டது. அவன் கண்ட கனவு எல்லாம் உடைந்து சிதிலமாகிக்கொண்டிருந்தது. அவர்களுடன் எதையும் கதைக்கப் பிடிக்கவில்லை. எப்பிடி நடந்தது? என்ன நடந்தது? எல்லாம் மர்மமாக... பாய் விரிக்காமல் தரையிலே படுக்கப் போவதாகச் சொல்லிக்கொண்டு தரையில் சரிந்தான்.

சின்னக்கா ஞாபகத்துக்குள் நின்றாள். அவள் வாழும் நாட்டில் இப்போ நேரம் இரவு மூன்று மணியாகியிருக்கும். அவளுக்கு ஒரு குறுந்தகவல் அனுப்பினான். சின்னக்கா அந்தத் தகவல் பார்த்து உடைந்துபோவாள். ஓவென்று உரக்கக் கத்துவாள். தனக்குப் பிறக்கப் போகும் குழந்தையைக்கூட நினைக்காமல் இவனுக்காக அழுவாள் என்பதுவரை எல்லாம் புரிந்தவன்தான். ஆனால், அவனால் எதையும் யோசிக்க முடியவில்லை.

எப்போதுமே தன்னைக் காக்குமென்று நம்பிய குப்பியை வாயினுள் மென்றுகொண்டான். படுமுட்டாளென ஒரு சுயநலம் மிக்கவனென நாளை அகிலனும் அல்லது அவனது நண்பர்களும் திட்டலாம்... இவனுக்காக அழலாம்... நாளை இவர்களும் சரணடைதல் என்ற நிலை வந்து, சின்னக்கா ஒருநாள் சொன்னது போல் சித்திரவதை படுவதில் பிரியமில்லை இவனுக்கு.

அவனது கடைசித்துளிகள் அவனை விட்டுப் போய்க்கொண்டு இருந்தது. அம்மா, அப்பா, சின்னக்கா, சின்னண்ணா, பெரியக்கா, ஆசையைக்கா மாமா, மாமி, மருமக்கள் என உறவுகள் எல்லாம் அந்தக் கணங்களில் அவன் முன்னால் நிற்பது போலவும், அவனுக்காக அழுவது போலவுமிருந்தது. அவனது கடைசித்துளி கரைந்து அவன் நிரந்தரமாக உறங்கிவிட்டான். •

17.06.2009

2. கடைசிக் கடிதமும் காயாத கண்ணீரும்

அவன் இருக்கிறானா..? எங்கே..? வதைமுகாமிலா அல்லது வவுனியா முகாமிலா..? பத்தாயிரத்துக்கும் மேல் சரண்புகுந்த தோழர் தோழியருள் அவனும் தப்பியிருக்கிறானா..? 'அக்கா... அக்கா...' என அவன் ஸ்கைப்பில் கூப்பிடும் குரலும் மறைந்து... ஸ்கைப்பில் அவன் பெயர் இப்போது சிவப்பாகிக் கிடக்கிறது...

ஏதோ எனது வீட்டில் என்கூடப்பிறந்த ஓர் இரத்த உறவுபோல அவன் என்னுடன் வாழ்ந்துகொண்டிருந்தவன். தனக்குள்ளான துயரங்கள், வெற்றிகள் என எல்லாவற்றையும் கடிதமாக எழுதி இளைப்பாறிக்கொள்ள, "அன்பின் அக்கா" என்று எழுத ஆரம்பித்து அனைத்தையும் எழுதியனுப்புவான். இவனைப் போன்ற எத்தனையோ தோழர்கள் தோழியர்களின் எழுத்துகள், கடிதங்கள், பேசிய வார்த்தைகள் எல்லாம் ஞாபகங்களாக நினைவில் இருக்கிறது...

யாரையும் கேட்கவோ அறியவோ முடியாமல் அவன் எனக்குள் தேடப்பட்டுக்கொண்டேயிருக்கிறான். அவன் எங்கோ வாழ்ந்து கொண்டிருப்பதாக எனக்குள் நம்பப்படுகிறான். வவுனியாவில் அமைந்துள்ள போராளிகள் முகாமில் அவனும் அழவோ ஆறுதல் தேடவோ இயலாமல் எப்போதும்போல தனிமையைத் தேடுவானா..? இருக்கிறானா என்பதைத் தேட முடியாமலும் இல்லையென்று ஆற முடியாமலும் அந்தரிக்கிறேன்.

எல்லோரையும்போல இவனும் அம்மாவும் அக்காவும் அண்ணா என இனிமையான வாழ்வுக்குச் சொந்தக்காரனாய்த்தான் இருந்தான். கால ஓட்டம் காதலுக்காய் தன்னுயிரை அண்ணன் மாய்த்துக்கொள்ள அதுவரையிருந்த இனிமைகள் போய் குடும்பம் முதல் முதலாகத் துயரைச் சுமக்கத் தொடங்கியது.

அப்பா, குடும்பத்தைப் பிரிந்தபோது வராத அழுகை, அண்ணனை இழந்தபோது அவனுக்குள் ஆகாயம் பிழந்து அவன்மேல் இறங்கியது போல அழுத்தியது. கேள்விகளால் தன்னையே துளைத்தெடுத்து அந்த இழப்பிலிருந்து வெளியேற அவனுக்கும் அந்தக் குடும்பத்துக்கும் சில வருடங்கள் சென்று முடிந்தது. ஆயினும் நினைவுகளோடு

அண்ணனைத் தூக்கியெறிய முடியாதபடி அவன் அவர்களோடு வாழ்ந்துகொண்டிருந்தான்.

அக்கா உயிரியல் படித்துக்கொண்டிருந்த நேரம், அவன் சாதாரண தர பரீட்சையில் அனைத்துப் பாடங்களிலும் அதிவிசேட சித்தி பெற்றான். உயர்தரத்தில் கணிதத்தைத் தெரிவு செய்து படிக்க ஆரம்பித்தவனை சூரியக்கதிர் இராணுவ நடவடிக்கை கல்வியிலிருந்த கவனத்தையெல்லாம் காவு கொண்டது.

அம்மாவோடும் அக்காவோடுமாகச் சுற்றித் திரிந்த அவனது உலகம், போரையும் அகதி வாழ்வையும் நினைத்துநினைத்து நித்திரையை இழந்தது. சாதாரணமான இரவுகளெல்லாம் அவனுக்கு நீண்ட யுகங்க ளாகின... என்னால் என்ன செய்ய முடியும்?

அம்மா, அக்கா இவருவரையும்விட அவன் நேசிப்பில் தாயக விடுதலை நெருப்பு மூண்டு எரியத் தொடங்கியது. ஊரெங்கும் நிரம்பிய துயரம் அவனையும் நாளடைவில் போராளியாக்கியது.

யாழ் மாவட்டமே அகதியாகி வன்னி நோக்கி நகர்ந்துகொண்டிருந்த நேரம் இவன் வன்னிக்காடுகளில் பயிற்சி பெற்றுக்கொண்டிருந்தான். ஒரு பெரும் இலட்சியக் கனவு இவனுக்கும் இதயம் முட்ட, ... ஆயிரமாயிரமாய் அணிவகுத்து நின்ற போராளிகளில் ஒருவனாய் களங்களில் காவியம் எழுதிக்கொண்டிருந்தவனுக்கு அரசியல் பிரிவில் சு.ப.தமிழ்ச்செல்வனின் அருகாமையில் பணி அமைந்துவிடுகிறது.

அமைதியும் கடமையும் அவனை ஒரு சிறந்த வீரனாக்கியது. அரசியல் பிரிவுக்குள்ளிருந்து தடைப்பட்ட கல்வியைக் கற்றான். கணினிவரை அவனது கற்றல் விரிந்து உலகைக் கைகளுக்குள் அடக்கும் வலுவையெல்லாம் பெற்றுக்கொண்டான்.

போரால் சிதிலமான வன்னி மண்ணை, உலகம் வியந்து பார்க்கும் அளவுக்கு வியக்க வைத்தது வன்னியின் வளர்ச்சியும் எழுச்சியும். 'அக்கினிகீல' சமர் சமாதானக் கதவுகளைத் திறக்க வழிகோலியது. வந்த சமாதானக் காலம் அவனை எனக்கு அடையாளம் காட்டியது.

விரிந்த இணையம் அவனை என்னோடு தொடர் உறவாக்கியது. ஈழநாதத்தில் நான் எழுதிய பகிர்வுகளில் அவன் வாசகனாகி என்னோடு அவன் உறவாகினான். கருத்தாடல், கவிதைகள், கதைகள் என எல்லா வற்றையும் பகிரத் தொடங்கியவன், மெல்லமெல்லத் தனக்குள்ளிருந்த எல்லாவற்றையும் என்னோடு பகிரத் தொடங்கினான்.

"ஏதோ கனகாலம் பழகின மாதிரியிருக்கு... உங்களிட்டை எல்லாத்தையும் கதைக்கலாம், பகிரலாம் என்ற நம்பிக்கையைத் தருகிறீர்கள் அக்கா" என்று ஒரு தரம் மடலிட்டிருந்தான். அன்றிலிருந்து அவனது மடல்கள், இமெயில்கள், பிறந்தநாள் வாழ்த்துகள், தமிழர் திருநாள் வாழ்த்துகள் என அவன் என் பிள்ளைகள்வரையும் நெருங்கி இருந்தான். குறைந்தது வாரம் ஒரு தரம் ஏதாவதொரு வகையில் அவன் தொடர்போடிருந்தான்.

2005ஆம் ஆண்டு ஒரு மடலிட்டிருந்தான். "அக்கா நிலைமை இறுகப்போகிறது. வர முடியுமாயின் வாருங்கள். உங்களையெல்லாம் பார்க்க வேண்டும் போலுள்ளது. பிள்ளைகளையும் கூட்டிவாருங்கள். எப்போது சந்திக்க இனிக் கிடைக்குமோ தெரியாது" என எழுதி யிருந்தான்.

ஊர் போகும் ஏற்பாடுகள் முடியும் தறுவாயில் பயணம் தடைப் பட்டு அவனைச் சந்திக்க முடியாது என்பதை அறிவித்தபோது அவன் மிகவும் ஏமாந்துபோனான் என்பதை அவன் எழுதிய கடிதங்கள் மெய்ப்பித்திருந்தன.

தான் தலைவரிடமிருந்து பெற்ற கணினி, கேமரா என எல்லா வற்றுக்குமான தனது சந்தோசங்களென அவன் மகிழ்வோடு எழுதிய மின்னஞ்சல்கள் நிறைய..!

அப்படியொரு நாளில் சு.ப.தமிழ்ச்செல்வன் உட்பட பலர் விமானத் தாக்குதலில் கொல்லப்பட்டதாக செய்திகள் பரவிய நேரம், இணை யத்தில் நான் ஓடிப்போய் தேடியது அவன் முகத்தைத்தான். ஆயினும் அவன் முகம் அங்கில்லை.

'அக்கா... அக்கா...'வென மடலிட்டுக்கொண்டிருந்த மிகுதன் போய்விட்டதாக, மிகுதனின் முகம் கண்ணீரை மறைத்த கண்களின் ஊடாகத் தெரிந்தது. அன்று வீரச்சாவடைந்த அத்தனைப் பேரின் நினைவுகளிலிருந்து எழ முடியாதபடி, அடுத்தடுத்த இழப்புகள்... என்ன செய்ய..? ஏது செய்ய..? எதுவுமே புரியாமல்... என்றோ ஒரு நாள்வெல்வோம் என்ற நம்பிக்கையில் காலம் ஓடிக்கொண்டிருந்தது...

2008ஆம் ஆண்டு நடுப்பகுதிக்குப் பின்னாலான இழப்புகளின் பின்னான சோர்வுகளை அவன் நிமிர்வுகளாக்குங்கள் அக்கா என எழுதிக்கொண்டிருந்தான். அப்படியே தொடர்பிலிருந்தவனின் தொடர்புகள் அற்றுப்போக அவனுக்காய் எழுதிய வரிகள் இவை...

நலமறிய ஆவலுடன்..,

"அன்புள்ள அக்கா,
நலம், நலமறிய ஆவல்
அம்மாவுடன் கதைத்தேன்
அக்காவுடன் சண்டை பிடித்தேன்
பேச்சுவார்த்தைகள் நடக்கிறது
புலிகளின் நிலவரம்
போர்ப்பிள்ளைகளின் துணிகரம் என
இணையஞ்சல் ஊடாய்
நேசமொடு - என்
நெஞ்சில் இடம் கொண்டான்.

"ஊருக்கு வா அக்கா
உனைக்காண வேண்டும்
போருக்குள் நின்று வன்னி
பாருக்கு அறிமுகமாய்
ஆனகதை சொல்ல
ஊருக்கு வா அக்கா"
அடிக்கடி அஞ்சல் எழுதிய புலி.

பூவுக்கும் அவனுக்கும்
பொருத்தம் நிறைய.
அத்தனை மென்மையவன்.
போராளிப் பிள்ளையவன்
போர்க்களம் புடமிட்ட புலியவன்.
புலம்பெயரா உறுதியுடன்
பலம்பெற்ற தம்பியவன்
ஞாபகத்தில் நிற்கின்றான் - என்
நினைவகத்தில் பத்திரமாய்.
அம்மாவின் கதை

அண்ணாவின் கதை
அக்காவின் கதையென
உள்ளிருந்த துயர் யாவும்
இணைமடலில் கொட்டி
இளைப்பாறிய வேங்கையே!

வன்னியில் குண்டு விழ
இங்கென் இதயத்தில் இடிக்கிறது.
என் போராளித் தம்பியுன்
நினைவுகள் கனக்கிறது.

நலமா நீயென்று கேட்கேனடா - உன்
நலமறிய ஆவலுடன்...,
எங்காவது இணைவலைத் தொடர்பிருந்தால்
ஒருவார்த்தை எழுதிவிடு
நலமாயிருக்கிறேனென்று.

அன்புடன்

O

அவன் இருப்பான் என்று நம்பவோ, அவன் இல்லையென்று சொல்லவோ தொடர்புகள் அற்றுப்போயின... ஆனால், அவனது கடிதங்களாக... கருத்துக்களாக... நிழற்படங்களாக... அவன் என்னோடு வாழ்ந்துகொண்டிருந்தான்.

ஆனால், அவன் தொடர்புகளிலிருந்து விலகிப்போனது போல அடிக்கடி அவனை நினைத்துக்கொள்வேன். அவனுக்காகப் பிரார்த்திப்பேன். அவனைச் சந்திக்க வேண்டுமென்ற நம்பிக்கையை வளர்த்துக்கொண்டிருந்தேன்:

எங்கேயிருக்கிறான்? என்ன செய்கிறான்? என்ற தகவல் அவனாக எழுதினால் அல்லது சொன்னால்தான் அறிய வரும். அவனது எழுத்தையும் குரலையும் எதிர்பார்த்து பல மாலை நேரங்களில் அவனுக்காகப் பதிவுசெய்யப்பட்ட ஸ்கைப் ஐடி அவனை எதிர் பார்த்திருக்கும்.

அடுத்தடுத்து அவன்போல் பழகிய தோழர்களும் தோழியரும் பலர் களங்களில் தங்கள் உயிர்களை விதைத்துக்கொண்டிருப்பதை உறுதிப்படுத்திக்கொண்டிருந்த அழைப்புகளில் மரண நாட்களே தினம் பிறந்துகொண்டிருக்க... களம் இறுகி(தி) யாரையும் யாரும் இனி காணவே முடியாதோ என ஏங்கிய காலமாக 2009...

2009இன் பங்குனி மாதம் மீளவும் உயிர் தந்து அவன் இட்டிருந்த மடல் என்னை மீளவும் உயிர்ப்பித்தது...

'அன்பின் அக்கா, அண்ணா மற்றும் பிள்ளைகள்,

நான் நலமாக இருக்கின்றேன் இதுவரை. நீங்களும் நலமேயிருப்பீர்கள் என்ற நம்பிக்கையுடன் இம்மடலினை எழுதுகின்றேன்.

எப்போது கடைசியாக உங்களுடன் தொடர்புகொண்டேனோ தெரியவில்லை. மிக நீண்ட நாட்களாகிவிட்டன என்று நினைக்கிறேன். எனக்கு தொடர்ச்சியாக இணையத் தொடர்பு இருந்த போதிலும் அண்மைக் காலமாக நிறைய வேலைகள் இருந்தமையால் உங்களுடன் தொடர்புகொள்ள முடியாமல் போய்விட்டது. எனினும், உங்கள் அனைவரையும் இடைக் கிடை நினைத்துக்கொள்வேன். அடிக்கடி என்று பொய் சொல்ல முடியவில்லை.

அம்மா, அக்காவுடனும் போன வருடம் 10ஆம் மாதம் கதைத்தப் பின்னர் சென்ற மாதம்தான் கதைத்தேன். அவர் களுக்குக்கூட நான் இதுவரை கடிதம் எல்லாம் எழுதியது கிடையாது. உங்களுக்குத்தான் கடிதம் எழுதுகின்றேன். சில வேளைகளில் - அநேகமாக இறுதிக் கடிதமாகக்கூட இருக் கலாம்.

போன மாதம் இணையத்தில் ஏதோ பார்த்துக்கொண்டிருந்த போது தற்செயலாக உங்களுடைய வலைப்பதிவுக்கு வர நேர்ந்தது. அதிலும், எனக்காக நீங்கள் எழுதிப் பதிந்திருந்த "நலமா நீயென்று கேட்கேனடா" என்ற பதிவை, கண்களில் நீருடன் படித்தேன். எனக்காக யாருமே அருகிலில்லை என்ற உணர்வு சில வேளைகளில் தலைதூக்கும். களைத்தபோது தலைசாய்த்து ஆறுதல் காண அன்னை மடி இல்லையே என்று ஏங்குவேன். அப்போதெல்லாம் யாருடனும் எதுவும் கதைக்கப் பிடிக்காது. எங்காவது தனியே போய் இருப்பேன்.

ஆனால், உங்களுடைய அந்தப் பதிவைப் பார்த்தபோது என்னையே அறியாமல் கண்களில் நீர் வந்துவிட்டது. அதிலும் நான் அந்தப் பதிவைப் படிக்கும்போது யாருமே அருகிலில்லை. மனம்விட்டு கொஞ்ச நேரம் அழுதேன்.

நீங்கள் இவ்விட நிலைமைகளையும் அறிந்துகொண்டிருப் பீர்கள் என்று நினைக்கின்றேன். உலகமே திரண்டுவந்து எம்மீது போர் தொடுத்துக்கொண்டிருக்கிறது. இடைப்பட்ட காலத்தில் என்னோடு தோளோடு தோள் நின்று ஒன்றாகப் படுத்துறங்கி ஒரு தட்டில் உணவுண்டு வாழ்ந்த உறவுகள் பலர் களத்தில் வீழ்ந்துவிட்டார்கள்.

பல தடவைகள் மரணம் மிக அருகில் வந்துவிட்டுப் போயிருக்கிறது. ஆனால், இன்னும் வந்து கட்டித்தழுவி அழைத்துச் செல்லவில்லை. அதிர்ஷ்டமோ துரதிர்ஷ்டமோ தெரியவில்லை இந்தக் கணம்வரை உயிர் வாழ்ந்துகொண் டிருக்கின்றேன்.

இன்று அம்மா அக்காவுடன் கதைத்தேன். அம்மா நிறைய யோசிக்கின்றா போலத் தெரிகிறது. குரல் உடைந்து போய் இருந்தது. நான் எதுவுமே காட்டிக்கொள்ளாது சாதாரணமாகக் கதைத்துவிட்டு வைத்துவிட்டேன். நீங்கள் உங்களுடைய தொலைபேசி எண்ணை அனுப்பினால் சில வேளைகளில் கதைக்க முடியும். சில படங்களும் அனுப்புகிறேன். அம்மா, அக்காவின் தொலைபேசி இலக்கங்களை அனுப்புகிறேன். அம்மாவுடன் இடைக்கிடை கதையுங்கள். நேரம் கிடைக் கின்ற போது அம்மாவோடு கதையுங்கள். அம்மா என்னை நினைத்துக் கவலைப்படாமல் இருக்க ஆறுதலாக இருப் பீர்கள் என நம்புகிறேன்.

என்றாவது சந்திப்போம் என்ற நம்பிக்கை போய்விட்டது. ஆனாலும், ஒருமுறை கதைக்கலாம் என்ற நம்பிக்கையுடன்

தம்பி

O

இக்கடிதத்தின் பின்னர் ஒரு சனிக்கிழமை மாலை நேரம் தொலை பேசியில் அழைத்தான். 'அக்கா...' என்றழைத்தவன் அரை மணித் தியாலங்கள் வரையில் அத்தனை நாள் கதைகளையும் சொல்லி முடித்தான். ஸ்கைப்பில் தினமும் வரும் நேரங்களைச் சொன்னான். அத்தோடு ஒரு மடலிட்டான்.

நான் கடவுள் படத்தில் “அம்மா உன் பிள்ளை நான்...” என்ற பாடலைக் கேட்டுப்பாருங்கள். பழைய “மாதா உன் கோயிலில் மணிதீபம் ஏற்றினேன்...” என்ற பாடலின் மெட்டில் இளையராஜா மீண்டுமொருமுறை தான் ராஜாதான் என்பதை நிரூபித்திருக்கிறார். நல்ல அர்த்தமான பாடல் வரிகளும்கூட.

அமைதியான ஒரு இடத்தில் மெல்லிய சத்தத்தில் பாடலைக் கேட்டுப்பாருங்கள். கேட்டுவிட்டு கருத்து எழுதி எனக்கு அனுப்புங்கள்.

தம்பி

O

அவனுக்குள்ளிருந்த நல்ல ரசனைகளில் ஒன்று தனக்குப் பிடித்த பாடல்கள், கவிதைகளை எனக்கும் அனுப்பி வைப்பான். அவை பற்றிய கருத்துகளையும் என்னிடமிருந்து கேட்பான். அவன் விரும்பிக் கேட்கும் பாடல்கள் யாவும் எனக்கும் வந்து சேரும். அவை எனக்கும் பிடித்த பாடல்களாக...

அதன்பின் ஸ்கைப் மூலம் அடிக்கடி கதைத்துக்கொள்வான். அவனுக்காக ஸ்கைப் அவன் வரும் நேரங்களிலெல்லாம் பச்சையில் நிற்கும். சிரித்தபடி கதையும் தனக்குப் பிடித்த பாடல்களுமென தொடர்போடு இருந்தவன். 06.05.2009 அன்று சொன்னான், “அக்கா இயன்றவரை உறவுகளைப் பேணுவோம். நாளைக்கு வேறையிடம் போறேன். இனிமேல் கதைக்க முடியுமோ தெரியல்ல. அதிர்ஷ்டம் இருந்தால் கதைக்கலாம்.”

நம்பிக்கை தரும்படி எதையாவது தருவான் என்ற எனது நம்பிக் கையில் அவன் கதைகள் ஏதோவொரு புதிர்போல இருந்தது. அதன் பின்னால் அவனை எதிர்பார்த்து ஸ்கைப்பில் தவமிருந்து, அவன் வரவேயில்லை... ஒன்லைன் போகும் நேரமெல்லாம் ஸ்கைப்பில் காத்திருந்தேன். அவன் வரவேயில்லை.

நம்பிக்கைகள் அறுபட்டு நீ
இருப்பாயின்னும் என்ற நினைப்பும்
விடுபட்டுப் போன ஒரு
அந்திப் பொழுதில் அழைத்தாய்...

"அக்கோய் சுகமோ?"
நினைக்காத பொழுதொன்றின்
நினைவுகளில் வந்து நிரம்பினாய்...

"எப்படியிருக்கிறாய்?"
எப்போதும் போலான கேள்வியில்
அப்போதும் சிரித்தாய்...
"அக்கா இருக்கிறேன்"
அதிர்ஷ்டமோ இல்லை ஆயுள் நீளமோ?
அறியேன் என்றாய்...

ஐந்து நிமிடமோ
அதற்கும் சில நொடியோ
"அக்கா போகிறேன்"
தொடர்பறுத்து விடைபெற்றாய்...
கடைசிச் சிரிப்பும் கலகலத்த பேச்சும்
கனவிலும் மாறாமல் நீ...

வீரச்செய்திகளுக்குள் நீயும்
வித்தாய்ப் போனாயோ?
காலம் அள்ளி வரும்
களச் செய்திகளில்
காவியமாய் ஆனாயோ?
இல்லைக் கல்லறையும் இல்லாமல்
காற்றோடு கலந்தாயோ..?

"எப்போதாவது சந்திப்போமென்ற
நம்பிக்கை போய்விட்டது
ஒருதரம் கதைக்க வேணும்"
இலக்கம் தாவென்றவனே..!
ஏனடா எங்கள் விதி
இப்படியாய்..?

விடுபட்டுப்போன நம்பிக்கைகள்

உனக்காய் துளிர்விடுகிறது.

சுயநலத்தோடு பிரார்த்திக்கிறேன்.

சாகாமல் நீ என்னைச்

சந்திக்க வேண்டும்.

06.05.09

அவனுக்காய் சில வரிகள் எழுதி அவனை எதிர்பார்த்தபடி காத்திருக்க... களநிலவரம் கைகளை விட்டுப்போனது போல... நம்பிக்கைகள் இழந்து நம்ப முடியாதது எல்லாம் நடந்து முடிந்து நந்திக் கடலோரம் நாங்கள் நேசித்த நிமிர்வுகளெல்லாம் சரிந்து வீழ்ந்து எங்கள் சந்ததியின் கனவெல்லாம் சாய்ந்து கிடந்தது...

பன்னிரண்டாயிரத்துக்கும் மேலாக போராளிகள் சரணடைந்ததாக செய்திகள் வந்த போதும் எதையும் நம்பும் நிலையில் மனசு இல்லை. மூன்று லட்சத்துக்கும் மேலாக மக்கள் முகாம்களில் முடங்கியுள்ளதாக முகாம்களுக்குள்ளிருந்து வந்த உறவுக் குரல்கள் கேட்ட பின்னும் நம்பிக்கையோடிருந்தது எல்லாம் பொய்த்து எல்லாம் முடிந்து போய்...

எங்கள் இனிய உறவுகளின் உயிர்களையெல்லாம் கொடுத்துவிட்டு, எம் இயலாமைகளை நொந்தபடியிருக்க... 'அவன் இருக்கிறான்... இருக்கிறான்...' என உள்மனம் சொல்கிறது. யாரையாவது விசாரித்து அவன் இருப்பை உறுதிப்படுத்தும் முயற்சிகளில் இறங்கி, அதையும் விட்டாயிற்று. நாங்கள் அவனைத் தேடப்போய் நரிகளிடம் அவனை இழந்துவிடுவோமா என்ற பயத்தில் எல்லாவற்றையும் கைவிட்டு விட்டோம்.

அவனது அம்மா, அக்காவுடன் இடையிடை அவனைப் பற்றி விசாரிப்போடு போகிறது நாட்கள். என்போல அவர்களும் அவன் இருக்கிறான் என்ற நம்பிக்கையோடு... அவன் தொடர்பில்லாத வெற்றிடத்தை நிரப்ப அவனது அக்காவும் அம்மாவும் அவன் பற்றி என்னுள் அவனை ஞாபகப்படுத்தியபடியிருக்கிறார்கள்.

அவனைத் தேடவா, விடவா அவன் இருக்கிறான் என்ற நம்பிக் கையில் இப்படியே இருக்கவா..? அவன் இல்லையென்று உறுதி யாகினால் உடைந்து போகும் அவன் அம்மாவும், அக்காவும் கூட நானும். அவனில்லையென்று நம்பும் நிலையிலும் மனசின்றி...

அவன் நினைவுகளைத் தினமும் அவனுக்குப் பிடித்த பாடல்கள் ஊடாக... அவனது கடிதங்கள் ஊடாக... அவனது நிழற்படங்கள் ஊடாகவென அவன் நிறைந்து கிடக்கிறான்... எத்தனையோ பேர் அங்கிருக்கினம் இங்கிருக்கினம் என தொடர்புகள் வந்துசேர்ந்துள்ள நிலையில் இவன் இன்னும் எந்தவிதத் தொடர்புமின்றி மௌன மாயிருக்கிறானா..? அல்லது..?

22.06.2009

3. என்னை விடுங்கோ என்ர புள்ளை அம்பேபுஸ்ஸவில...

"அம்மா... அம்மா... அம்மா... எனக்கு அம்மாட்டைப் போக வேணும்..." அவள் கதறக்கதற, கொடிய கரங்கள் அவளை இழுத்துக் கொண்டுபோகின்றன... "என்ர பிள்ளை... என்ரை பிள்ளையை விடுங்கோ..." என்ற அவளது கதறலையும் கேட்காமல் கார்த்தினி இழுபட்டுக்கொண்டுபோனாள். அவள் நாளுக்கு மூன்றுதரம் மாற்றிக் கொள்ளும் உடுப்பும், பாதணிகளும், அவள் பாவித்த பவுடர் பேணி களும் இன்னும் பிற அவளது பாவனையின் மீதங்களான எல்லாம் அந்தக் கால்களுக்கு அடியில் நசிந்து நொருங்குகிறது.

"கமலினி... கமலினி... என்ன..?" பக்கத்தில் படுத்திருந்த கணவனின் குரல் அவளை மீளவும் இழுத்துவருகிறது நிசத்துக்கு. "என்னாச்சி..? என்ன..?" அவனது ஆதரவான அணைப்பில் கரைந்து, கண்ணீரால் நனைக்கிறாள் அவனை...

"என்ர பிள்ளையப்பா... என்ரை பிள்ளையை யாரோ..." அதற்கப் பால் அவளால் எந்த வார்த்தைகளையும் உச்சரிக்க முடியாமல் விம்மல் பெலத்து, "என்ர பிள்ளை... என்ர பிள்ளை..." எனப் பெருங் குரலெடுத்து அழுகிறாள்.

"என்னாலை தாங்கேலாதாமப்பா, நான் செத்துப்போப்போறன்... என்ரை பிள்ளை எங்கை கஸ்ரப்படுறாளோ தெரியேல்ல... என்ரை பிள்ளை படிக்கவெண்டெல்லோ விட்டனான்... என்ரை பிள்ளையை எங்கையிருக்கிறாளோ... சேவை சேவையெண்டு ஊருக்கு எவ்வள வைச் செய்தன்... எனக்கேனப்பா இப்பிடியொரு விதியைக் கடவுள் தந்தான்..?"

"நீ செய்த நன்மையள் எங்கடை பிள்ளையைக் காப்பாற்றும்... நீ யோசிக்காத... அவள் எப்பிடியும் வருவாள்... சிவன் கோவில் சாத்திரி சொன்ன மாதிரி ஆறு மாதத்தில திரும்பி வருவாள் பாரன்..." அவளை ஆறுதற்படுத்தத் தன்னால் இயன்ற எல்லாவற்றையும் சொன்னான். அவள் தானாக அழுகையை நிறுத்தும்வரை அவன் அமைதியாய் இருந்தான்.

தடாகம் 27

அவள் சொல்வதுபோல செத்துப்போய்விடலாமா? என்றுதான் இருந்தது. ‘அப்பா... அப்பா...’ என கார்த்தினி உலவிய வீடும், விறாந்தையும் வளவும் இன்று அவளின்றி ஒரு சுடுகாட்டின் வாசனை களைத் தன்னோடு சேமித்துக்கொண்டிருந்தது. அவள் இருப்பாள் என்ற நம்பிக்கையை அவன் தொலைத்துவிட்டான். கமலினிக்காக சாத்திரங்களையும் கோவில்களையும் சாட்டுக்கு வைத்திருப்பதைத் தவிர வேறெந்த நம்பிக்கையும் அவனுக்கில்லை.

கமலினியின் பெரியக்கா நோய்வாய்ப்பட்டிருந்த நேரம் முல்லைத் தீவுக்கு, கார்த்தினியையும் கூடவே அழைத்துப்போனபோது, தன் னுடன் அவளை வைத்துக்கொள்வதாக பெரியக்கா கேட்டதும், மறுவார்த்தையின்றிக் கார்த்தினி சொன்னாள், “நான் பெரியம்மா வோடை நிக்கிறன் நீங்க வவுனியாவுக்குப் போங்கோ” என. இவர்கள் வவுனியா திரும்ப, அவள் அங்கேயே தங்கினாள். அவளை அங்கே விட்டுவிட்டு வர இவனுக்கு முடியாது என்பதை யாருக்கும் சொல்ல வில்லை.

இடையிடை இவர்கள் போய்ப் பார்த்து வந்தார்கள். கமலினி பணியாற்றிய தொண்டு நிறுவனத்தின் அலுவலாக அல்லது ஏதாவ தொரு தேவைக்காக இராணுவத் தடையரண்கள் தாண்டி முல்லைத் தீவு போய்வர ஏதாவது அலுவல் இருந்துகொண்டுதானிருந்தது. அக்காவுடன் அவள் நன்றாக இருப்பாள் என்ற நம்பிக்கை மலை யளவு அவளுக்கு இருந்தது. அந்த நம்பிக்கைகளோடு இருந்தவளுக்கு நெடுஞ்சாலை தொடர்புகளற்று முல்லைத் தீவுடனான அவளது தொடர்புகளும் அற்றுப்போய்... போர் உக்கிரமாகியது. எப்போ தாவது பெரியக்கா வந்து அவள்பற்றி சொல்லும் தகவல்களுடன் மாதங்கள் விரைந்ததை மாதத்தில் ஒரு நாள்...

பெரியக்கா அவளது வேலையிடத்துக்கு அவசரமாக அழைத்தாள். “ஐயோ பிள்ளை என்னைக் குறை சொல்லாதை நானொண்டும் செய்யேலாமக் கிடக்கு... நான் தேடாத இடமில்லை... இஞ்சை கனபிள்ளையள் இப்பிடித்தான்... வீட்டுக்கொருத்தர் என்ற கதைமாறி இளவயதினர் எல்லாரையும் கட்டாயமாச் சேர்க்கினம்... என்ரை மூத்தவனையும் ரண்டாவதையும் கொண்டுபோட்டினம்... அதுதான் சரி என்ரை பிள்ளையள்... நீ என்னை நம்பி விட்டிட்டுப்போன உன்ர பிள்ளையையும் குடுத்திட்டனே... என்ரை குஞ்சு இரவு நித்திரையாக் கிடந்தவளணை வந்து கூப்பிட பிள்ளை மாட்டனெண்டு அழுது குழற அதையும் கேக்காமல் கொண்டு போட்டினம்...” என்று பெரியக்கா சொல்லிமுடித்தாள்.

கனவு போலவும் அது பெரியக்கா இல்லை வேறை யாரோ போலவும் நினைக்கவே முடியவில்லை. பிள்ளையில்லையென்றதை ஒருநாளும் அவள் நினைத்திருக்கவேயில்லை. தன் ஆயுசு முழுமையும் தனது மகள் கூடவே இருப்பாளென்ற கனவுகளும், இவள்போல அவளும் பெண்கள் சமூகத்தின் முன்னேற்றத்துக்காக உழைப்பாள் என்றெல்லாம் எண்ணியிருந்த நினைப்புகள் மீதெல்லாம் சுனாமிப் பேரலை அடித்துச்சென்ற ஆயிரமாயிரம் பேரின் கனவுகளின் சிதைவு போல அவள் உடைந்து சிதிலமாகினாள். பதினைந்து வயதே நிரம்பிய தனது ஆசைமகளின் ஒவ்வொரு வளர்ச்சியின் பின்னும் அவள் மகிழ்ந்த தருணங்களெல்லாம் தவிடுபொடியாகி...

தினம் வரும் சாவுச் செய்திகளுக்குள் தனது ஒற்றை மகளின் செய்தி வரக் கூடாது என தினமும் கடவுளை வேண்டிய பின்னர்தான் செய்தி படிப்பாள். வேலையிடத்திலும் தினமும் அழுகையும் துயருமாய் அவளது பொழுதுகள்... அன்றொரு நாள் அவளது நிறுவனத்தின் இயக்குனர் வந்து சொன்னார். உங்கடை மகள் இறந்திட்டாவாம்... பெரியக்கா சொன்னதாக சொன்னார். அந்த இடத்திலேயே அவள் ‘ஐயோ’வென்று அலறியழுதாள். தொழில்சார் நண்பர்கள் முதல் அயல் அக்கம்பக்கம் உறவுகள் என எல்லாரும் வீடு தேடி வந்து துக்கம் விசாரித்துச் சென்ற பின்னும் தனது மகள் உயிருடன் இருக்கிறாள் என்ற நம்பிக்கையைக் கைவிடாமல் சாத்திரம் கேட்டாள். சிவன் கோவில் சாத்திரியின் சாத்திரம் பொய்க்காதென்ற நம்பிக்கையே அவளை வாழவைத்துக்கொண்டிந்தது.

போர் உக்கிரமாய் நிகழ்ந்துகொண்டிருந்த பகுதிகளிலிருந்து மக்கள் தினம் காயங்களுடனும் சாவுகளுடனும் வவுனியா நகருக்குள் வந்து கொண்டிருந்தார்கள். உதவிக்கென அவளது நிறுவனத்திலிருந்து அனுப்பப்பட்ட பணியாளர்களுடன் தானும் மருத்துவமனைகள் மற்றும் காடுகள் வெட்டப்பட்டு அவசரஅவசரமாய் அமைக்கப்பட்ட கொட்டகைகளுக்குச் சென்று மக்களைச் சந்தித்து அவர்களுக்கான உதவிகளில் ஈடுபட்டுக்கொண்டிருந்தாள்.

வேலை தவிர்ந்து கிடைக்கும் விடுமுறை நாட்களான சனி, ஞாயிறு களில் வைத்தியசாலைகளுக்குச் சென்று தனித்தனியே போரால் பாதிக்கப்பட்டவர்களுக்கு மனநல ஆலோசனைகள், உதவிகள் என தனது ஓய்வையெல்லாம் பாதிக்கப்பட்டவர்களுக்காகச் செலவிட்டுக் கொண்டிருந்தாள்.

ஒரு சனிக்கிழமை வவுனியா பொதுவைத்தியசாலையில் கடந்த வாரத்தில் சந்தித்த யாருமற்ற நான்கு பேருக்கு உணவும் உடைகளும் கொண்டுபோயிருந்தாள். வைத்தியசாலையின் வெளி விறாந்தையில் பெரியத்தான் அடையாளங்கள் யாவும் மாறி சவரம் செய்யப்படாத நரைத்த தாடியும் ஒட்டியொடிந்த உடம்புமாக இருந்ததைக் கண்டாள். ஓடிப்போய் பெரியத்தானைக் கூப்பிட்டாள். பெரியத்தான் அவளைத் தனக்கு அடையாளம் தெரியும் என்பதற்கான எந்தவிதமான அசுமாத்தமும் இல்லாமல் வெறித்தபடியிருந்தார்.

பெரியத்தானின் மிடுக்கும் மடிப்புக் கலையாத வெள்ளை வேட்டியும் சேட்டும் புழுதியில் குளித்திருந்தன. போர் நிகழ்ந்த பகுதியொன்றின் பாடசாலை அதிபரான பெரியத்தானின் அத்தனை மிடுக்கும் ஒடுங்கி, ஒரு பிணம்போல இருந்தார். மருத்துவர் ஒருவர் தான் சங்கதி சொன்னார். பிள்ளைகளைப் பிள்ளைபிடியில் கொடுத்ததிலிருந்து இப்படித்தானாம்... அதே வைத்தியசாலையில் பெரியக்கா இரு கால்களையும் இழந்து சிகிச்சை பெற்றுவருவதாகவும் சொன்னார்.

பெரியக்கா இருக்கும் பகுதிக்கு ஓடிப்போனாள். அந்தக் காலத்தில் பெரியக்காவை நடிகை சுஜாதா என்பார்கள் ஊரில். அத்தகைய ஒரு அழகு அவள். அந்தப் பெரியக்கா கன்னங்கரேலென்று கருத்துக் காய்ந்து முடமாகிப்போன தனது கால்களைத் தடவிக்கொண்டிருந்தாள். அவள் அருகில் போனதன் பின்னர்தான் தெரிந்தது. பெரியக்காவுக்கு அடிவயிற்றிலும் பலத்த காயம் என்பது. பெரியக்காவும் அவளும் சில நிமிடங்களுக்குப் பேசவேயில்லை. அழுகைதான் இருவரையும் அள்ளித் தின்றது.

“நாங்கள் உயிரோடை வருவமெண்டே நினைக்கேல்லப் பிள்ளை. ஒவ்வொரு இடமா ஓடியோடி புதுமாத்தளனில ஆமீட்டை மாட்டீட்டம். ஐயோ கடவுளாரே நாங்கள் பட்ட துயரை என்னெண்டு சொல்றதெண்டு தெரியல்ல...” என்று சொல்லி பெரியக்கா விசும்பி அழுதாள்.

“அக்கா... என்ரை பிள்ளை யெங்கையக்கா... அவளின்ரை பிணத்தைத் தந்தவையோக்கா... முதல் சொன்னவை பிள்ளை சண்டையில செத்துப்போச்செண்டு, பிறகொருக்கால் புதுமாத்தளனுக்கு வரேக்க அவள் கையில துவக்கோடை நிண்டதைக் கண்டம். ஓடிவந்து கதைச்சது பிள்ளை. உன்னைத்தான் பாக்க வேணுமாப் போலையிருக்கெண்டு அழுதவள். கையில கிடந்ததை அங்கினை எறிஞ்சிட்டு வாவெண்டு எங்களோடைவாவெண்டன்... பிள்ளை

பக்கத்தில நிண்டவையைப் பாத்திட்டு அழுதது. எங்களைப் பாத்துப் பாத்துப் பிள்ளை போனது... இப்பவும் கண்ணுக்குள்ள நிக்குது மோன..."

கடைசிவரையும் நம்பினம் ஒரு நல்ல முடிவு கிடைக்குமெண்டு. ஆனா லட்சம் பேரையும் இப்பிடி நடுத்தெருவில விட்டிட்டு எங்கடை பிள்ளைகளையும் காவு குடுத்திட்டு கடைசியில பதின்மூன்று வய துக்கு மேற்பட்டதுகள் எல்லாத்தையும் கொண்டுபோய் இப்ப தமிழ னெண்டா சிங்களவன் தலையிற மிதிக்கிற நிலைமையில விட்டிட்டுப் போட்டினம்... என்ரை மூத்தவன் காயப்பட்டவன்... தானே சயனைட் டைத் திண்டு செத்துப்போனான்... மற்றவன் எங்கையெண்டு தெரியாது... சின்னவள் உங்கை பம்பைமடுவில இருக்கிறாள்... உன்ரை பிள்ளையும் முள்ளிவாய்க்கால் முடிவோடை ஆமிகொண்டு வந்த பிள்ளையளோடை வந்திருக்கும்...

அவளால் பெரியக்கா சொன்ன எதையும் ஜீரணிக்க முடிய வில்லை... நாடும் வேண்டாம்... போரும் வேண்டாம்... ஒண்டும் வேண்டாம்... எங்கடை பிள்ளையள் போதுமெனக் கத்திக்குழறினாள். தன்னை மறந்து தலையிலடித்து நெஞ்சிலடித்துக் கத்தினாள். அவளை ஆறுதற்படுத்தி அழுகையை நிறுத்திவைத்த பெண் மருத்துவர் சொன்னாள். "உங்களைப்போலையான ஆயிரமாயிரம் அம்மாக்களின் கண்ணீர்தான் எங்கடை நாட்டை நனைச்சுக்கொண்டிருக்குது. முகாம் களிலயும் ஆசுப்பத்திரியளிலயும் எல்லா இடமும் பிள்ளைகளைத் தேடுற அம்மாக்களும் உறவுகளும்தான் நிரம்பி வழியினம்... யோசிக் காதையுங்கோ உங்கடை பிள்ளை எங்கையெண்டாலும் உயிரோடை இருப்பா..." என்ற அந்த வார்த்தைகள் சின்னதொரு தெம்பைக் கொடுத்தது.

தமிழருக்கான தேசம் வேண்டும் அங்கேதான் தமிழினம் நிம்மதி யுடன் வாழ முடியும் என்ற அசையாத நம்பிக்கையோடிருந்த பல லட்சம் தமிழர்கள்போல அவளும் தமிழீழ விடுதலையை, தலை மையை நம்பியிருந்தாள். அந்த நம்பிக்கையின் சிகரத்தையே கொன்று விட்டதாய் ஒளிக்காட்சிகள் படக்காட்சிகள் காண்பித்தபோது எதையும் நம்ப முடியாதிருந்தது.

சிறுகச்சிறுகச் சேர்த்த பலமும் படையணிகளும் சிதைந்து பத்தா யிரத்தைத் தாண்டிய போராளிகள் சரணடைவு என்ற தகவல்களும் உலக வல்லரசுகளின் கால்களில் மிதிபட்டு எல்லாம் போய்விட்டது. இனிச் சில நூற்றாண்டுகளுக்குத் தமிழினம் எழுந்து நிமிர

முடியாமல் அனைத்தும் அனைவரும் எல்லாளனின் வீழ்ச்சியுடன் மாண்டுபோய்விட்டது.

பிள்ளைபிடியில் பறிபோன தனது ஒற்றைப் பெண் கார்த்தினியைத் தேடி, மனிதவுரிமை அமைப்புகள் செஞ்சிலுவைச் சங்கம் வரை மகளின் படமும் விபரங்களும் எழுதியெழுதிக் கொடுத்தே கைகள் ஓய்ந்துவிட்டன. 'எங்கோ இருக்கிறாள் எனது மகள்!' என்ற நம்பிக் கையை சிவன் கோவில் சாத்திரியிடம் சென்று வாரம் ஒருதரம் கேட்டு வருவாள். சிவன் கோவில் சாத்திரியின் வாக்குப்போல தென்பகுதியில் மகள் இருக்கிறாள் என்ற நம்பிக்கையை கடந்த வார 'சண்டே லீடர்' என்ற பத்திரிகையில் வந்த கட்டுரை மெய்ப்பித்ததுபோலிருந்தது.

அம்பேபுஸ்ஸ நகரில் அமைக்கப்பட்டுள்ள முகாமில் இருக்கும் சிறுமிகள் எனப் போடப்பட்டிருந்த படத்தில் கன்னப்பாட்டுக்குப் பார்த்தபடியிருந்த மஞ்சள் சட்டையணிந்திருந்த பிள்ளை இவளது கார்த்தினி போலிருந்தாள்.

அம்பேபுஸ்ஸவிலிருந்த சிறுமிகளின் கதைகளில் ஒரு சிறுமி சொன்னாள்...

"இந்தக் காம்பை விட்டு வெளியே சென்ற பிறகு என்ன செய்வதாக உத்தேசம்?" என்று மீண்டும் கேட்ட போது, "நான் என் அம்மாவிடம் போக வேண்டும். எனக்கு என் அம்மா வேண்டும்" என்பதைத் தவிர வேறொன்றும் சொல்லவில்லை. அம்மா என்ற அந்த ஒரு சொல்லைத்தான் அங்கிருக்கும் சிறுமிகள் அனைவருமே திரும்பத்திரும்பச் சொல்கிறார்கள்.

அந்தச் சிறுமி தனது மகள்தான் என எல்லாருக்கும் சொன்னாள். அயல், முன் வீடென எல்லாருக்கும் அந்தச் செய்தியில் வந்த வரிகளை வாசித்துக்காட்டினாள். தன் மகள் கிடைத்துவிட்டாளென்று உள்ளுக்குள் பேரு வகையில் மிதந்தாள்.

இரவு, வேலையிலிருந்து திரும்பிய கணவனை வாசலில் போய் வழிமறித்துச் செய்தி சொன்னாள். ஒற்றைப்பிள்ளை போதுமென்று அடுத்த குழந்தையை விரும்பாத அவர்களது கனவுகளின் ராசகுமாரி யாகச் சுற்றிச்சுற்றித் திரிந்த பிள்ளையை மீளவும் காணலாம் என்ற நம்பிக்கையோடு செய்தியையும் படத்தையும் பார்த்தான். அந்த மஞ்சள் சட்டையணிந்தவள் அவர்களது கார்த்தினியில்லை அது வேறு யாரோ போலிருந்தது. அதைச் சொல்லி அவளைக் கலங்க வைக்க விரும்பாமல், "நான் சொன்னனெல்லோ நீ செய்த பணியள் எங்கடை

பிள்ளையைக் காப்பாற்றுமெண்டு, பாத்தியோ? கடவுள் இன்னும் இருக்கிறார்... எங்கடை பிள்ளை கிடைப்பாள்..."

படுக்கைக்குப் போனவள் நெடுநாளின் பின் அன்று அமைதியாய் உறங்கிக்கொண்டிருந்தாள். அவனுக்கு நித்திரை வரவில்லை. தலையணைக்குப் பக்கத்தில் அவள் வைத்திருந்த 'சண்டே லீடர்' பத்திரிகை எடுத்து விறாந்தைக்குள் கொண்டுபோய்ப் பார்த்தான். அவள் தனது மகள் என அடையாளம் சொல்லிய பிள்ளை அவர்களது கார்த்தினியில்லையென்பது புரிந்தது. இதை அவளுக்குச் சொல்லி அவள் குழம்பி அழுகையும் துயருமாய் அவளிருக்கும் துயரக் கோலத்தைப் பார்க்கும் தைரியம் அவனுக்கில்லை. அவளது நம்பிக்கைகள் அவளுக்குரியதாகட்டும். கனவு கண்டு அழுது ஆர்ப்பாட்டம் பண்ணியவள் மீளவும் உறங்கிப்போனாள்.

கூரையைப் பிய்த்துக்கொண்டு வீட்டுக்குள் புகுந்துவிடுமாப் போலிருந்தது மழை. இடியும் மின்னலும் மாறிமாறி யன்னலை உதைக்கும் காற்றோடு உள் நுழைந்த குளிரின் இனிமையை இதயம் நுகர விரும்பினும் எதனுடனும் ஒட்டவோ உறவாடவோ மனசில் இடமில்லை. அர்த்த இராத்திரிகளில் வந்து தொலையும் பேய்களும் பிசாசுகளுமாகக் கனவில் திளைக்கும் தருணங்களையெல்லாம் தகர்க் கிறது கனவு.

கார்த்தினியின் நினைவுகளைத் துரத்த முடியாமல் அவளது படங் களும் அவளது புத்தகங்களும் அவள் ஞாபகங்களையே நிறைந்த விறாந்தையின் ஒரு பக்க யன்னலைத் திறந்துவிட்டு மழையின் இரைச்சலையும் மின்னலின் ஒளிக்கீற்றையும் இடியின் ஓசையையும் கேட்டுக்கொண்டிருந்தான்.

தலை வெடித்துவிடும்போல மழை, மின்னல், இடி எல்லா வற்றையும் தாண்டிக் கார்த்தினி எல்லாவற்றிலும் நிறைந்திருந்தாள். அவளில்லா நாட்களை அவள் இல்லையென்ற உண்மையை யார் வந்து சொன்னாலும், கமலினி நம்ப மாட்டாள். ஏன் இவனாலும்தான் இயலாது. ஏன் தமிழருக்கு இந்த விதி..? என்ன பாவங்கள் எங்களை வதைக்கிறது..? கேள்வி மேல் கேள்விகள். எதற்கும் அவனிடம் விடையில்லை.

பின் வளவிலிருந்து மாமரக் கிளைகள் முறிந்து விழுந்துகொண் டிருந்தன. மரங்களில் இருந்த கோழிகளும் அடித்து விழுந்து தாழ் வாரத்தில் ஒதுங்கின. முற்றத்தில் கிடந்த முயற்கூட்டின் தாழ்வாரத்தில் கிடந்த நாய் ஊளையிட்டுக் கொண்டு போட்டிக்கோவில் வந்து

தடாகம் 33

படுத்தது. படுத்திருந்த நாய் வாசலை நோக்கிக் குரைத்துக்கொண்டு ஓடியது. சண்டை முடிந்ததென்று சொல்லப்படுகின்ற இந்த நாட்களில் வாசலைநோக்கி நாய் குரைத்துக்கொண்டு ஓடியது, அச்சமாயிருந்தது. யாராவது இயமதூதர்கள் வந்தாலும் என்ற பயத்தையும் மறந்து அவன் கார்த்தினியின் நினைவுகளோடு கரைந்திருந்தான்.

வாசலுக்கு ஓடிய நாய் ஓடிவந்து இவனைப் பார்த்துக் குரைத்தது. யாரோ வாசலடியில் நின்று அழுவது போலிருந்தது.

"யாரது?" எனக் குரல் கொடுத்தான்.

அது "நான்தானப்பா" கமலினி குரல் கொடுத்தாள்.

படுக்கையறையில் கிடந்தவள் எப்படி வாசலுக்குப் போனாள்..? வாசலுக்கு ஓடிப் போனான். இரவு உடையுடன் படலையின் பூட்டை, கமலினி திறக்க முயன்றுகொண்டிருந்தாள்.

"கமலினி... என்ன? எங்கை போப்போற?"

"இப்ப நான் பிள்ளையைக் கூட்டிவர அம்பேபுஸ்ஸவுக்குப் போப் போறன். உங்கடை சயிக்களை எடுங்கோ, ரண்டு பேருமாப் போட்டு வருவம்."

அவனுக்கு அழவா, இல்லை அவளை ஆறுதற்படுத்தவா எதுவுமே புரியவில்லை.

அந்தப் பெரு மழைக்கால் அவளைப் பிடித்து இழுத்துக்கொண்டு விறாந்தைக்குள் நுளைந்தான். கமலினி பெரிய சத்தமாய்க் கத்தினாள் "என்னை விடுங்கோ... என்ரை பிள்ளை என்னை எதிர்பாத்துக்கொண் டிருக்கிறாள்... நான் அம்பேபுஸ்ஸக்குப் போப்போறேன்..."

அவனுக்கு என்ன செய்வதென்றே புரியவில்லை. தன்னால் சொல்ல முடிந்த சமாதானத்தைச் சொல்லியும் அவள் கேட்காமல், "நான் அம்பேபுஸ்ஸக்குப் போப்போறேன்" என்றபடியிருந்தாள். •

19.08.2009

4. வெளிநாட்டில் இருக்கிற அவனைத் தேடிக்கொண்டிருக்கிறோம்

"அக்கா கேக்குத?"

"ஓம் கேக்குது சொல்லுங்கோ..." அவள் தன்னை முதலில் அறிமுகம் செய்துகொண்டாள்.

"ஞாபமிருக்கோ...?" தன்னைப்பற்றி இன்னும் நினைவுகொள்ள வைக்கும்படியான நாட்களை ஞாபகப்படுத்தினாள்.

"அக்கா... நான் முகாமிலயிருந்து வெளிய வந்திட்டன்... அவரைத் தானக்கா காணேல்ல... தேடலாமெண்டு சொல்லீனமாக்கள்... ஆனா நான் எல்லா இடத்திலயும் தேடிட்டன் ஒரு தொடர்புமில்லை... இஞ்சை ஆக்கள் சொல்லீனமக்கா கனபேர் வெளிநாட்டிலை இருக் கினமாமெண்டு... இவரும் உங்கினேக்கை எங்கையும் இருப்ப ரோண்டு தேடேலுமேக்கா..?"

அவளது அப்பாவித்தனமான கேள்விக்கு, எந்தப் பதிலைச் சொல்ல? "ஆரிட்டையும் விசாரிச்சுப் பாப்பம்..."

"அப்ப ஆரோடை இப்ப இருக்கிறீங்கள்..? எத்தினை பிள்ளையள்? ஒரு தோட்டக் காணியில, என்ரை பாவத்தைப்பாத்து ஒரு கொட்டி லொண்டு போட்டு ஒராக்கள் தந்திருக்கினம். அதிலதானிருக்கிறன்... நான்கு பிள்ளையள்... வீட்டாக்களின்ரை தொடர்புகளும் ஒண்டு மில்லை... இவற்றை தமக்கையும் நானும்தான் இதில பிள்ளை யளோடை இருக்கிறோம்... அவாக்கு ஆரோ சொன்னவையாம் வெளி நாடுகளுக்கு கனபேர் போயிருக்கினமாமெண்டு... இவரும் வெளி நாட்டுக்குப் போயிருப்பரெண்டு சொல்றா... உங்களுக்குப் புண்ணியம் கிடைக்குமக்கா ஒருக்கா தேடிப்பாருங்கோ... என்ரை பிள்ளையளும் நானும் சரியா கஸ்ரப்படுறமக்கா..." என்று சொல்லி அவள் அழத் தொடங்கினாள்.

எங்கே? எந்தப் பெயரைச் சொல்லித் தேடுவது? அவள் கண்ணீரின் கனம் மறுமுனையில் என் கண்களால் வடிந்தது. எத்தனையோ பேரின் கனவும் வாழ்வும் தியாகங்களும் ஒரு கனவின் விழித்தல்

போல எல்லாம் முடிந்துபோயிற்று. கனவுகள் தாங்கிக் களங்களில் நின்றவர்கள் ஆயிரமாயிரமாய்க் காணாமலும் தடைமுகாம்களிலும் தங்கள் வாழ்வைத் தொலைத்துவிடும் வரை எல்லாரும் எங்கிருந் தார்கள்..?

அவள், அவன் இருப்பானென்ற நம்பிக்கையில், அவனைப் பற்றிச் சொல்லியது மட்டும்தான் அவன் பற்றிய தற்போதைய அடையாளம். அவள் இன்னமும் அழுதுகொண்டிருந்தாள்.

இயக்கத்தில் இணைந்த ஆரம்பமே அவனுக்குக் கள அனுபவ மாகவே அமைந்தது. களங்களில் அனுபவம் காரியமாற்றலில் அவனுக் கிருந்த அசாத்தியம் எல்லாம் ஒருங்குசேர்ந்து அவன் புலனாய்வுப் பிரிவில் ஒரு பொறுப்பாளனாய் நியமனம் பெற்றான். அவன் பொறுப்பில் அவனது ஆளுமையில் பல நூறு புலனாய்வுப் போராளிகள் உருவாகினார்கள். ஒரு புலனாய்வாளனுக்குரிய எல்லாத் தகுதிகளும் அவனுக்கு வாய்த்திருந்தது. இந்த ஆளுமை இராணுவக் கட்டுப்பாட்டுப் பகுதிக்குள்ளும் இலகுவாய் சென்று வென்று வரும் வல்லமை வாய்த்தது.

வெளி வேலையில் இருந்த காலங்களில், அவனுக்கு ஆதர வாயிருந்த அவளது குடும்பத்துடன் அவனுக்குப் பரிச்சயமாகியது. அவன்மீது அந்தக் குடும்பம் வைத்திருந்த நம்பிக்கையும் அன்பும் அவளது பெற்றோரின் விருப்போடு அவளை அவனுக்குத் திருமணம் செய்துகொடுத்தார்கள்.

ஆர்ப்பாட்டமில்லாமல் நடைபெற்று முடிந்த திருமணத்தில், உறவினர்களுக்குப் பெரியளவு மகிழ்ச்சியைக் கொடுக்காதது ஒரு குறையென்றே இல்லாத அளவு, அவள் அவனுடன் வாழ்ந்து கொண்டிருந்தாள். முதல் குழந்தை பிறந்து நான்காவது மாதம் அவன் உள்ளே திரும்பியும் போகவேண்டிய வேளை வந்தது. அவனோடு அவளும் வன்னிக்குள் போய்ச்சேர்ந்தாள்.

2008ஆம் ஆண்டு மூன்றாவது குழந்தையும் பிறந்தது. குழந்தை களோடு அவள்... அவன் தனது கடமைகளோடு... சில நேரங்களில் வீட்டுக்கும் வராமல் நின்றுவிடுவான். விரும்பி ஏற்ற வாழ்வு அவ னுடனானது. அதில் முரண்பட அவளுக்கு எதுவுமிருக்கவில்லை. அவனுக்கு முரண்பாடு மிக்க கடவுள் நம்பிக்கை சாத்திர சம்பிர தாயங்கள் யாவையும் அவள் வீட்டிலிருந்து வரும்போதே தன் னோடு கூட்டிவந்தது பற்றி தெளிவுபடுத்தப் பலதரம் முயன்றும்

தோற்றுப்போனான். அதற்குமேல் அது அவளது சொந்த விருப்பு வெறுப்பு என அவற்றில் தன் தலையை உடைக்காமல் தப்பித்தான்.

வெள்ளி, செவ்வாய் தவறாது அவளது விரதங்கள், கௌரி நோன்பு, கந்தசஷ்டி முதல் வருடத்தில் என்னென்ன விரத நாட்கள் இருக்கிறதோ அத்தனையும் அவள் பின்பற்றிவரும் விரதங்களாகியது. தனது கடவுள்களும் விரதங்களும்தான் அவனை வாழ்விப்பதாக அவளது நம்பிக்கை இருந்தது.

போரின் உக்கிரம் தினம்தினம் சாவும் அழுகையும் நிறைந்த நாட்களால் வன்னிமண் சூழப்பட்ட போது ஒருநாள் அவனிடம் கேட்டாள், "எல்லாத்தையும் விட்டிட்டு அம்மாவேட்டைப் போவமோ?" வன்னியை விட்டு வெளியேறிவிடுவோமென்று விடாப்பிடியாய் நின்றாள். அவனது கொள்கைக்குள் அவளது கண்ணீரும் பிள்ளைகளின் வாழ்வும் அமிழ்ந்துபோய்விட, வாழும் வரை வன்னி மண்ணுக்குள்ளேயே வாழ்வு முடியுமென்று முடிவாகக் கூறியிருந்தான். அந்தச் சொல்லுக்குப்பின் அவளால் எந்த முடிவையும் எடுக்க முடியாதென்பது முடிவாகியது.

இடம்பெயர்ந்து இடம்பெயர்ந்து இனி இடம்பெயர முடியாது முள்ளிவாய்க்காலில் போய்ச் சேர்ந்தவர்களோடு அவளும் குழந்தை களுமாக ஒரு மூலைக்குள் ஒதுங்கிக்கொண்டாள். அவன் அவளையோ பிள்ளைகளையோ பார்க்கவும் வராமல் களங்களில் காவலிருந்தான்.

எழ முடியாத எறிகணைக்குள்ளும் அவனைத் தனது சாமிகள்தான் காக்கிறார்கள் என்ற நம்பிக்கையில், தான் நம்பிய சாமிகளைத்தான் நம்பிக்கொண்டிருந்தாள். தன்னோடு கூடவே கொண்டுவந்த கந்த சஸ்டிகவசப் புத்தகத்தை இரவும் பகலும் பதுங்குகுழிக்குள்ளும் ஓதிக்கொண்டேயிருந்தாள்.

அதுவொரு வெள்ளிக்கிழமை. விடியப்பறம் வீட்டுக்கு வந்திருந் தான். நன்றாக மெலிந்திருந்தான். நித்திரை இழந்த கண்களும், வெட்டப்படாத தலை முடியும், சேவிங் செய்யப்படாத தாடியும் மீசையும் அவனைப் பார்க்கவே ஏதோ போலிருந்தது. கனநாட்கள் வராமலிருந்தவன் அதிசயமாய் வந்திருந்ததை அவதானித்தவள். "உதென்ன வேட்டைக்கு வளத்த மாதிரி தாடியும் மீசையும்" என்று புறுபுறுத்தாள். 'இத்தினை அவலத்துக்கையும் இப்ப இதுதான முக்கியம்' என்று சொல்ல எழுந்த சொற்களைத் தொண்டைக்குள் விழுங்கிக்கொண்டான்.

பிள்ளையளையெண்டாலும் கொண்டுபோயிருக்கலாம்... எங்கை நான் சொல்றதில எதுதான் விளங்கியிருக்கு... சாவெண்டா சா, சண்டையெண்டா சண்டையெண்டவைக்கு எங்கை புரியப்போகுது இதெல்லாம்... உங்கா உந்தப் புள்ளையள் எத்தினை நாளா பங் கருக்கை கிடக்குதுகள்... வளமையாக அவள் வாய் திறக்க முதல் ஆயிரம் கதை சொல்லிச் சமாளித்துவிடுகின்றவன் அன்று வாயே திறக்கவில்லை.

“எல்லாரும் வெளியில போறதில நிக்கிறாங்கள்... நானும் கடலால போகலாமெண்டு நினைக்கிறேன்... சரணடையப்போறதா பொடியள் கதைக்கிறாங்கள்... தொடர்புகள் எல்லாம் விடுபட்டுப் போச்சுது... அரைவாசிச்சனம் போயிட்டுதுகள்... எங்கடை பக்கத்தாலையும் கன பேர் போயிட்டினம்... நீயும் பிள்ளையளைக் கொண்டு போ, நான் கடலாலை பக்கத்து நாட்டுக்குள்ளை போகலாமெண்டு யோசிக் கிறேன்... போறதுக்குக் காசு வேணும்...”

அவள், அவனைத் திரும்பிப் பார்த்தாள். அவளைப் பார்க்கும் தைரியம், துணிவு எதுவுமே அவனிடம் இருக்கவில்லை. “ஒண்டு மில்லாம வெறுங்கையோடை நிக்கிறம்... இதில என்னண்டு காசு?” அவள் கேட்டாள்.

“உம்மடை தாலிக்கொடியைத் தந்தா சமாளிப்பன்...”

“தாலிக்கொடி...?” ஏதோ உலகம் இடிந்துபோனதைப்போல உறைந்துபோனாள். வார்த்தைகள் வரவில்லை. சாமிகளும் சமயமும் மூச்சென வாழ்கின்றவளிடம் தாலிக்கொடி யென்றதும் கத்தி ஆர்ப் பாட்டம் பண்ணினாள்.

“வெள்ளிக்கிழமையில தாலி கழட்டினா தரித்திரமெண்டது தெரியாதோ...?”

“உமக்குத் தாலி முக்கியமோ... உயிர் முக்கியமோ...?” கடுமை யாகத்தான் கேட்டான்.

“நான் சொன்னதை எப்ப கேட்டிருக்கிறியள்..?” என்று சொல்லி அழுதாள். வெள்ளிக்கிழமை தாலி கழற்றுவது பற்றித்தான் பக்கத்து வீட்டிலும் விவாதம் நடந்துகொண்டிருந்தது. உயிரைக் கழற்றிக் கொடுப்பது போல கழுத்திலிருந்த தாலியைக் கழற்றிக் கொடுத்தாள். கையில் வாங்கிய அவனது கண்ணிலிருந்தும் கண்ணீர்ச் சொட்டுகள். அவளுக்காக எதையுமே செய்திருக்காது அவளது சாமி நம்பிக்கையில் ஒருநாளும் தலையிடாதவன் இன்று அவளது மனம் சஞ்சலப்படும்படி நடந்துகொள்வது வேதனையாகத்தானிருந்தது. எல்லாம் கைமீறிப்

போன நிலைமையில் இந்த மூடநம்பிக்கையையெல்லாம் பார்த்து என்ன பயனென்று நினைத்தவன், அவள் அறியாமல் கண்ணீரைத் துடைத்தான்.

"பிள்ளையள் கவனம், கவனமா போ... அக்கா வாறனெண்டவா. அவவோடை சேந்து போ... கடலுக்காலை கடந்திட்டா எப்பிடியும் நாங்கள் சந்திக்கலாம்..." என்று சொல்லிவிட்டுப் போனான்.

அவளது அழுகையும் குழந்தைகளின் முகமும் கண்ணுக்குள் வந்துகொண்டிருந்தது. கடற்பயணத்துக்காகத் தயாரானவர்களோடு அவனும்...

உயிர்கள் பறிபோய்க்கொண்டிருந்த அந்தக் கடைசி நேரத்திலும் பணமே எங்கும் எல்லாவற்றுக்கும் முன்னணியில் நின்றது. பண மில்லாதவன் பிணமென்ற யதார்த்தம் நிறைந்த உண்மையை அந்தக் கணங்களில்தான் அவன் உணர்ந்துகொண்டான். கேட்கப்பட்ட பணத் தோடு சென்றவர்கள் மட்டும், கடல் கடக்கும் பயணத்தில் தெரிவாக... இவனும் இவன் போன்ற ஏழைகளும் கண்ணீரோடு திரும்பினார்கள்...

"இந்த மண்ணுக்காகத்தான நாங்கள் இருவது, முப்பது வருசமா எல்லாத்தையும் விட்டுக் கிடந்தம் எங்களுக்கே இந்த நிலையெண்டா, சாதாரண சனங்களின்ரை நிலமை..." அவனோடு கடைசிவரையும் நின்றிருந்த ஒரு தோழன் சொன்னான். அவனது வார்த்தைகளின் உண்மையை அங்கே யாவரும் மௌமனமாக உணர்ந்துகொண்டார்கள். "போனப்போகுது இந்த உயிர்தானே போகட்டும்" என்ற அந்தத் தோழன் கழுத்தில் கட்டியிருந்த குப்பியைக் கையில் எடுத்தான்... "இதுகூட எங்களைக் காப்பாற்றத்தான்..." என்று சொல்லி, அந்தக் குப்பியை அவன் மென்று கொண்டான்... அவன் தனது உயிரை மாய்த்துக்கொள்வதைப் பார்த்துக்கொண்டிருந்தார்கள். யாரும் தடுக்க வேயில்லை.

காலையில் அவனது மனைவியும், இவனது மனைவிபோலவே நான்கு குழந்தைகளோடு தாலியைக் கழற்ற அடம்பிடித்து அழுதது ஞாபகம் வந்தது. குப்பி கடித்தவனைக் காப்பாற்ற மருத்துவமும் இல்லை, மனிதர்களும் இல்லை... கூவிவந்த எறிகணை நடுவில் அந்தத் தோழனின் உயிர் பிரிந்துகொண்டிருந்தது. இவனால் தன்னை அழிக்கவும் தைரியமில்லாது தளர்ந்தது மனம். கழற்றிய அவளது தாலியைக் கொடுத்துவிட்டு இனிச் சாகும்வரை அவளோடும் பிள்ளைகளோடும் இருப்போமென்ற நினைவோடு இருள் பரவிய மைம்மலில் வீட்டுக்குப் போனான்...

அவனது மூத்த அக்காவும் அவனது பிள்ளைகளும் பதுங்கு குளிக்குள் படுத்திருந்தனர். அவள் பதுங்குகுளி வாசலில் மெழுகு திரியில் கந்தசஷ்டி கவசம் உச்சரித்துக்கொண்டிருந்தாள். அவன், அவளது பெயரைக் கூப்பிடும்வரைக்கும் அவன் வரவைக்கூட அவதானிக்காது கந்தசஷ்டி கவசத்திலேயே கவனமாயிருந்தாள். அவளிடமிருந்து எந்த வித சொற்களும் எழவில்லை.

"என்ன? போகேல்லயா?" என்ற அவளுக்கு, அவன் பயணம் தடைப்பட்டது பற்றிச் சொல்லத் தொடங்கினான். அவன் தடைக ளின்றி கடல் கடக்க வேண்டுமென்று கந்தசஷ்டி கவசம் உச்சரித்து முருகனை வேண்டியவளின் நம்பிக்கையில் முதலாவது தோல்வி. அதுவரையும் தனது கடவுள்களால் அவன் காப்பாற்றப்பட்டானென்ற நம்பிக்கைகூட பொய்த்துப்போனது போலிருந்தது.

"செத்துப்போகலாம் போலையிருக்கு... அங்கையே செத்திருப்பன் ஆனால், நான் இருக்கிறதும் தெரியாமல், இல்லாததும் தெரியாம நீ கவலைப்பட்டுக் கொண்டிருப்பாயெண்டுதான் திரும்பி வந்தனான்" முதல் முறையாக அவளிடம் மன்னிப்புக் கோரினான்... "நாங்கள் நினைச்சது நாங்கள் நேசிச்சது எல்லாம் சுயநலங்களுக்குப் பலியா கீட்டுது..."

"சனத்தோடை சனமா அவனிட்டைப்போவம்... என்னைச் சில வேளை அடையாளங்கண்டாலும் தனித்தனியாவே போவம்... வாழ விதியிருந்தா பாப்பம்."

கனக்க அவளுடன் கதைக்க வேணும் போலிருந்தது... அவள் தனக்காகக் காத்திருந்த காலங்களையெல்லாம் மறந்து இலட்சியங் களுக்காக வாழ்ந்ததும், இன்று நம்பிய இலட்சியம் கனவு யாவையும் யாரோவெல்லாம் கொள்ளையிட்டு எல்லாம் கையைவிட்டுப்போன நிலைமையில் நிற்கின்ற துயரத்தைச் சொல்லியழ வேணும்போல் இருந்த இன்றைய விருப்பங்களையெல்லாம் தனக்குள்ளே புதைத்துக் கொண்டான்.

சாவின் கணங்களாகவே ஒவ்வொரு கணமும் கழிந்துகொண் டிருந்தது. எல்லாம் எல்லாரும் மறந்து இப்போ அவரவரைக் காக்கும் அவசரத்தில் ஆளாளுக்கு விரைந்துகொண்டிருந்தார்கள். அந்த அதி காலை நெருப்பு மண்டலமாகவும் புகையால் அழிந்த இடங்களாகவும் இருந்த நிலத்திலிருந்து கடைசிக் கனவுகள் தீய்ந்துகொண்டிருந்தது.

அவளது கைகளைப் பற்றியபடி பிள்ளைகள், அவனும் அவர் களோடு நடக்கத் தொடங்கினான். காயங்களும் அழுகையும் பிணங் களும் நிறைந்த இடங்கள் தாண்டி அவர்கள் வந்தடைந்த போது

அந்தப் பெருநிலம் ஆயுத ஓசைகளிலிருந்து விடுபட்டு, அச்சத்தால் சூழப்பட்டிருந்தது.

வரிசையில் நின்றவர்கள் அடையாளம் காணப்பட்டு தனித்தனியாக அழைக்கப்பட்டுக்கொண்டிருந்தார்கள். எல்லாம் பழகிய முகங்களும் கடைசிவரை தங்கள் காலங்களைக் களங்களில் கழித்தவர்களுமாகத் தரம் பிரிக்கப்பட்டு ஏற்றப்பட்டார்கள். உறவுகளின் அழு குரல்களும் பிரிவின் கதறல்களும் நிறைந்த அந்தக் கணங்களின் நிகழ்வுகளை நினைவுக்குள்ளிருந்து தூக்கியெறிய முடியாதபடி ஒவ்வொரு மனதிலும் ஓராயிரம் துயரங்கள்... ஆளையாள் நிமிர்ந்து பார்க்கவே அச்சப்பட்ட வினாடிகள் அவை...

ஒரு இளம் சந்ததி தனது தாய்களுக்காகவும் தந்தைகளுக்காகவும் உறவுகள் தங்கள் சொந்தங்களுக்காகவும் கதறக்கதற பிரிப்பும் ஏற்றலும் நிகழ்ந்துகொண்டிருக்க அவனும் தனியே அழைக்கப்பட்டான். அவன் கொண்டுசெல்லப்படுவதைக் கண்டவள் பெருங்குரலெடுத்து அழுதாள்... அவனது பிஞ்சுக் குழந்தைகள் பயத்தில் உறைந்து போயினர்... வாகனமொன்றில் அவனும் அவன் போன்ற பலரும் அள்ளிச் செல்லப்பட்டார்கள்.

அவனில்லாது தனித்து அவள் முகாமுக்குச் சென்று அவனைத் தேடி, பதிவுகள், தேடல்கள் என எத்தனையோ முயற்சிகள் எதுவும் பயனில்லாமல்... அவன் எங்கே..? எப்படி..? இருக்கிறானா..? இல்லையா..? எதுவித முடிவுகளும் இல்லாத தொடர்கதையாய் அவன் அவளால் தேடப்பட்டுக்கொண்டிருந்த நேரத்தில்தான் யாரோ அவன் வெளிநாடு போயிருக்கலாமென்று சொன்னதை நம்பிக் கொண்டிருக்கிறாள்.

சில ஆயிரங்கள் இல்லாமையால் கடல் கடக்க முடியாது ஏமாந்து திரும்பியவனை வெளிநாட்டுக்கு யார் அழைத்திருப்பார்கள்..? ஆயிரமாயிரமாய் அடையாளமில்லாமல் அழிக்கப்பட்டவர்களோடு அவனும் அழிக்கப்பட்டிருப்பதாக நம்பப்படும் தகவலை அவளுக்கு யாரால் சொல்ல முடியும்..? அல்லது அவன் வெளிநாட்டில் வாழ்வதாகவும் கடமையின் நிமித்தம் தொடர்பில்லாமல் இருப்பதாகவும் அவளுக்குச் சொல்லப்பட்ட கதைகளை நம்பியிருக்கும் அவளது நம்பிக்கையைச் சிதைப்பதா..? எங்கேனும் இருந்தால் வருவா னென்ற நம்பிக்கையோடு நாங்களும் அவனைத் தேடிக்கொண்டே யிருக்கிறோம்... •

02.09.2010

5. நாடு கடந்தவைகளும், பேர் அவைகளும் ஏதும் செய்வியளோ..?

"Akka please call me, after 13.00 p.m." அவ்வப்போது அவனிடமிருந்து வரும் எஸ்.எம்.எஸ். இப்படித்தான் முடியும். ஒரு வாரமாக அவனுடன் பேச முடியாது போய்விட்டதை ஞாபகப்படுத்துமாப்போல இரண்டு தடவைகள் அந்த எஸ்.எம்.எஸ். ஐ அனுப்பியிருந்தான்.

அழைப்பில் போனதும், "அக்கா... எங்கை சத்தத்தைக் காணேல்ல?" என அவன்தான் பேச ஆரம்பிப்பான். "எப்பிடியிருக்கிறீங்கள்..?" வளமையான எனது விசாரிப்புக்கான பதிலாக அன்றும் சிரித்தபடி சொன்னான். "உயிரோடை இருக்கிறனக்கா... காதொண்டு கேக்குதில்லை... ஒரே வலியாக்கிடக்கு..." என்றான்.

"அப்ப மருந்தெடுக்கேல்லயா...?"

"எங்களுக்கென்னக்கா மருந்து பனடோல்தான் தருவினம்" அதையும் சிரித்தபடிதான் சொன்னான்.

"ஆரும் கதைச்சவையோக்கா?" அவனது விசாரணைகளுக்குப் பதில் சொல்லி முடியச் சொன்னான். முயற்சியை விடாதையுங்கோக்கா..! இருக்கிற கடைசி நம்பிக்கை நீங்கள்தான்..! எனக்குக் கடவுள் நம்பிக்கை இருக்குதக்கா..! கட்டாயம் வெளியில வருவன்..! நானும் வாழ்ந்து காட்டுவன்..!" சற்று அழுத்தமாகச் சொன்னான்.

"இந்த நம்பிக்கையோடையிருங்கோ... கடைசிவரையும் முயற்சிப்போம்..." நம்பிக்கை உடையாத அவனது நம்பிக்கைக்கு உறுதியாய் சொன்னேன். அதற்கும் அவனது பதில் சிரிப்பாகத்தான் வந்தது.

இவனா இதுவெல்லாம் செய்தான்? அதிசயிக்கும்படியாகவே அவனை விசாரணை செய்வோரெல்லாம் வினவுவார்களாம். இன்று ஏன்..? எதற்காக..? எதுவும் புரியாது தண்டனை பெறும் தனது

விதியைப் பற்றியும் இந்த விதியை எழுதியோர் பற்றியும் பேசுகின்ற போது எல்லைமீறிய கோபங்களை, பொல்லாத சொற்களால் சபித்துக் கொள்வான்.

எத்தனையோ சாதனைகளின் பின்னின்ற சரித்திரம் அவன். அவன் படைத்த வெற்றிகளுக்காக வெளிநாடுகளிலிருந்தெல்லாம் சந்தோசங் களைப் பரிமாறும் முகமாக அவனுக்கு அவசரத் தபால்களில் கிடைத்த இனிப்புகள் அனுப்பியவர்களின் பாசம் நடிப்பாகிப்போனது பற்றி நிறையவே வலியுற்று அழுதிருக்கிறான்.

வெளியில் இருந்தவரை வாழ்த்துகளும் அவனுக்குச் சூட்டப் பட்ட அடையாளங்களும் இன்று அசுமாத்தமின்றிப் போனது மட்டு மில்லாமல் ஒரு ஆறுதலுக்குக்கூட அவனுடன் பேசாமல் பதுங்கிக் கொண்டுவிட்டார்கள். அவரவர் சொத்துகளுடனும் தங்கள் சுகபோக வாழ்வுகளுடனும் மிதக்க, இவனோ பல கோடிகள் கையில் புரண்ட போதெல்லாம் இலட்சியங்களுக்காக ஒரு துறவியாகவே மாறியதை நினைக்கின்ற போது எரிச்சலாகத்தானிருக்கும்.

கடைசிவரை கம்பிகளுக்குள் வரும்வரை அவன் வாழ்ந்தது தன்னை வருத்தியது யாவும் கனவுகளுக்காகவே என்பதைக்கூடப் புரிந்து கொள்ளாமல் அவனது தொடர்புகளையெல்லாம் அறுத்துக்கொண்டு சுயநலங்களாய் மாறிப்போனவர்களையெல்லாம் தனது கோபம் அடங்கும் வரை திட்டித்தீர்ப்பான். ‘இவங்களை நம்பின என்னைச் செருப்பாலை யடிக்க வேணுமக்கா...’ என வெறுப்போடும் வேதனையோடும் சொல்லிக் கொள்வான்.

வீரமாய் வெளிநாடுகளிலிருந்து அவர்கள் பற்றி அவரவர்களின் கற்பனைகளுக்கு ஏற்ப கதையளந்த ஆய்வாளர்களையும் ஊடகப் புயல்களையும் காணுமிடத்துக் கொன்றுபோடும் கோபம் அவனிட மிருக்கிறதைக் கூறும்போது, ஓர் இயலாமையைத் தன்னால் எதையும் செய்ய முடியாத ஆற்றாமையை வெளிப்படுத்தும் அவனது குரல்.

என்று வீட்டை விட்டுப்போனானோ அன்றிலிருந்து அந்தக் கொடிய விடியற்காலைவரை அவன் மிடுக்கோடும் இலட்சியத் துடிப்போடுமே யிருந்தான். காற்று நுளையாத இடங்களிற்குள் எல்லாம் சென்று அவன் மூச்சையே நிறுத்திவிட்டு வந்ததையெல்லாம் கதைகளாய் எழுதுவதாயின் அதுவே ஒரு பெரும் வரலாறு நிறைந்த திகில்.

ஆனால், இன்று அவன் வேண்டுவதெல்லாம் தனது விடுதலை. எதுவுமே அறியாத அவனது காதல் மனைவியும் அவன் தன்னிலும்

மேலாய் நேசிக்கும் இரண்டு வயதுக் குழந்தையும் தன்னால் நரகம் அனுபவிப்பதை அவனால் ஏற்றுக்கொள்ளவே முடிவதில்லை.

அந்தக் காலையில் விழுங்கிய நஞ்சு தன்னைத் தின்றிருந்தால் எதையும் தெரியாமல் போயிருப்பேனென்று துயரமுறும் அவனைத் தேற்றுவதற்கு வார்த்தைகள் வருவதேயில்லை. கடமைகளைச் சரி வர நிறைவேற்றுவதற்காகக் கலியாணம் செய்துகொண்டதும் கடமை களுக்காகத் தன்னைப் பற்றிய உண்மைகள் எதையும் சொல்லாமல் அவளைக் காதலித்ததும் தனது துரோகங்களில் முதன்மையானதென மனதால் அழுகின்றான். ஏதோவொரு துணிச்சலில் ஏதோவொரு நம்பிக்கையில் எல்லாவற்றையும் செய்து முடித்து, இன்று... அவனை விடுதலை செய்யாதிருக்கும் கம்பிகளுக்கு நடுவிலிருந்து அவனது அவளுக்காகவும் அவனது குழந்தைக்காகவும் வாழ வேண்டுமென்றே விரும்புகின்ற ஒரு கைதி.

அவனாலே சிறைக்கு வந்தும் அவனுக்காகவே அடுத்த சிறையின் கம்பிகளின் பின்னால் காவலிலிருக்கும் மனைவியும் குழந்தையும் பற்றிய துயரம் அழுத்துகிற போதெல்லாம் உயிர்மீதான பிடிமானம் இன்னும் அதிகமாய் ஒட்டிக்கொள்கிறது. சாவைத் தன்னோடு கூட்டித் திரிந்தவன், இன்று சாவை வெறுக்கிறான். சுருங்கச்சொன்னால் சாகப் பயப்படுகிறான்... வாழ விரும்புகிறான்... எத்தனையோ கற்பனைகள், எத்தனையோ கனவுகள் அவனுக்குள் நிறைந்து கிடக்கிறது. மனவெளி யெங்கும் அவனது புதிய வாழ்வுபற்றிய ஏக்கங்கள் நிறைந்து வழிகிறது.

'எப்பெயப்பா நாங்க வீட்டை போவம்? என்னோடை வாங்கப்பா!' என்று வாரம் ஒருமுறை சந்திக்கும் போது கெஞ்சும் அவனது குழந்தை, அவனது கையணைப்பிலிருந்து அவனை விட்டுப் பிரிக்கப்படும் வினாடிகளில்... அழுதபடி குழந்தை கம்பிகளை உதைத்துக்கொண்டு போகின்ற காட்சியைக் காணும் ஒவ்வொரு ஞாயிற்றுக்கிழமையும் அவன் படுகின்ற துயரத்தை யாரால் உணர்ந்துகொள்ள முடியும்?

கூடப்பிறந்த சகோதரங்களே அவனை மறந்து அவனுக்கு எதுவித உதவிகளும் செய்ய முடியாதென்று கைவிரித்து, நம்பியவர்களும் நடந்து முடிந்த முடிவுகளோடு நரபலியெடுக்கப்பட்டு சுடுகாட்டின் நடுவே கைவிடப்பட்ட துயரங்களும் உயிர்களும் அவலங்களாயிருக்க, அவனை யாராவது வெளியில் எடுத்துவிட்டால் போதுமென்ற முயற்சியில் இறங்கியிருக்கிறான்.

ஆயுளுக்கும் வெளியேற முடியாதவற்றையெல்லாம் அவன் பெயர் பதிவேற்றிருக்கும் அவநம்பிக்கையை விட்டு, நம்பிக்கையோடு

இருக்கும் அவன் மீள்வதானால் பல லட்சங்கள் தேவைப்படுகிறது. சொந்த உறவுகளும் கைவிட்ட நிலையில் தன்னைத் தமிழர்கள் காப்பார்களா? எனக் காத்திருக்கும் ஒரு இலட்சியவாதி.

நாடு கடந்தவைகளும், பேரவைகளும், செயற்குழுக்களும் தனக்காக எதையாவது செய்யச் சொல்லும்படி வேண்டுகிறான். அவைகளும் அரசுகளும் காணுகின்ற இன்றைய கனவுகளுக்காக என்றோ தன்னை இணைத்து, இன்று இருளில் மூழ்கி, உயிரோடு வதைபடும் இவனது வேண்டுதல்களை உரியவர்களிடம் விட்டுவிடுகிறேன். ஈரமிருந்தால் இவனுக்காக உயிர் தர வேண்டாம் பிணைவரவேனும் ஒரு உதவி போதும்.

அன்று சப்பிய நஞ்சு இவனைக் கொன்றிருந்தால் இவன் ஒரு அதிசயப்பிறவி... அனாமதேயமாய் வணங்கப்படும் ஆளுமையின் பேரொளி... எதிரியின் நெஞ்சுக்கூட்டை உலுக்கிய மாவீரன்... உயர்ந்த வீரமரபுக்குரிய வெளிச்சம்...! இப்படி நிறைய இவனுக்காக எழுதியும் வீரப்பாக்கள் படித்தும் இவனை ஒரு வீரனாகப் பதிவு செய்திருப்போம்... ஆனால், இன்று எவருமற்று ஒரு சவர்க்காரத்துக்கும் எவராவது தருவார்களா எனக் காத்திருக்கும் அவமானத்தையும் அவனது குழந்தைக்கு ஒரு நேரச் சோற்றைக் கொடுக்கவே எவரையோ எதிர்பார்க்கும் இயலாமையை எங்கு போய்ச் சொல்ல..?

இலட்சியத்துக்காக வாழ்ந்தவனை இலட்சியத்துக்காகவே இரண்டு வருடங்களாய் வதைபடுபவனை ஆயுள் முழுமையும் இப்படியே ஆக்கிவிடப்போகும் அவனது விதியை மாற்றுவோர் யார்..?

இப்போதைக்கு அவனுக்காக அழவும் சிரிக்கவும் வார்த்தைகளால் ஆறுதல் கொடுக்கவும் வழியமைத்த விஞ்ஞானம் தந்த செல்பேசிக்கு மட்டுமே எனது நன்றிகளை உரித்தாக்குகிறேன்.

தோழனே உனக்காக, உனது மனைவிக்காக, உனது குழந்தைக்காக. எவ்வளவோ செய்ய வேண்டுமென்கின்ற மனசு மட்டுமேயிருக்கிறது. வெறுங்கையோடு நானும் கனவு காண்கிறேன்... உனக்காகவும் உனது குழந்தைக்காகவும் ஒரு அதிர்ஷ்டம் அடிக்காதா..? •

04.11.2010

6. அம்மாவின் பிள்ளையைத் தேடுகிறோம்...

அம்மா அழுதுகொண்டேயிருந்தாள். யுகங்களுக்கும் ஆறாத துயரங்களும் வலிகளும் அம்மாவின் நெஞ்சுக்குள்ளிருந்து வெளியேறிக் கொண்டிருந்தது.

மூத்தவன்பற்றி, இளையவன்பற்றி, நடுவிலான்பற்றி அம்மா ஆயிரம் கதைகளைத் தனது ஞாபகச் சேமிப்பிலிருந்து மீட்டுக் கண்ணீரால் வெளியேற்றிக்கொண்டிருந்தாள்.

ஒண்டெண்டாலும் மிஞ்சியிருந்தா நான் எப்பன் நிம்மதியா இருந்தருப்பனெல்லோம்மா..? உழைக்கிற வயதுப் பிள்ளையளைச் சாகக்குடுத்திட்டு நானிப்ப தனிச்சுப் போனன் தாயே..! என்ரை சின்னப்பிள்ளையும் நானும் கடைசியானெண்டாலும் வருவனெண்டு தான் காத்திருந்தமம்மா..! என்ர குஞ்சு அவனும் வரேல்ல..! நானென்ன செய்வன் இந்தப் பிள்ளைக்கும் நஞ்சைக் குடுத்து நானும் சாவமெண்டுகூட ஒருதரம் நினைச்சனான். ஆனால், இந்தப் பிஞ்சின்ரை முகத்தைப் பாக்க அதுவும் ஏலேல்ல...

ஒரு சமுத்திரத்தின் அலைகள் குமுறுமாப்போல அம்மா குமுறிக் கொண்டிருந்தாள். அவளது நம்பிக்கைகள் பொய்யாகி அவள் தனித்துப் போன துயரம் அவளை ஆறவிடாமல் அழ வைத்துக்கொண்டிருந்தது.

அம்மாவின் திருமணம்கூட அம்மாவுக்கு விருப்பமாயில்லாமல் கட்டாயமாகத்தான் நடந்தது. குடிகாரக் கணவன் குடும்பத்தைப் பற்றிச் சிந்திக்காத சோம்பேறிக் கணவனுக்காகவும் அம்மாதான் உழைக்க வேண்டிய நிலைமையில் திருமண முடிச்சு அம்மாவுக்கு இயமனின் கயிறாக முடிச்சிடப்பட்டது.

மூத்தவன் பிறந்த நேரம் ஒரு நேரப் பத்தியச்சோற்றுக்காகவும் அம்மாதான் உறவினர்களை நாடியிருந்தாள். தனது விதி இது தானென்று தனக்குள் சமாதானமாகி நான்கு பிள்ளைகளையும் பெற்றுக் கொண்டாள். மூத்த மூன்று பேரும் ஆண் பிள்ளைகளாகவும் கடைசிச் செல்லம் இன்று மிஞ்சிய ஒன்பது வயதுப் பெண் குழந்தையாகவும் போக, அம்மாவின் நம்பிக்கை பிள்ளைகள்தான். ஊரில் உள்ள

வீடுகளில் வேலை செய்து கிடைக்கிற மீத நேரங்களில் எல்லாம் பலகாரம் சுட்டு விற்றுப் பிள்ளைகளைப் படிப்பித்து, குடிகாரனுக்கும் சோறு போட்டுக்கொண்டிருந்தாள்.

பிள்ளைகள் தன்னிலும் பெரியவர்களாய் வளர்ந்த பின்னும் பிள்ளைகளை அடிப்பது, வாயில் வரும் தூசணங்களால் திட்டுவது, அம்மாவின் குடிகாரக் கணவனுக்கு மாற்ற முடியாத குணங்களாகிப் போனது. அப்படித்தான் ஒருநாள் மூத்தவன் ஏ.எல். வரை படித்து பல்கலைக்கழகம் தெரிவாகியிருந்த நேரம், குடிச்சுப்போட்டு மகனை அடித்தான். இரவிரவாய் அழுத பிள்ளை சில நாட்களில் காணாமல் போய்விட்டான்.

அம்மாவின் முதல் நம்பிக்கை அவளை விட்டுப்போனது. தனது சுமைகள் நீங்கப்போகிறதென்ற கனவில் இருந்தவளின் கனவுகள் நொருங்கி அவள் கூலிக்காரியாய்த் தொடர்ந்தும் அலையத் தொடங்கினாள்.

சற்றுக் காலம் கழித்து, வீடு திரும்பிய மகன், அம்மா அறிந்திராத பல கதைகளைச் சொன்னான். இலட்சியம், வெற்றியென்றெல்லாம் புதிதுபுதிதாய் ஒரு ஞானிபோல் அம்மா முன் வந்திருந்தான். உன்னைப் போல ஆயிரமாயிரம் அம்மாக்கள் எனக்கு இருக்கின்றார்கள் என்றான். என்னைப் போல் ஆயிரமாயிரம் மகன்கள் அம்மாவுக்கு இருக்கின்றனர் என்றான். இனத்தைக் காக்கும் அடையாளம் இது வென தன்னோடு கொண்டுவந்திருந்த ஆயுதத்தைக் காட்டினான். தனது சகோதரர்களுக்கும் தனது வழியில் அவர்களும் பயணப்பட வேண்டுமென்று கதைகள் சொன்னான். ஏதோவொரு பாடலை அடிக்கடி தனக்குள் உச்சரித்துக்கொண்டேயிருந்தான். ஒரு வாரம் கழிய விடைபெற்றுக்கொண்டு போனான்.

சில வருடங்கள் கழித்து மீண்டும் வந்தான். சீருடையில்லாமல் சாதாரண உடையோடு வந்தான். ஊரில் தான் இயக்கத்திலிருந்து விலகிவந்திருப்பாகச் சொன்னான். ஊருக்குள் பழையபடி உலவித் திரிந்தான். ஊரில் தொல்லை கொடுத்த அதிரடிப்படையினர்கள் பலர் அழிந்து போக அவன் காரணமாயிருந்தான். யாருக்கும் அவன்மீது சந்தேகம் வரவில்லை.

அவன் அம்மாவின் மகனாக அம்மாவுக்காக உழைக்கக் கடை யொன்றில் வேலைக்குச் சேர்ந்தான். தனது உழைப்பில் சேமித்து அம்மாவுக்கு ஒரு சங்கிலி வாங்கிக் கொடுத்தான். தங்கைக்குச் சில சட்டைகள் வாங்கிக் கொடுத்தான். தம்பிகளுக்கு சயிக்கிள் வாங்கிக்

கொடுத்தான். மாதம் முடிய அம்மாவிடம்தான் வேலைக்குச் சென்று வந்து சம்பளத்தைக் கொடுத்தான். அம்மாவின் கையால் சாப்பாடு சாப்பிட்டான். மாலை நேரங்களில் அம்மாவின் மடியில் கிடந்து தம்பிகளுடன் சண்டையிடுவான்.

அம்மாவுக்குள் இன்னும் மறக்க முடியாத அவனது பல்கலைக் கழகக் கல்வியை அவன் தொடர விரும்பினாள். அதை அவன் னிடமும் தெரிவித்தாள். இனி அம்மாவைத் தான் உழைத்துப் பார்க்கப்போவதாகச் சொல்லி, அந்தக் கதைக்கு முற்று வைத்தான். பிள்ளை திரும்பி வந்ததில் மகிழ்ந்தாலும் அவனுக்குக் காலம் முழுவதும் நன்மை கொடுக்கக்கூடிய கல்வியை அவன் தொடராமை அம்மாவுக்கு வருத்தம்தான்.

ஒரு விடுமுறை நாள். அவன் நெடுநேரம் நித்திரையில் கிடந்தான். திடீரென வீட்டுக்குள் புகுந்த அதிரடிப்படையினருடன் அவனது குடிகார அப்பாவும் வந்திருந்தார். அவன் படுத்திருந்த அறையை அவனது தந்தையே திறந்துவிட்டு, அவன்தான் அது என அடையாளமும் காட்டப்பட்டான்.

நெடு நேரம் நித்திரை கொள்கிற பிள்ளைக்காகவும் மற்றைய பிள்ளைகளுக்காகவும் சமைத்துக்கொண்டிருந்த அம்மாவை அவன் கூப்பிட்டான். அம்மாவின் மகன் அம்மாவுக்கு முன்னால் சித்திர வதைக்கு உள்ளாக்கப்பட்டான்.

கையில் விலங்கிடப்பட்டு, அவன் அவர்களால் அம்மாவின் முன்னால் அடித்து உதைக்கப்பட்டு இறுதியில் விலங்கிடப்பட்ட நிலையில் சுட்டுக் கொல்லப்பட்டான். அவனுக்காகச் சமைக்கப்பட்ட உணவு அவனது குருதித்துளிகளால் சிவந்தது. அம்மாவின் நம்பிக்கை அவன், அம்மா முன்னே துடித்துத்துடித்து இறந்துபோனான்.

கண் முன்னால் அம்மாவின் பிள்ளை கொல்லப்பட, அவளது கணவன் குடிவெறியில் கூத்தாடினான். சொந்தப் பிள்ளையைக் கொலைஞர்கள் கொல்ல, குடியில் மட்டும் கவனமாயிருந்தவனுடன் அன்றோடு அம்மா உறவை அறுத்துக்கொண்டு தனித்து வாழத் தொடங்கினாள்.

மூத்தவனை இழந்த வீட்டில், தொடர்ந்து வாழ முடியாது போனது. அவன் துடித்துத்துடித்து இறந்த காட்சி அம்மாவை அவனது சகோதரர் களை அங்கே வாழவிடவில்லை. மிஞ்சிய பிள்ளைகளுக்காக, அம்மா வன்னிக்குக் குடிபெயர்ந்தாள். தனது பிள்ளையுடன் வாழ்ந்த

பிள்ளைகளையெல்லாம் தேடித்தேடிச் சந்தித்தாள். அவன் சொன்னது போல அவர்களுக்குள் அவன் வாழ்வதாக நம்பினாள்.

"அண்ணாவை அழிச்சவையை விடப்படாதம்மா..." என்று அடிக்கடி சொல்லிக்கொள்வான் இரண்டாவது மகன். அவனுக்கு நிகராக கடைசியும் சொல்லுவான். அம்மாவால் அவர்களை இழக்க முடியாது. அவர்கள் தன்னைவிட்டுப் போகக்கூடாதென்பதில் அதிகம் அக்கறை செலுத்தினாள். ஆனால், ஒருநாள் அம்மாவின் இரண் டாவதும் மூன்றாவதும் மகன்களும் போராடப்போனார்கள். அம்மா வுக்காக மிஞ்சியது மகள் மட்டும்தான்.

இரண்டாவது மகன் கடற்புலியாகிக் களத்தில் நின்றான். நீல வரியுடுத்தி அம்மாவைப் பார்க்க வந்தான். கடைசி மகன் பச்சை வரியுடுத்தி வந்தான். தமிழீழம் பிடிச்சு வருவமெண்டு சொல்லிக் கொண்டே போவார்கள். அம்மாவும் நம்பினாள்.

யுத்தம் அகோரமடையத் தொடங்கியது. அம்மாவின் பிள்ளைகள் அம்மாவிடம் வருவதேயில்லை. அம்மா நம்பிய சாமிகளிடம்தான் தனது பிள்ளைகளுக்காக இறைஞ்சிக்கொண்டிருந்தாள்.

2008இன் இறுதிப் பகுதியது. அம்மாவுக்கும் மகன்களுக்கும் இடையிலான தொடர்பாக வானொலி மட்டும்தான். அயலவர்கள் வாங்கும் ஈழநாதம் பத்திரிகையையும் விடாமல் பார்ப்பாள். ஊருக்குள் வாழ்ந்த பிள்ளைகள் வீரச்சாவாகி வீடுகளுக்கு வருகின்றதை அறிந்தால் அம்மா ஓடிப்போய் பார்த்துவிடுவாள். தனது மகன்களும் அப்படி வந்துவிடுவார்களோ என்ற பயத்தில். இரவுகளில் நிம்மதியற்ற தூக்கம். எப்போது, எங்கே, யாரை, எறிகணை எடுக்குமோ என்ற அச்சம் அத்தனைக்குள்ளும் தனது மிஞ்சிய மகளைப் பதுங்குகுளிக்குள்ளேயே பாதுகாத்து வந்தாள்.

ஒருநாள் பதுங்குகுளிக்குள்ளிருந்த மகள், "அம்மா..." என அழுது கொண்டு எழும்பி வந்தாள். "அம்மா, அண்ணா வீரச் சாவடைஞ்சி" அவள் தொண்டைக்குள்ளால் சொற்கள் வெளிவராமல் அந்தரித்தாள். "எங்கம்மா கேட்டனீ..." என்று கேட்ட அம்மா மகளை உலுக்கினாள். அவள் கையிலிருந்து வானொலிப்பெட்டியைக் காட்டி அழுதாள்.

அம்மாவின் இரண்டாவது நம்பிக்கை சரிந்தது. எந்தச் செய்தியைக் கேட்கக் கூடாதென்று இருந்தாளோ அந்தச் செய்தியை அம்மா கேட்டாயிற்று. அம்மாவின் பிள்ளை வீட்டுக்குக் கொண்டு வரப் படவில்லை. கடலில் அவன் காவியமாய் போனான்.

2009ஆம் வருட ஆரம்பத்தில், அண்ணனின் செய்தியறிந்து மூன்றாவது மகன் அம்மாவிடம் வந்தான். தனது கண்ணீரால் தனது கடைசி மகனைக் கட்டியழுதாள். அழுவதற்காக இனி ஈரமில்லாத வரை அவனைக் கண்ணீரால் நனைத்தாள். அவனைத் தங்களோடு வந்துவிடும்படி கெஞ்சினாள் அவனது ஒற்றைத் தங்கை. தனக்கு நிறைய வேலைகள் இருப்பதாய் சொன்னான். வேலைகளை முடித்துக் கொடுத்துவிட்டு வருவதாய் விடைபெற்றுக்கொண்டுபோனான்.

அம்மா நொந்து போனாள். இழப்பதற்கு எதுவும் அவளிடம் இல்லாது போனது. இருந்த இடங்களை விட்டு ஒவ்வொரு இடமாய் அம்மாவும் அம்மாவின் ஒற்றை மகளும் இடம்பெயரத் தொடங்கினர். புதுமாத்தளன்வரை போனவர்களை ஒருநாள் மீட்பர்கள் என அழைத்தவர்கள் சுற்றிக்கொண்டனர்.

அம்மா, தனது மூன்றாவது மகன் புதுமாத்தளனில் காயமடைந்து இருப்பதாக யாரோ சொன்னதை நம்பி, அந்த இடத்தை விட்டுப் போக மாட்டேனென அடம்பிடித்துக் குமுறினாள். அம்மாவின் பிள்ளையை அவர்கள் காப்பாற்றியிருப்பதாகச் சொன்னார்கள். அந்த வார்த்தைகளை நம்ப முடியாமல் அம்மா புதுமாத்தளனில் மனிதர்களின் தலைதெரிந்த எல்லோருக்குள்ளும் தனது மகனைத் தேடினாள்.

இறுதியில் அம்மாவும் அவளது மகளும் முகாமில் சென்று சேர்ந்தனர். தனது கடைசி நம்பிக்கை தனது கடைசிகால நம்பிக்கையாகத் தனது மகனைத் தேடத் தொடங்கினாள். எல்லோரிடமும் தனது மகனைப் பற்றி விசாரித்தாள், பதிவுகள் கொடுத்தாள். எதுவிதப் பதிலும் கிட்டவில்லை.

முகாமில் உள்ளவர்கள் மனநலப் பாதிப்புகளிலிருந்து மீட்கவென நிகழ்த்தப்பட்ட கலை நிகழ்வுகளில் அம்மாவின் ஒற்றை மகள் பாடல்கள் பாடினாள், நடனங்கள் ஆடினாள். எங்கே நிகழ்வுகள் நடக்கிறதோ அங்கெல்லாம் அம்மாவையும் கூட்டிக்கொண்டுபோய் விடுவாள். அந்த நிகழ்வுகளை ஒளிப்பதிவு செய்வோரிடமெல்லாம் “எங்கடை அண்ணா இதைப் பாக்கக் காட்டுங்கோ… நாங்கள் இருக்கிறம், அண்ணாவை எங்களிட்டை வரச்சொல்லுங்கோ…” என்ற கோரிக்கைகளை வைப்பாள். அவளது வேண்டுதல்களைக் கேட்டு அழுகின்ற அம்மாவுக்கு அவளே ஆறுதல் சொல்வாள்.

எங்கையும் தடுப்பில அண்ணா இருப்பான், என்னைப் பாப்பான், எங்களிட்டை வருவானம்மா… அந்தச் சின்னவளின் நம்பிக்கை அம்மாவின் நம்பிக்கை எல்லாம் பொய்யாகும்படி ஒன்றரை

வருடங்கள் கடந்த நிலையில் அம்மாவின் மகன் பற்றி எதுவிதத் தகவலும் இல்லை.

நல்லிணக்க ஆணைக் குழுவின் முன் மனிதவுரிமைகள் ஆணையகம், தொண்டர் நிறுவனங்கள் என எல்லாரிடமும் தனது மகனைத் தேடி விண்ணப்பங்கள் அனுப்புகிறாள் அம்மா. சாட்சியங்களை வழங்கிக்கொண்டிருக்கிறாள். அம்மாவின் பிள்ளை இன்னும் வரவில்லை. எங்கும் இருப்பதற்கான அடையாளங்களும் இல்லை. ஆனாலும், அம்மா காத்திருக்கிறாள்.

தனது மகன் வருவான், தன்னையும் தனது மகளையும் உழைத்துக் காப்பாற்றுவான் என்ற நம்பிக்கையை இன்னும் கைவிடவில்லை. காணாமற்போன பிள்ளைகள் வருவார்கள் என்று நம்புகிற அம்மாக்களின் வரிசையில் அம்மாவும் காத்திருக்கிறாள்.

மரணித்த தனது இரண்டு பிள்ளைகள்போல் தனது கடைசி மகன் மரணித்துப் போகவில்லையென நம்புகிற அம்மா எங்களிடமும் தனது கடைசி மகனின் விபரங்களைத் தந்து வைத்திருக்கிறாள். தனது மகன்கள் வாழ்ந்த மண்ணில் மீண்டும் குடியேறியிருக்கிற அம்மா தனது பிள்ளைகளின் கனவுகள் பற்றிக் கதைகள் சொல்கிறாள். ஆயிரமாயிரமாய் புதைக்கப்பட்ட பிள்ளைகள் வாழ்ந்த மண்ணுக்குள் மிஞ்சிய வரலாறுகளாக வாழும் அம்மா போன்ற ஆயிரக் கணக்கான உறவுகளின் துயரங்களால் நிறைந்து கிடக்கிறது நிலம்.

அம்மாவின் வேண்டுதல்களுக்காக நாங்களும் அம்மாவின் மகனைத் தேடுகிறோம். அவன் வர மாட்டான் அல்லது அவன் இல்லையென்று சொல்லும் தைரியமில்லை. அம்மாவின் பிள்ளைகள் வர மாட்டார்கள், இப்போதல்ல இனி எப்போதுமே வரப்போவ தில்லை... ஆனாலும், அம்மாவும் நாங்களும் அம்மாவின் பிள்ளையைத் தேடுகிறோம். •

24.12.2010

7. அவனைத் தேடுகிறாள் அவளது குழந்தையின் கனவுகளுக்காக

பதிவுகள், விசாரணைகள் என்று அவள் ஏறாத படிகளில்லை. இன்று கடைசி முயற்சியாக இதையும் செய்து முடிப்பதென்ற முடிவோடு காத்திருக்கிறாள். "அம்மா, அப்பா வருவாரோ?" என்று அடிக்கடி நச்சரித்துக்கொண்டிருந்த மகனை, "ஓமய்யா பேசாம இருங்கோ" என அடக்கினாள். ஒன்றரை வருடங்கள் போய்விட்டது, அவன் எங்காவது இருப்பானென்ற நம்பிக்கை வலுத்துக்கொண்டே யிருக்கிறது.

அது அவளது முறை. நீதி மன்றத்தில் இருப்பது போலிருந்தது. அவர்கள் முன் சாட்சியம் கொடுத்தவர்களின் துயரங்களால் நிறைந்தது அந்த மண்டபம். உள்ளே சென்று, வெளிவருகிற ஒவ்வொருவரும் அழுத சிவந்த கண்களுடனே வந்துகொண்டிருந்தார்கள்.

அவர்கள் கேள்விகளைக் கேட்க ஆரம்பித்தார்கள். நிச்சயம் அவனைக் கொண்டு வந்து தருவோர் போலிருந்தது அவர்களது கவனிப்பு. தேய்ந்து போன நம்பிக்கை, துளிர்விட்டுச் செளித்து மதாளித்து வேர்பரப்புவது போல, அவர்கள் மிகுந்த அக்கறையோடு கேட்டுக்கொண்டிருந்தார்கள். அவனது கடைசி நாட்களை அவள் சொல்லத்தொடங்கினாள்...

"நான் குப்பியடிக்கிறன் நீ பிள்ளையைக் கொண்டு போம்மா... எங்கடை பிள்ளை வாழ வேணும்... அவனைக் கொண்டு போ..."

அவளது இறுகப்பற்றிய கைகளிலிருந்து தனது கைகளை விலக்க முயன்றான்.

"வேண்டாம், நானுங்களைச் சாகவிட மாட்டேன்... எவ்வளவு பேர் போயிட்டினம்... நீங்க மட்டுமேன் சாக வேணும்..?"

அவளது கண்களிலிருந்து வடிந்த கண்ணீரின் கனம் நெருப்பு இருந்தால் இவள் அவனுக்காகக் கண்ணகியாய் மாறுவாள்போல் இருந்தது. தங்களது கணவர்களை இழந்த பெண்கள் பலர் அவர் களைத் தேடித்தேடி அழுத முகங்கள் இவன் முன்னால் நிழலாடிக் கொண்டிருந்தது.

அவளது மறுகையில் நின்ற குழந்தையைப் பார்த்தான். அவன் முகமெங்கும் ஆயிரம் காலத்துத் துயரங்கள் அப்பியிருந்தது. தந்தை யர்களை இழந்த பிள்ளைகளின் முகங்களில் நிறைந்திருக்கும் ஏக்கம் தனது குழந்தையின் முகத்திலும் நிரந்தரமாய்விட்டது போலிருந்தது.

அவன் தனது கதையை முடித்துக்கொள்ள வைத்திருந்தது பழுதடைந்ததாய் சொல்லப்பட்ட ஒரு குப்பியை மட்டும்தான். அதனையும் அவளுக்காக அவனது குழந்தைக்காகக் கழற்றி எறிந்தான். எல்லாம் இழந்த வெறுமை எல்லாரையும் இழந்துவிட்ட துயரம் இனி எதுவும் இயலாதென்ற நிலைமையில் நடப்பது எதுவாயினும் ஏற்றுக்கொள்வதே விதியென்று நினைத்துக்கொண்டான்.

அவர்கள் வாழ்ந்த, போராடிய மண்ணைக் கடந்துகொண்டிருந் தார்கள். ஒவ்வொரு அடியாய் மண்ணைப் பாதம் தொடுகின்ற நொடியிலும் ஆயிரம் கத்திகள் நடுவில் நடப்பது போலிருந்தது அவர்களின் உணர்வு. இரத்தமும் சதையுமாய் போரின் எச்சம் சாவுகளால் நிறைந்து கிடந்தது. ஏன்..? எப்படி..? எதற்கு..? எதற்கும் விடை தெரியாத மர்மமாய் எல்லாம்...

எத்தனையோ தோழர்கள் இரத்தம் சிந்திய நிலம். எத்தனையோ மக்களின் உழைப்பால் உயர்ந்த நிலம், நெருப்பெரிந்து முடிந்த சாம்பல் மேடாய் அவனது ஞாபகங்கள் யாவும் ஒவ்வொரு நினைவு களையும் மீளமீள இழுத்து வந்து அவனது கண்ணுக்குள் புதைத்துக் கொண்டிருந்தது.

என்னையும் என்னையுமென காயமடைந்தவர்களின் கெஞ்சுதல்கள் கடைசிச் சொட்டு உயிரைக் காக்க யாராவது வர மாட்டார்களா என்ற எதிர்பார்ப்புகளோடு குருதியில் குறையுயிரில் கிடந்த உயிர்கள் மனசை அரித்து உயிரைக் குடித்த வலியால் இதயம் துடித்தது.

அவர்களை நிராயுதபாணிகளாய் நிறுத்தி வைத்து ஆள்பிடி ஆரம் பித்தது. அவன், அவளைப் பார்த்தான். அவளது கண்களிலிருந்து கண்ணீர் வடிந்துகொண்டிருந்தது. அவனையும் அழைத்தார்கள்.

"என்னையங்கை சாக விடாமல் இஞ்சை குடுத்திட்டுப் போறீங் களே..? நானந்த மண்ணுக்கை போயிருப்பன் என்னை வாழ வேணு மெண்டீங்கள்..? இனி நான் வரவே மாட்டன்... என்னைத் தேடித் தேடி அழப்போறீங்களம்மா..." என்று சொல்லிக் கொண்டிருந்தான்.

அவன் தோளைப்பிடித்து ஒரு கை தள்ளியது. ஒரு உலகத்திலிருந்து வேற்றுலகம் ஒன்றுக்கு இழுத்துச் செல்லப்பட்டுக்கொண்டிருந்தான். அவளது அழுகையொலி மட்டும் அவனைத் துரத்திக்கொண்டிருந்தது. அவளால் காப்பாற்ற முடியாமல் அவன் அவளுக்குத் தெரியாத இடம் ஒன்றுக்குக் கொண்டு செல்லப்பட்டுவிட்டான்.

அவன் விரும்பியதுபோல் அன்று செத்துப்போவென்று விட்டு இருந்தால்கூட அவனுக்கு நிம்மதியான மரணத்தையாவது கொடுத் திருக்கலாமென நினைத்தாள். குற்றமிழைத்தது போல மனச்சாட்சி அவளைக் கொன்றுகொண்டிருந்தது.

ஆழிப்பேரலையின் கூத்து முடிந்த நிசப்தத்தால் நிறைந்தது பொழுது. அவர்கள் முன்னால் அவள் சாட்சியம் சொல்லி முடித்து விட்டு வெளியில் வந்தாள்.

சுனாமி அடித்து ஓய்ந்த போது கரையோரம் முழுவதும் கேட்ட அவல ஒலிகளும் உறவுகளைத் தேடுவோரின் அழுகையொலிகளும் திரும்பி வருவது போலிருந்தது. தன்னையும் இழப்பின் வலி அழுத்துவதை உணர்ந்தாள். கையில் அவளது குழந்தை மட்டும் மிஞ்சி நின்றான். காணமற்போன அவனது அப்பாவை, அம்மா கொண்டு வருவாளென்ற நம்பிக்கையை அழித்துவிட்டது போல் அவனை ஒற்றைக்கையால் இழுத்துக் கொண்டு நடந்தாள்.

O

தணலாய் கொழுத்திய வெயிலில் இருந்து சற்று ஆற, வீதிக்கு மறுபுறமாய் அமைந்திருந்த குளிர்பானக்கடைக்குள் போனாள். குழந்தை விரும்பிக் கேட்ட ஐஸ்கிரிமையும் தனக்காக ஒரு சோடாவையும் வாங்கிக்கொண்டு சற்றுத் தள்ளியிருந்த இருக்கையில் குழந்தையும் அவளும் இருந்தார்கள்.

மகன் சிரித்துக்கொண்டு வாயில் ஐஸ்கிரிமைப் பிரட்டிப்பிரட்டிச் சாப்பிட்டான். அவனது மறுபிறவி போலிருந்தது மகனின் சிரிப்பு. குழந்தையின் தலையைத் தடவிவிட்டாள். இவனைப் பற்றி அவனும் எவ்வளவு கனவுகளைத் தனக்குள்ளே புதைத்திருப்பான்..? ஞாபகங்கள் ஒவ்வொன்றாய் வெளிக்கிளம்பிக்கொண்டிருந்தது. கற்கள் இரும்பாய் திரண்டு தொண்டைக்குளிக்குள் புகுந்து நெஞ்சுக் கூட்டைப் பிழப்பது போல வலித்தது.

மகனை சயிக்கிளின் பின்புறம் ஏற்றிக்கொண்டு சயிக்கிளை மிதிக்கத் தொடங்கினாள். "எப்பம்மா அப்பா வருவார்..?" அவன்

கேட்கத் தொடங்கினான். "கெதியிலை வருவரய்யா..." பிள்ளையை சமாதானப்படுத்தினாள். "எங்கம்மா அப்பா இருக்கிறார்..?" "தெரியேல்லயடா செல்லம்... அம்மா தெரிஞ்சா போய் கூட்டி வந்திடுவனெல்லோ..." இப்படித்தான் தருணங்கள் அறியாமல் அப்பாவைத் தேடும் குழந்தையைச் சமாளிக்க அவளுக்குப் பொறுமையே செத்துவிடும்.

O

"அவன் செத்துப்போயிருப்பான்... இனிமே வர மாட்டான்... என்னைக் கலியாணங்கட்டினா உனக்கான எல்லாத்தையும் தருவன். முடிவைச் சொல்லுவியா..?" ஆறாவது நபராக அவளது முடிவை எதிர்பார்த்திருக்கும் அயல் ஊரவன் அருகாய் சயிக்கிளை மிதித்துக் கொண்டு வந்தான்.

ஆரம்பத்தில் இந்த முடிவு கேட்கும் முகங்கள்மீது கோபமும் எரிச்சலும்தான் வந்தது. இப்போது அதுவும் பழகிப்போயிற்று. புலியில்லா இடத்தில் நரிகள்... அவளை அச்சுறுத்தியது. அவஸ்தைப் படுத்தியது. எல்லாவற்றையும் பொறுத்துக்கொண்டாள். அவளை மட்டுமே உறவாய் நம்பியிருக்கும் தனது மகனுக்காக.

அடுத்தத் தெருவின் திருப்பத்தில் அயல் ஊரவன் திரும்பினான். இவளைத் திரும்பித்திரும்பிப் பார்த்துக்கொண்டு போய்க்கொண் டிருந்தான். 'திரும்பவும் வருவேன்' என்பது போல அவனது பார்வையும் சிரிப்பும் அவளைக் கலவரப்படுத்தியது.

ஊரவங்கள், காட்டான்களென்டு யாழ்ப்பாணியைக் கட்டி அதுவும் யாழ்ப்பாணத்துப் புலியைக் கட்டி அதான் அந்தத் திமிர்தான் இப்ப உன்னை இஞ்சை கொண்டுவந்துவிட்டிருக்கு... அதுவும் எங்கடை கண்ணுக்கு முன்னை நீ இருக்க வேண்டிய விதியைத் தந்திருக்கு... அடுத்தொருவன் ஏளனமாய் சொன்னது அதற்கடுத்துக் கேட்டது.

அவமானத்தால் கூனியது மனசு. எண்டாலும் எங்களுக்குப் பெரிய மனசு மறுவாழ்வு தரத் தயாராயிருக்கிறோம்... சொல்லியபடி இரண்டாமவன் அவளை விலத்திக்கொண்டு போனான். ஒரு நரகத்தின் வாயிலுக்குள் மாட்டுப்பட்ட நிலைமையில் அவனது ஏளனம் திரும்பத்திரும்ப புது வடிவங்களாய் துரத்திக்கொண்டிருந்தது.

வீட்டுப் படலையை விலத்திக்கொண்டு மகனை இறக்கிவிட்டாள். நான்கு பக்கக் கப்பின் துணையோடு உக்கிய கூரையால் காப்பிடப் பட்ட செத்துப்போன குடிசைக்குள் போனாள். அம்மா ஓர் ஓரமாய்க்

கிடந்தாள். என்ன மகள்...? ஏதேன்..? கண்ணீர்தான் முன்னுக்கு வந்து விழுந்தது. அம்மா தனது நோயின் வலியோடு மகளுக்காக அழுதாள். அம்மா ஏதேதோ சொன்னாள். அம்மாவின் கண்ணீர் எப்போதும் போல அவளுக்கானதாயிருந்தது.

வெளியில் கிடந்த சுள்ளிகளை முறித்துக்கொண்டு வந்து அடுப்பை மூட்டி கேற்றிலை அடுப்பில் ஏற்றினாள். மகன் புதிதாய் வாங்கிக் கொடுத்த சித்திரக்கொப்பியை பாயில் விரித்து வைத்துக் கீறிக் கொண்டிருந்தான். அடுப்பு புகையத் தொடங்கியது. தலைக்குள்ளும் நெஞ்சுக்குள்ளும் ஏதோ உருண்டு திரண்டு உலைத்துக்கொண்டிருந்தது மனசு. சொற்களால் வெளிப்படுத்திவிட முடியாத அளவு துயரம் அடுப்பிலிருந்து நெளிந்து பரவிப்போகும் புகைக்குள்ளால் அவளை இழுத்துக்கொண்டிருந்தது.

O

இரண்டு மாதங்களுக்குப் பின்னர்...

ஒரு வெள்ளிக்கிழமை மாலை, அம்மா தனது கடைசி மூச்சினைத் தனது மகளிடமிருந்தும் இந்த உலகிலிருந்தும் விடுவித்துக்கொண்டு போய்விட்டாள். 1990இல் அப்பாவை ஆமியின் துப்பாக்கிகள் பிரித்துக்கொண்டு போய் பிணமாய்ப் போட்டது. வீட்டின் செல்லப் பிள்ளை ஒற்றைப் பிள்ளையவள் 1990ஆம் ஆண்டு ஆனி மாதம் அம்மாவைத் தனிக்கவிட்டுக் கொள்ளையோடு காடுகளில் கடுந்தவம் புரிந்து பாரதி கண்ட புதுமையின் அவதாரமாய் நாட்டுக்குள் உலவிய பெண்களோடு அவளும் போனாள்.

பத்தொன்பது வருடப் போராட்ட வாழ்வு. அதற்குள் எத்தனையோ மாற்றங்கள்... ஒன்றாய் களப்பணி செய்த கட்டத்தில் கொள்கையால் ஒன்றுபட்ட காதலில் அவனும் அவளும் காதலர்களாகி... அவர்கள் தாயினும் மேலாய் நேசித்தவர்களின் முன்னால் நடைபெற்றது திருமணம். இருவராய் சந்தித்தவர்கள் இன்னும் ஒரு உயிரை நேசிக்க வைத்த குழந்தையின் வரவு எல்லாம் இனிமையான அனுபவங்கள்.

இனிமைகள் தொலைந்து நினைப்புகளுக்கு மாறாய் நிகழ்வுகள் முடிந்து அவளுக்காய் அவளது குழந்தைக்காய் குப்பியை எறிந்து விட்டுக் கூட வந்தவனும் போய்... உறவென்று கொண்டாட உயிர் வாழ்ந்த அம்மாவையும் புற்றுநோய் கொன்று அம்மாவின் வரலாறு அந்த வெள்ளி முடிந்து போனது.

எத்தனையோ அர்த்தங்கள் குறிக்கப்பட்ட அவளது துணிச்சல், துடினம், இயல்பு எல்லாவற்றையும் இழந்துவிட்டாள். அவளுக்குள் இருப்பதாய் அவள் நம்பிய புரட்சிக்காரியைக் காணவில்லை. குழந்தைகளுக்காக வாழ்கிறோம் என்கிற பெண்களின் குரல்கள் அவளுக்குள்ளும் குடிகொண்டது. மிஞ்சிய பிள்ளைக்காக அவனது எதிர்காலம் நல்லவிதமாய் அமைய வேண்டுமென்ற ஒரு அம்மாவின் இயல்பு அவளுக்குள் தானாயே வந்து சேர்ந்தது.

அம்மாவின் முதிசம் அவளுக்காகவே விட்டுச் செல்லப்பட்டுள்ள குடிசையும் வேலியில்லாத ஒன்றரைப் பரப்பு வளவும் மிஞ்சிக் கிடந்தது. இரவுகள் இப்போது நிம்மதியாயில்லை. பகல்கள் இப்போது பசுமையாய் இல்லை. பயங்கரம் மிக்கதாய் எல்லாப் பொழுதுகளும் அவள் சிங்கத்தின் குகைக்குள் அடைக்கலம் புகுந்த மான்குட்டியின் நிலைமையில்... சிங்கங்கள் பல அவளைத் துரத்திக் கொண்டிருக்கிறது. தன்னைத் தற்காத்துக் கொள்ளக் கூடிய துணிச்சல் மிக்க ஒரு மனிசியாய்கூட நிமிர முடியாது சோர்ந்து போனாள்.

அவள் தோழில் கையிரண்டையும் இறுக்கி அப்பாவைப் பற்றிக் கேள்விகளால் குடையும் குழந்தைக்கான பதில்களைத் தேடுகிறாள். வெடியோசைகள் நின்றுபோன மண்ணிலிருந்து அவனைத் தேடு கிறாள் அவளது குழந்தையின் கனவுகளுக்காக...   •

05.02.2011

8. என்ர நிலைமையை முதலாவதா எழுது...

“மதியக்காவும் சிவாண்ணையும் இங்காலை வாங்கோ... உங்களைத்தான் இங்காலை வாங்கோ...”

அத்தனைப் பேருக்குள்ளும் அவளையும் அவனையும் இனம் காட்டி அழைத்தவன் எதிரியின் இனத்தைச் சேர்ந்தவனில்லை. இவர்கள் பணியாற்றி அரசியல் பிரிவில் அவனும் பணியாற்றியவன். தூமிலன் என்ற பெயரைக் கொண்டவன். அரசியல்துறைப் பொறுப்பாளர் சு.ப.தமிழ்ச்செல்வனின் மெய்பாதுகாவலராக இருந்தவன்.

யுத்தம் முடிந்து நிராயுதபாணிகளாய் நிரையில் நின்றவர்களில் பலரைப் புலிகள் என்று இனங்காட்டி மக்களிடமிருந்து பிரித் தெடுத்துக்கொண்டிருந்தான் அவன். எதிரியின் இதயக்கூட்டையே தொட்டுத் திரும்பிய விடுதலையமைப்பின் பலம் நம்பிக்கை யாவும் இன்று தவிடுபொடியாய்... புலியே புலியைக் காட்டிக் கொடுக்கும் நிலைமைக்கு வரக் காரணமானது எது..? அவளால் புரிந்துகொள்ள முடியவில்லை.

அவன் பெயர்களைச் சொல்லிக் கூப்பிடக்கூப்பிட அவன் சொல்லு மிடத்தை நோக்கிப் பலர் போய்க்கொண்டிருந்தார்கள்.

“மதி அக்கா சிவா அண்ணை உங்களைத்தான் கூப்பிட்டனான்...” அவன் திருப்பியும் அழைத்தான்.

தொண்டைக்குழியில் மிதிச்ச மாதிரியிருந்தது அவனது அழைப்பு. அந்த இடத்தில் நின்ற அனைவரும் அவனையும் அவளையும் திரும்பித்திரும்பிப் பார்த்தார்கள். இருவரும் சுருக்குக்கயிறு கழுத்தில் சுற்றுவதை உணர்ந்தார்கள்.

கணவனின் கையிலிருந்த குழந்தையை வாங்கிக்கொண்டாள். தூறிக்கொண்டிருந்த மழைத்தூறலில் குழந்தையை நனையாது கையில் கொண்டு வந்த துவாயினால் போர்த்தினாள்.

“நடவுங்கோ...” என சற்று அழுத்தமான தொனியில் சொன்னான் அவன். மாற்று வழியின்றி அவன் பின்னே சென்றுகொண்டிருந்தார்கள்.

சற்றுத் தூரத்தில் அமைந்திருந்த மறைப்புக்குள் செல்லுமாறு கையைக் காட்டினான்.

உள்ளே போனவர்களை விசாரணை செய்ய நான்கு பேர் இருந்தனர். அதிகம் கடவுளர்களை நம்பாதவள் அந்த நிமிடத்தில் எல்லாக் கடவுளர்களின் பெயர்களையும் உச்சரித்தாள். உள்ளுக்குள் ஆயிரம் வேண்டுதல்கள் செய்தாள். இந்தக் கைகளிடமிருந்து தப்பினால் தான் அழைத்த கடவுளர்க்கெல்லாம் நேர்த்திகள் செய்வேனென்று நினைத்துக்கொண்டாள்.

அங்கே அவர்களை விசாரிக்கவெனத் தமிழ் தெரிந்த அதிகாரியும் ஒருவன் இருந்தான். அவன் முஸ்லீம் இனத்தவனாக இருக்க வேண்டும். அவனது தமிழ் வித்தியாசமாக இருந்தது.

வட்டுவாகல் தாண்டி வரும்போது அந்த அதிகாரியைச் சிவிலுடையில் இவர்கள் கண்டார்கள். அவன் சரணடைய வந்தவர்களைத் திட்டிய திட்டுகளை இவளும் கேட்டுக்கொண்டுதான் நடந்தாள். அவன் முகத்தைப் பார்க்கவே பயமாயிருந்தது. அங்கே பேசிய தூசணத்தால் இங்கே பேசாமல் இவர்களது விபரங்களைப் பதிவு செய்துகொண்டான்.

துமிலன் உள்ளே வந்தான் அவர்களைத் தன்னோடு வரச்சொல்லி அழைத்தான்... அவளது அவனைத் துமிலனைக் கூட்டிப்போகச் சொன்னான்... அவளைத் தான் விசாரிக்கப் போவதாகச் சொன்னான்.

வட்டுவாகலில் சயனைட்டை அடிப்போம் அல்லது குண்டைக் கட்டி வெடிப்போமென்று கேட்டவளுக்கு, “எல்லாரும்தான் போயினம் நாங்கள் ஏன் சாவான்... வா போவம்... எல்லாருக்கும் ஒத்ததுதான...” என்றவன் மீது எரிந்து விழுந்தாள்.

“அப்ப எங்கடை கொள்கையெண்டு நாங்க கத்தினதெல்லாம் ஆருக்காக..?”

எடியம்மா நீ அரசியல் செய்தனியடி... உன்னோடை கதைக் கேலாது... இந்தக் குழந்தையை என்ன செய்யிறது..? உன்ரை கையாலை உன்னாலை கொல்லேலுமே..? அதைச் செய் நான் நீ சொல்ற குப்பியை அடிக்கிறன் அல்லது குண்டைக்கட்டிறன்...

அவளால் எந்த முடிவுக்கும் வர முடியவில்லை. குழந்தை பிறந்து ஏழாவது மாதமே காவலரணில் கடமையில் இருந்தவள். தான் இறந்து போனால் இயக்கம் தனது குழந்தையை வாழ வைக்குமென்ற

தைரியத்தில் சென்ற மாதம்வரை ஒரு அணியை வழிநடத்திக் கொண்டிருந்தவள்.

கட்டாய ஆட்பிடியை எதிர்த்துக் குரல் கொடுத்து அரசியல் பிரிவினரிடம் எதிர்ப்புகளை வாங்கிய பின்னும், கடைசி முயற்சியாக ஸ்பீக்கரைச் சுமந்து பதுங்குகுழிகளிலும் குடும்பங்களுடனும் போய் ஒளிந்துகொண்ட தளபதிகள் போராளிகளையெல்லாம் இறுதி யுத்தம் செய்ய வாருங்கள் என அழைத்தாள்.

ஆனால், எதுவித அசுமாத்தமுமின்றிச் சுயநலமாய் பதுங்கியவர்கள் கட்டாயப்பிடியில் அகப்பட்ட பிள்ளைகளைப் பலிக்கு அனுப்பிவிட்டு ஒளிந்திருக்கும் உண்மையை அறிந்த போதுதான் கணவனையும் அழைத்துக் கொண்டு தானும் ஒதுங்கினாள்.

எல்லோரும் நம்புவது போல வெளிநாடுகள் வரும், காப்பாற்றும் என்ற நம்பிக்கையோடு குழந்தையையும் கணவனையுமே காப்பாற்றத் துணிந்தவளால் அந்தக் குழந்தையைத் தன்கையால் அழிக்கத் தைரியம் வரவில்லை. அழுதாள் ஒப்பாரி வைத்து ஓலமிட்டு அழுதாள்.

O

வீட்டில் அவளோடு கூடப்பிறந்த மூன்று அண்ணன்களும் அடுத் தடுத்து மாவீரர்கள் ஆனார்கள். அம்மா, அப்பாவுக்கு மிஞ்சிய அவளும் கரும்புலியாகக் கடிதம் எழுதிவிட்டுக் காத்திருந்த காலங் களில், விதையாய் வீழ்ந்து போன மூன்று அண்ணன்களையும் விதைத்த துயிலும் இல்லங்களில் போயிருந்து அவர்களது கனவு களை நனவாக்குவேனெனச் சத்தியம் செய்வாள். தானில்லாது போனால் அன்புச்சோலை மூதாளர் பேணலகம் தனது தாயாரையும் தந்தையையும் காப்பாற்றுமென்று நம்பினாள்.

கரும்புலியாகும் நாளுக்காகக் காத்திருந்தாள். ஆனால், கரும் புலியாய் அவள் போகும் விருப்பை மாற்றிக்கொள்ளுமாறு தலைவ ரிடமிருந்து பதில் வந்தது. வீட்டிலிருந்து மூன்று வீரர்களைத் தந்த குடும்பத்துக்காக அவள் களப்பணிகளிலிருந்து விலகி காலம் முழுவதும் அரசியல்பணி செய்ய வேண்டுமென்ற அறவித்தலும் அவளுக்கான விசேட அன்பளிப்பு ஒன்றும் தலைவரால் வழங்கப் பட்டிருந்தது.

தலைவனின் சொல்லைத் தட்ட முடியாது. அரசியல் களத்தில் ஊருராய் இறங்கிப் பணி செய்யத் தொடங்கினாள். பெண்கள் மட்டத்தில் பல வேலைகளை முன்னெடுத்துச் செய்துகொண்டு

இருந்தாள். தனது செயல்கள் தன்னைப்போலவே தூய்மையான தாயிருக்க வேண்டுமென்பதில் எப்போதுமே கவனத்துடன் இயங்கினாள். அவளது நேர்மையும் தைரியமும் பல தடவைகள் சோதனையாகவும் மாறிய அனுபவங்கள் நிறையவே நிகழ்ந்திருக்கிறது. ஆனால் அவள் நேசிக்கும் தூயதலைவன் உள்ளவரை யாவையும் வென்றுவிடுவேன் என்ற தைரியத்தோடு கடமையில் கவனமாக இருந்தாள்.

திருமணப் பேச்சு எழுந்த போது அதிகம் அக்கறைகாட்டவில்லை. ஊனமுற்றவர்களோடும் சமூகத்து ஊனங்களைச் சுமந்து வாழும் பெண்களுடனும் தனது வாழ்வை முடித்துவிடவே விரும்பினாள். ஆனால், அவளை ஒருவன் அவள் பணியாற்றிய பிரிவிலிருந்து காதலித்தான். அவனும் களத்தில் காயமடைந்து ஊனமுற்றிருந்தான். அவனோடு பேசும் வாய்ப்புகள் கிடைத்து அவளும் அவனை நேசித்தாள். ஒருநாள் பெரியவர்கள் முன்னிலையில் அவளுக்கும் அவனுக்கும் திருமணம் நிகழ்ந்தது.

ஒரு மாதம் கிடைத்த விடுமுறையை இருவரும் மறுத்துத் தங்கள் வேலைகளில் கவனமாயிருந்தார்கள். காலையில் இருவரும் வீட்டை விட்டு வெளிக்கிட்டால் இரவுதான் திரும்பியும் வருவார்கள். சில வேளைகளில் யாராவது ஒருவர் வீட்டுக்கு வருவதுகூட இல்லை. கடமைக்குப் போன இடத்திலிருந்து தகவலை அனுப்பிவிட்டு வாரக் கணக்ககாகக்கூட நின்றுவிடுவார்கள்.

எங்கே போனாலும் அவள் அந்த ஊர்களின் மகளாகிவிடுவாள். ஊரில் மிஞ்சியிருக்கும் ஆச்சிமாருடன் அடுப்படியில் போயிருந்து அவர்களது கடந்த காலங்களையெல்லாம் கேட்டுக்கொண்டிருப்பாள். பல கிராமங்களில் அவள் செல்லப்பிள்ளை. அவளுக்காக கோயிலில் அர்ச்சனை விபூதியென்று அவளுக்காக அனுப்புவார்கள். ஒரு அரசியல் போராளி எப்படி இயங்க வேண்டுமென்பதற்கு அவள்தாள் சிறந்த உதாரணம். சமாதான காலத்தில் ஊர்பார்க்கப் போன பலர் அவளிடமே சொல்லியிருக்கிறார்கள்.

சமாதான காலத்தில் கிடைத்த வசதிகள் வாய்ப்புகளைப் பலர் பலவாறாகப் பயன்படுத்தினார்கள். காணிகள் வாங்கினார்கள், வீடுகள் கட்டினார்கள், வசதியான வாழ்க்கையை வாழ்ந்தார்கள், வீடுகளில் வேலைக்கு ஆட்களைக்கூட வைத்திருந்தார்கள். ஆனால், அவளும் அவனும் திருமணமான போது போட்டுக்கொண்ட மண் வீட்டைத் தவிர, எதையும் தங்களுக்காகச் சேர்க்கவில்லை. அவர்களுக்காகக்

கிடைக்கவிருந்த வசதிகளையெல்லாம் தங்கள் இலட்சியத்துக்காகவே அர்ப்பணித்து அவர்கள் காணும் தாயகக் கனவுக்காகவே வாழ்ந்தார்கள்.

இயக்கக் காசிலிருந்து ஒரு சதம்கூட வீணாகக் கூடாதென்று கவனமாயிருப்பாள் அவள். மாதாந்தம் கைச்செலவுக்காகக் கிடைக்கும் 500 ரூபாயைக்கூட அவள் சேமித்து ஆதரவற்ற குழந்தைகள், பெண்களுக்குப் பயன்படுத்தியிருக்கிறாள்.

கைச்செலவுக் காசு தவிர மேலதிக கணக்கெழுதி வரும் கணக்குகளை உரிய சான்றுகளைத் தேடி, கடைகளெல்லாம் ஏறியிறங்குவாள். இயக்கம் இத்தனை வளர்ச்சி காண தாம் உழைத்த உழைப்பு அர்ப்பணிப்புகளைப் பற்றி மூத்த போராளிகள் சொல்லக் கேட்டிருக்கிறாள். ஒரு துப்பாக்கிக்காக ஒரு தோட்டாவுக்காக ஒரு நேர உணவுக்காக என எத்தனையோ கட்டுப்பாடுகள் சேமிப்புகள் செய்து இன்று இலகுவாய் வசதிகளைப் பெறும் நிலைக்கு இயக்கத்தை வளர்த்து விட்டவர்களைப் பற்றிப் பிள்ளைகளுக்கு வகுப்பெடுக்கும் நேரங்களில் சொல்லுவாள். ஒரு சதம்கூட வீணாகக் கூடாது என்பதனை அடிக்கடி நினைவுபடுத்துவாள்.

ஒருத்தி அடிக்கடி மேலதிகமாகக் கணக்கு அனுப்புவாள். அவள் ஒரு பெண்கள் இல்லத்துக்காக செலவு செய்ததாகக் கணக்குக் கொடுப்பாள். அந்தத் தோழி தனது பிறந்தநாளுக்கு கேக் செய்வித்து மற்றையவர்களுக்குக் கொடுத்ததாக அறிந்தாள். அவ்விடயத்தை ஆராய்ந்தபோது குறித்த இல்லத்தின் பிள்ளைகளுக்காக வழங்கப்பட்ட முட்டைகள் பிள்ளைகளுக்கு வழங்கப்படாமல் தனது பிறந்த நாளுக்கு கேக்குக்குப் பயன்படுத்தியிருக்கிறாள் என்ற உண்மையை அறிந்த போது தோழியை எச்சரித்துவிட்டாள்.

ஆனால், அந்தத் தோழி தனக்குள்ள அதிகாரத்தை வைத்துத் தொடர்ந்தும் பணவிடயத்தில் தவறுகள் செய்து வந்ததைப் பொறுக்காமல் ஒருநாள் உரியவளை அலுவலகத்தில் வைத்து அடித்துத் துரத்திவிட்டாள். அதற்கான தண்டனையைப் பொறுப்பாளர் கொடுத்த போது சத்தமின்றிப் பெற்றுக்கொண்டாள். ஆனால், தவறுகள் நடப்பதனை மகளிர் அரசியல்துறைப் பொறுப்பாளர் தமிழினிக்கும் தமிழ்ச்செல்வனுக்கும் தெரிவித்துக்கொண்டிருந்தாள்.

ஒருமுறை ஒரு பெரியவரின் தவறுகளை ஒருவர் மூலம் ஒளிப்பதிவு செய்து தலைவருக்குக் கொடுக்குமாறு அனுப்பினாள். ஆனால், அவள் அனுப்பிய விடயத்தைக் கொண்டுசென்றவன் தலைவருக்கு அனுப்பாமல் தமிழ்ச்செல்வன் அவர்களிடம் கொடுத்துவிட்டான்.

தமிழ்ச்செல்வனின் அன்புக்குரிய அந்த நபரே இவளிடம் வந்து சொன்னார்.

நல்ல பேட்டிதான் குடுத்திருக்கிறீர்..! ஆர் பிழை செய்தாலும் பிழைதான்... எனச் சொன்னவர் தனது தவறுகளைத் திருத்திக்கொள்ளவு மில்லை... அதனைத் தலைவருக்குச் செல்லவும் விடவில்லை. அவள் சொல்ல விரும்பிய விடயங்கள் எதுவும் தலைமைக்குப் போகாது இடையில் தங்கிவிட்டதோடு சற்றுச் சோர்ந்துதான் போனாள். ஆனாலும், கடைசிவரையும் தனது கடமைகளைச் சரியாகவே செய்தாள்.

2009ஆம் ஆண்டு தொடக்கத்தோடு ஓய்ந்துபோனாள். கட்டாயப் பிடியை எதிர்த்தவர்களுள் அவளும் முக்கியமானவளாக இருந்தாள். மக்களுக்கான போராட்டம் மக்களிடமிருந்து தனித்துவிடக் கூடா தென்று விரும்பிய பலரைப்போல அவளும் அவ்விடயத்தில் அவதான மாக இருந்தாள். ஆனால், எது நடக்கக் கூடாதென்று கடைசிவரையும் கவனமாயிருந்தாளோ அது நடந்துகொண்டிருந்தது. மனசால் அவள் நொந்துபோனாள். தனது காதல் கணவனுடன் அதுபற்றியெல்லாம் வாதிடத் தொடங்கினாள். ஒவ்வொரு விடயங்களையும் காணுகின்ற நேரங்களில் எல்லாம் அவளுக்குள் பொங்குகிற எரிமலையைக் கட்டுப்படுத்தி மௌனமாகினாள். அவர்கள் இருவராலும் மாற்றிவிட முடியாத மாற்றங்கள் அங்கு நடைபெறத் தொடங்கியது.

அண்ணை பாவம்... அவனுக்குச் சொல்லியழுவாள்... அவளுடன் சேர்ந்து அவனும் தான் அழுவான். அதைவிட எதுவும் அவர்களால் செய்ய முடியவில்லை. ஏப்ரல் மாதம் எல்லாக் கனவுகளையும் தனக்குள் புதைத்துக்கொண்டாள். தனது குழந்தையை மட்டும் காப்பாற்ற விரும்பியவள் தாயாருடன் அனுப்பிய குழந்தையைத் தன்னுடன் கூட்டிவந்தாள். மனவுளைச்சல், ஏமாற்றம், பதுங்குகுழி வாழ்க்கை, இருக்கும்வரை இருந்துவிட்டுப் போவோமென்ற விரக்தி எல்லாம் சேர்ந்து அவளது அந்த நாள் துணிச்சல் வீரம் எல்லாம் தொலைந்து போய்விட்டது.

O

பிணங்களாலும் இரத்தத்தாலும் நிறைந்த மண்ணிலிருந்து அவரவர் தங்கள் உயிர்களை மட்டும் காத்துக்கொண்டு அந்தக் கடைசி நிமிடம் வரை எதிர்த்தவர்கள் முன்னால் சரணாகதியாக வேண்டிய நிலைமைக்கு

ஆளானார்கள். வசதியிருந்தவர்கள் கடலால் புறப்பட்டார்கள்... வசதியற்றவர்கள் வேறு வழியின்றி தரையால் சரணடையும் செய்தி இவர்கள் காதிலும் எட்டியது. அவளோடு வாழ்ந்தவர்கள் பலர் தங்களைத் தாங்கள் அழித்துக்கொண்டதையறிந்தாள். எதிரியிடம் சரணடைந்து சாவதிலும் பார்க்க தங்களைத் தாங்களே அழித்துக் கொள்வது மேலெனக் கருதியவள் தனது முடிவைக் கணவனிடம் சொன்னாள்.

எல்லோரும் உயிருடன் போக நாங்கள் மட்டும் சாக வேண்டுமா என்றவனுடன் இரண்டு நாள் போராடினாள். கடைசியில் தான் பெற்ற குழந்தையைக் கொன்றுவிடு, சாகிறேன் என்றவனின் வார்த்தை களோடு அதையும் கைவிட்டாள்.

அன்றுவரை எதிரியாயிருந்தவர்களிடம் அவளும் அவனும் சரணடையும் முடிவோடு பதுங்குகுளியைவிட்டு வெளியேறினார்கள். எங்கும் சனக்கூட்டம் காணவில்லையென்றவர்கள்கூட வரிசைகட்டிப் போய்க்கொண்டிருந்தார்கள்.

“எங்கையிருந்தடா வாறியள் பே... பூ... மக்களே... உவ்வளவு பேரும் சேந்து கல்லாலை எறிஞ்சிருந்தாக்கூட நாங்க ஓடியிருப்பம்... என்ன பூ... போராட்டம் நடத்தினியள்... உள்ளை போய் சாகப் போறியள் போங்கோ...”

அந்த அதிகாரி தூசணத்தால் பேசிக்கொண்டிருந்தான். அவன் அக்கறையுடன் சொன்னானா இல்லையா என்பது தெரியாது. ஆனால், ஏதோவொரு ஆதங்கம் அவனுக்குள்ளும் இருப்பது போலிருந்தது. அவன் சொன்னது போல இவ்வளவு பேரும் களத்தில் இறங்கியிருந்தால் கதை மாறியிருக்கும். அவளும் நினைத்தாள்.

O

அவர்கள் இறக்கிவிட்ட இடத்தில் சனங்களுடன் அவளும் அவனும் காவலிலிருந்தார்கள். போராளிகள் தரம் பிரிக்கப்பட்டுக்கொண்டிருந் தார்கள். இவர்கள் இருவரும் குழந்தையோடு பொதுவானவர்கள் வரிசையில் போயிருந்தார்கள்... மக்களுடன் அதிகம் பணிசெய்தவளை மக்களே தங்களுடன் வைத்திருக்க கொள்கையோடு போராளியாக இருந்தவன் அவளையும் அவனையும் இனங்காட்டி பெயர் சொல்லி யழைத்து இங்கே கொண்டு வந்து நிறுத்தியிருக்கிறான்.

அவளை அந்த அதிகாரியுடன் விட்டுவிட்டு துமிலன் அவளது அவனைத் தன்னோடு அழைத்துக்கொண்டு போனான்.

பிள்ளை கவனம். நான் விசாரணை முடியாத் திரும்பி வருவேன். சொல்லிவிட்டு அவன் போனான்.

அந்த அதிகாரி அவளையும் குழந்தையையும் போராளிகளின் பதிவில் பதியாமல் சாதாரணமானவளாகப் பதிவு செய்தான். என்னாலை உங்களுக்காக இதத்தான் தங்கைச்சி செய்ய முடியும்... மன்னிச்சுக்கொள்ளுங்கோ... என்று சொல்லிவிட்டு அவளையும் அவளது குழந்தையையும் அனுப்பினான். அவன் செய்த அந்த உதவிக்குத் தனது கண்ணீரால் நன்றி சொல்லிவிட்டுப் போனாள்.

வேற்று இனத்தவன் ஒருவன் அவளைக் காப்பாற்றச் செய்த உதவியையும் அவளோடு ஒரே இலட்சியத்தைச் சுமந்து திரிந்த ஒருவனால் அவளுக்காகச் செய்ய முடியாது காட்டிக்கொடுக்கப் பட்டதையும் நினைத்துப் பார்த்தாள்.

தாயகத்துக்காக உயிர்விட்ட தனது மூன்று அண்ணன்களையும் நினைத்துப் பார்க்க, அடக்க முடியாத அழுகை வந்தது. அவளது அண்ணன்களைப்போல எத்தனையோ அண்ணன்களை, தம்பிகளை, தங்கைகளை, தோழிகளைத் தோழில் சுமந்து போய் விதைத்திருக் கிறாள். அப்போதெல்லாம் ஏற்பட்ட ஓர்மமும் எழுச்சியும் இன்று வீணாய்விட்டதாய் உணர்ந்தாள்... எத்தனை பேரின் தியாகங்கள், கொடைகள் யாவும் அவர்கள் கண்ட கனவுகள் போலவே கனவாய்ப் போய்... அவளிடம் மிஞ்சிய இன்றைய சொத்து அவளது குழந்தை மட்டும்தான்.

O

முகாமிலிருந்து விடுதலையாகி ஊருக்குப் போனாள். அவளுக்கு ஆறுதலாய் இருப்பார்கள் என நம்பிய அம்மா, அப்பா இருவரையும் தேடினாள். கடைசியாய் இராணுவக் கட்டுப்பாட்டுக்குள் போன வழியில் அம்மா இறந்துவிட்டதாகவும்... அவர்களே ஓரிடத்தில் புதைத்துவிட்டுப் போனதாகச் சொன்னாள் பெரியம்மாவின் சின்னவள். அப்பா வவுனியாவில் முதியோர் இல்லமொன்றில் இருப்பதாகவும் மனநலம் பாதிக்கப்பட்டுள்ளதாகவும் பெரியம்மா சொன்னா.

எல்லாம் வெறுமை... வாழ்ந்த வீடு, அவள் இலட்சியம் சுமந்து திரிந்த தெருக்கள் யாவும் மாறிப்போயிருந்தது. இலட்சியங்களுடன் அவளுடன் வாழ்ந்த பலரை வீதிகளில் சந்தித்தாள். யாரும் யாருடனும் பேசாது போனார்கள். ஆளையாள் தற்காத்துக்கொள்ளும் அவசரத்தை அவர்களது பார்வைகள் விளக்கியது. அவர்கள்

விலகுவது போல அவளும் விலகிப்போனாள்... எல்லாவற்றையும் மறந்துவிடுவோமென முயற்சிக்கிறாள். எதைத்தான் மறப்பது..? எல்லாம் நேற்றுப் போலவும் இன்று போலவும் கண்ணுக்கு முன்னால் வந்து நிற்கிறது.

அவள் கண் முன்னே கொண்டுசெல்லப்பட்ட அவளது கணவனை இரண்டு வருடங்களாகத் தேடிக்கொண்டிருக்கிறாள். அவனைப் பற்றி மனிதவுரிமை அமைப்புகள், செஞ்சிலுவைச் சங்கம் என எல்லா இடங்களிலும் பதிவுகள் செய்து, தேடிக்கொண்டிருக்கிறாள். அவன் இருப்பானென்ற நம்பிக்கை விடுபட்டுப் போகிறது. மனிதவுரிமைக் குழுவின் முன்னால் சாட்சியம் கொடுத்தால் சிலவேளை அவன் இருக்கும் இடத்தை அறியலாம் என்றார்கள். விசாரணைக் குழுவின் நேர்மை பற்றி பத்திரிகைகளில் வரும் செய்திகளைப் படித்ததிலிருந்து அந்த முயற்சியையும் கைவிட்டுவிட்டாள்.

இன்றைய அவளது பிரச்சினை வறுமை. வாழ எதுவுமற்ற வெறுமை. அன்றாடம் தனது குழந்தைக்கான உணவைக் கொடுக்கவே முடியாத தனது நிலைமையை மாற்ற உதவிகளைத் தேடி நிறுவனங்களை நாடுகிறாள்...

சுயதொழில் ஒன்றைச் செய்ய வேண்டும், தன்னை மட்டும் சொந்தமாய் நம்பியிருக்கும் தனது பிள்ளைக்கான ஒரு வாழ்வைக் கொடுக்க வேண்டுமென்ற கனவோடு உதவிகள் செய்வோரை யெல்லாம் தொடர்புகொள்கிறாள்.

O

அண்மையில் ஊனமுற்ற தனது கைமூட்டில் ஏற்படும் வலிக்காக மருத்துவமனைக்குச் சென்றிருந்தாள். அவளோடிருந்த இன்னொருத்தியைச் சந்தித்தாள்.

“எப்பிடியக்கா இருக்கிறீங்கள்?” என்று அவள் கேட்டாள். கண்ணீர் தான் முந்திக்கொண்டு வந்தது. அழுதாள். அங்கே சந்தித்தவளும் அழுதாள். விடைபெறும் போது ஒரு தொலைபேசி இலக்கத்தைக் கொடுத்துச் சொன்னாள்.

“இந்த நம்பருக்கு எடுத்துக் கதை, ஒரு அக்கா கதைப்பா... ஒராள் மூலம் தொடர்பு கிடைச்சுக் கதைச்சனான். அவையள் ஒரு நிறுவனம் நடத்துகினமாம்... எங்களை மாதிரியாக்களுக்கு உதவுகினம்... வெளியில உள்ள ஆக்கள் ஆரையாவது உனக்கு ஒழுங்குப்படுத்தித்

தருவா... எனக்குச் சுயதொழிலுக்கு உதவி செய்தவை... உனக்கும் ஏதாவது செய்வினம்... கேட்டுப்பார்..."

வீட்டுக்கு வந்ததும் முதல் அலுவலாக அந்தத் தொலைபேசி இலக்கத்துக்கு அழைத்தாள்.

"அக்கா ஒருக்கா இந்த நம்பருக்கு எடுங்கோ..." என்று சொல்லி விட்டுத் தொடர்பைத் துண்டித்தாள். அடுத்த ஐந்து நிமிடத்தில் அவளை அழைத்தது தொலைபேசி. எதிர்முனையில் பெண் குரல். அவளை யாரென விசாரித்தது. அவள் தனது சொந்தப் பெயரைச் சொல்லி அறிமுகம் செய்தாள். தனது தற்போதைய நிலைமைகளை விபரித்தாள். அரை மணித்தியால உரையாடலின் பின்னர் பலரைப் பற்றி அந்தக் குரல் விசாரித்தது. அந்தப் பெயர்களில் அவளது இயக்கப் பெயரையும் விசாரித்தாள் மறுமுனையில் பேசியவள். அந்தப் பெயருக்கு உரியவள்தான் தான் என்பதனைக் கூறினாள்.

"அடியே நீ இருக்கிறியா... உயிரோடை..." முறுமுனையிலிருந்து கேட்டவள் அழுதாள்... நீ செத்திட்டியெண்டு கேள்விப்பட்டனான்... கனபேரிட்டைக் கேட்டனான்... ஒருதரும் இல்லையெண்டு சொல்லிச் சினம்..." என்றாள் அவள்.

இருமுனையிலிருந்தும் அழுகையொலிதான்... சில நிமிடங்கள்... வார்த்தைகள் வரவில்லை... "நாங்க நினைச்சது என்னவோ நடந்து முடிஞ்சது என்னவோ... எல்லாம் போச்சு..." என மறுமுனையிலிருந்து அழுதவளுக்குச் சொன்னாள்...

"வேலுப்பிள்ளையற்றை மகனாலை முடியாதது இனி ஒருத்தராலும் முடியாதடி... அந்தாள் பேசாம தானும் தன்ரை குடும்பமுமெண்டு வாழ்ந்திருக்கலாம்... சுயநலமில்லாமல் வாழ்ந்தது தான் அந்தாள் செய்த முதல் தப்பு... முடிஞ்சா மிஞ்சினவையை வாழ வையுங்கோ..."

தெருவில் விடப்பட்ட தங்களது வாழ்வுபற்றிச் சொன்னாள்... வன்னிக்குள் மலிந்து கிடக்கும் எல்லா அசௌகரியங்கள், சீர்கேடுகள் பற்றிச் சொன்னாள். அண்மையில் வீதியில் சென்ற போது அவளது உள்ளாடை பற்றி கிண்டலடித்து அவளது பின்சட்டையை இழுத்த இளைஞர்கள் பற்றிச் சொன்னாள். அவளது மோட்டார் சயிக்கிள் வருவதை அறிந்தாலே ஒதுங்கியோடிய பலர் இன்று அவளைப் பாலியல் ரீதியாக இம்சிப்பதையெல்லாம் சொன்னாள்... "எல்லாம் முடிஞ்சுது... இப்ப என்ரை கனவு என்ரை குழந்தைதான்... என்னை மாதிரியிருக்கிற கனபேரின்ரை கனவு இப்ப இதுதான்..."

“நாளைக்கு நாங்கள் இல்லாமல் போனால் எங்கடை கனவுகளைச் சுமந்து எங்கடை இலட்சியத்தைக் நிறைவேற்ற எங்கடை குழந்தைகள் முன்வருங்களென்டும் கனபேர் நான்கு, ஐந்து பிள்ளைகளைப் பெத்தவையும் இருக்கினம்... இண்டைக்கு அந்தப் பிள்ளையளுக்கு ஒரு நேரச் சோறு குடுக்க வழியில்லாமல் அந்தரிக்கிற கன போராளியளெல்லாம் இஞ்சை வாழ்ந்துகொண்டிருக்கினம்... எங்கை திரும்பினாலும் வறுமைதான் இப்போதைய எங்கடை பிரச்சனையாக் கிடக்கு... ஏன் நான்கூட என்ர பிள்ளைக்காகத்தான் கையேந்தி நிக்கிறேன்...

இருபத்தியொரு வருசம் போராளியா இருந்தனான், இண்டைக்கு என்ரை நிலைமையைப் பார். எல்லாம் இருக்கேக்கதான், இழந்தாப் பிறகு ஒருதரும் பாக்காயினம்...” அவள் தனது துயரங்களையெல்லாம் கொட்டிக்கொண்டிருந்தாள்.

“உண்மையளை எழுதித்தாவன். வெளியில போடுறன்.” அவள் சிரித்தாள்.

“இனி உண்மையைச் சொல்லி எங்களுக்கென்ன தங்கப் பதக்கமே கிடைக்குமெண்டு நினைக்கிறாய். வெளிநாட்டில இருக்கிற உனக்கு இங்கத்தைய உண்மைகளைச் சொல்லிப் புரியுமோ...? நான் எழுதிற நிலைமையில இல்லையடி வேணுமெண்டா நான் சொல்றன் நீ எழுது... என்ர நிலைமையை முதலாவதா எழுது... எனக்காக யாரும் கருணை காட்டினாச் சொல்லு... என்ரை பிள்ளையை வாழவைக்க ஒரு வழிசெய்து தா...” விம்மலுடன் கேட்டாள். •

02.06.2011

9. கே.பி., கருணான்ரை ஆளைக் கலியாணம் கட்டாதை..!

அவன் ஒரு நாத்திகன். கடவுளை நம்பாதவன். இயல்பிலேயே சம்பிரதாயம், சாத்திரம், சாதி, வேற்றுமை எல்லாவற்றுக்கும் எதிரானவன். வீட்டில் வணங்கும் சாமிகளின் உருவங்களை இவன் கண்ணிலிருந்து மறைத்து வைத்தது ஒருகாலம். ஒன்பது பிள்ளைகளிலும் அம்மா அப்பாவுக்கும் அண்ணன் அக்காக்களுக்கும் வில்லங்கம் பிடித்த இளைய பிள்ளையவன்.

இயல்பிலேயே அவன் வாசிப்புப் பழக்கம், மொழிகளைக் கற்றுக் கொள்ளுதல் அவனுக்குக் கொடையாயிருந்தது. பைபிள், பகவத் கீதை, குர்ஆன் அடங்கலாக இராமாயணம் முதல் உலகப் புரட்சி யாளர்கள்வரை படித்திருக்கிறான். எல்லாவற்றுக்கும் அவனிடம் மாற்றுக்கருத்து இருந்துகொண்டேயிருக்கும். வீட்டில் எல்லாரும் சொல்வார்கள் "அவன் ஒரு கலகக்காரன்" என்று.

1984ஆம் ஆண்டு தனது 20ஆவது வயதில் கல்வியை இடை நிறுத்திவிட்டு ஈழவிடுதலைக் கனவோடு ஊரிலிருந்து காணாமற் போனவன். தனது சுயவிருப்போடு விடுதலைப் புலிகளுடன் இணைந்துகொண்டான். இந்தியாவில் பயிற்சி முடித்துத் திரும்பி வந்தவன் அவன் பிறந்த மாவட்டத்துக்கே பணிக்காய் அனுப்பப் பட்டவன்.

25 வருட போராட்ட வாழ்வு. அரசியல்துறை, புலனாய்வுத்துறை, பொருண்மியம், வெளியகப்பணி, வெளிநாட்டுக் கல்வி, வெளிநாட்டு ஆயுதப்பயிற்சியென ஐரோப்பா, ஆசியா, ஆப்பிரிக்காவெல்லாம் அலைந்து தாய்நாட்டுக்கான பணிகளில் தன்னை அர்ப்பணித்தவன்.

அவனோடு வெளிநாடு வந்த பலர், வந்த இடங்களில் நின்றுவிட்ட பின்னரும், நாடு, நாடு தந்த கல்வி, உயர்வு அதையெல்லாம் இன்னொரு நாட்டில் முதலீடு செய்ய விரும்பாமல் தாயகத்துக்கே திரும்பிய உன்னதப் போராளி.

கடைசி யுத்தமுனையிலிருந்து கிழக்கு மாகாணத்துக்கு காடுகளால் சென்ற அணியோடு கிழக்குக்குச் சென்றவன். கிழக்கில் கனவோடு

இவர்கள் கள நிலைமைகளை எதிர்பார்த்திருக்க 2009ஆம் ஆண்டு மே 18 அன்று நினைத்தவையெல்லாம் தவிடுபொடியாகி அவனும் அவனோடு பலரும் தனித்துப் போனார்கள்.

அவன் நம்பிய தலைமை அவன் நேசித்த தோழமைகள் அவன் தோழோடு தோழ் நின்ற பலரை யுத்தம் விழுங்கியிருந்தது. இனி வாழ்வா..? சாவா..? என்ற நிலைமையில் பிரமை பிடித்தாற்போலக் கழிந்த நாட்கள் அவை. அடுத்த கட்டம் என்ன செய்வதென்று அறியாத நிலைமை. தன்கூட இருந்தவர்களை நண்பர்களின் உதவிகளை நாடி மத்தியக் கிழக்கு நாடுகள், அயல்நாடென அனுப்பிவிட்டான்.

அன்று தன்னால் செய்ய முடிந்தவற்றையெல்லாம் செய்து மிஞ்சியவர்களுக்கான பாதையொன்றை அமைத்துவிட்டு தனது கடைசி முடிவைத் தேடிக்கொண்டிருந்த நேரம்... அவனது சில நண்பர்கள் நாட்டைவிட்டு வெளியில் வருமாறு அழைத்தார்கள்.

எல்லாம் முடிஞ்சுது. இனி நானென்னத்தைச் சாதிக்கப்போறன். இங்கினை ஏதாவது முடிவைப்பாப்பம்... எனச் சலித்தவனைச் சில நண்பர்களின் தொடர் முயற்சி நாட்டைவிட்டு வெளியேறும் முடிவை அவனுக்குள் விதைத்தது.

கடைசிச் சரணடைவு பல்லாயிரம் பேரைச் சிறைகள் தாங்கிக் கொள்ள கொழும்பிற்குள் நுளைந்தான். அவசரஅவசரமாக ஏற்பாடுகள் முடிந்து, கட்டுநாயக்காவில் காலடி வைத்த நேரம் சாவின் முடிவு எழுதப்பட்டதாகவே நினைத்துக்கொண்டிருந்தான். கடும் சோதனை கள், விசாரணைகள் தாண்டியும் ஏனோதானோ இனி என்ன நடந்தாலென்ன என்ற வெறுப்போடுதான் விமானம் ஏறினான்.

போயிறங்கிய நாடும் ஐரோப்பாவுமில்லை, அமெரிக்காவுமில்லை ஆசிய நாடொன்றுதான். செத்துப்போய்விட்டதாக நம்பிய பலரை அங்கே அவன் சந்தித்தான். எல்லோரும் ஏதோ இருக்கிறார்களே ஒளிய ஒருவரும் உண்மையான நிம்மதியுடனில்லையென்பதை உணர்ந்தான்.

வந்த ஆரம்பம், பழைய நண்பர்கள் பலர் அவனைத் தேடித்தேடி தொலைபேசியில் அழைத்தார்கள். என்ன மாதிரி மச்சான்..? என்ன நடந்தது..? என்ன மச்சான் ஏமாத்திப் போட்டியள்..? ஒண்டையும் விட மாட்டியள் நிலைமையை மாத்திடுவியளென்டு நினைச்சம்... ஏன்..? கடைசி நிலவரத்தை அறியும் ஆவல் பல அழைப்புகளில் இருந்தது. சில உண்மைகளை அவனும் சொல்லித்தான்விட்டான்.

அண்ணையென்ன மாதிரி..? இருக்கிறாரோ..? பலர் கேட்டார்கள். அவனது பதில் எல்லோரையும் போல வருவார் அல்லது வரலாம், அல்லது அவருக்கு மரணமில்லையென்று இல்லாமல் இருபத்தைந்து வருடம் தனது அனுபவங்களையெல்லாம் திரட்டிச் சொன்ன பதிலோடு பலர் அவனைத் தொடர்பிலிருந்து அறுத்துவிட்டார்கள். பொய் சொல்ல மனம் வரவில்லை. ஆகையால், பல உண்மைகளை அவன் தனது பழைய நண்பர்களுக்கு மறைக்காமல் சொன்னான். அவனது அரிச்சந்திர நேர்மை, அவனைப் பல நண்பர்கள் கேணைப் பயலெண்டும் சொன்னார்கள்.

இவனுக்கென்ன தெரியும் லூசுப்பயல். உண்மை சொல்றாராம்... சமாதான காலத்தில் அவர்கள் அழைத்தபோதுகூட போக மறுத்து இரண்டு தசாப்தங்களைக் கழித்தவர்களே அவன் சொன்ன யாவும் பொய்யென்றார்கள். பல நேரங்களில் அதையெல்லாம் நினைத்து அழுததும் உண்டு, சிலநேரம் தனது நண்பர்களை நினைத்துச் சிரித்ததுமுண்டு.

மெல்லமெல்ல நண்பர்களின் தொடர்புகள் விடுபட்டு ஒருவரும் அவனை இப்போது நினைப்பதேயில்லையென்ற அளவுக்கு விட்டு விட்டார்கள். வறுமை அவனையும் அந்நியத் தெருவில் கோயில் களிலும் யாராவது ஏதாவது கொடுத்தால்தான் அன்றாட உணவென்ற நிலைமைக்கு நிலைமை அடித்துக்கொண்டு போய் ஒதுக்கியிருக்கிறது.

இளமை சுருங்கி நாற்பத்தேழு வயதில் தனித்துப் போயிருக்கிறான். அவனுக்கென்று குடும்பம் இல்லை, குழந்தைகள் இல்லை. நோய் வந்து சுருண்டாலும் தானே தனக்காக உடல் நொந்து வலித்தாலும் எல்லாமும் தானாக விரக்தியின் விளிம்பில் வாழ்கிற ஒரு இருபத்தைந்து வருட அனுபவம் மிக்க சொத்து அவன்.

இன்னும் அறுபடாத தொடர்போடு ஒரு தோழி அவனோடு தொடர்பில் இருக்கிறாள். அவனுக்கான இப்போதைய சின்ன ஆறுத லாக அவள் அவ்வப்போது தொலைபேசியில் அழைத்து அவனது சுகநலன்களை விசாரிப்பாள். அள்ளிக் கொடுத்து அவனை மாளிகையில் வாழ வைக்க வசதியற்ற அவளால் சில தடவைகள் சிறியசிறிய உதவிகளை மட்டுமே செய்ய முடிந்தது.

"ஏன் கலியாணம் கட்டாமல் இருந்தீங்கள்..?"

"கட்டியிருந்தா இப்ப என்ரை பிள்ளையளும் உங்களிட்டை கையேந்தியிருக்கும்... நீங்கள் மாவீரர் குடும்ப லிஸ்டிலை என்னை

வைச்சு விளக்குக் கொழுத்தியிருப்பியள்... அது நடக்கேல்லயெண்டது கவலைபோல..."

"அப்ப நீங்க ஒருதரையும் காதலிக்கேல்லயா..?"

"கனபேரைக் காதலிச்சிருக்கிறேன்."

"கனபேரா...? அப்ப ஒருத்தியும் சரிவரேல்லயா..?"

"சொல்லி முடிக்க விடு பிள்ளை... முதல் நான் காதலிச்சது எனக்குப் படிப்பிச்ச ரீச்சரை... பிறகு காற்சட்டை போட்ட காலத்தில நடிகை சிறீதேவியை... சிறீதேவி போனிகபூரை கட்டாமலிருந்திருந்தா முயற்சி செய்து பாத்திருப்பன்..."

அவன் தனது அந்த நாள் ஞாபகங்களையெல்லாம் சுவையோடு சொல்லிச் சிரிப்பான்.

அப்படித்தான் கதை வாக்கில் ஒருநாள் அவன் தோழி கேட்டாள், "இங்கினை ஒரு சிறீதேவியைப் பாப்பமோ..?"

"பாருங்க இனியென்னேயிறது..." பகிடி பகிடியாகக் கதைச்சது உண்மையாக அவனுக்கொரு சிறீதேவியை அவன் வாழும் ஏழை நாட்டில் சந்தித்தான்.

தமிழ் முகத்தைப் பார்த்த சிறீதேவி, அவனோடு பேசினாள். சுவிட்சர்லாந்திலிருந்து அங்கே வந்திருப்பதாகவும் யாரோ சாத்திரக் காரனை அங்கே சந்தித்து பரிகாரம் செய்ய வந்ததாகவும் சொன்னாள். நாற்பத்தேழு வயதில் காதலென்ன கவிதையென்ன என்றிருந்தவனின் தலைக்குப் பின்னால் பிரகாஸ்ராஜ்ஜிற்கு லைட் எரிஞ்ச மாதிரி லைட் எரிஞ்சுது... சிறீதேவியும் தனிக்கட்டை, காதலிச்ச மச்சான் கைவிட்டதாலை சிறீதேவி பிரமச்சாரியம் காப்பதாகவும் சொன்னாள்.

அவனைப் பற்றி அறிஞ்சதும் சிறீதேவிக்கு அவன்மீது காதலாம். பொருத்தம் பாக்க வேணுமெண்டு அவனது பிறந்த திகதி, நட்சத்திரம் கேட்டாள் சிறீதேவி. 3ஆம் 4ஆம் 5ஆம் 6ஆம் வீடுகளில் ராகு, கேது, வியாழன், புதன் என கனக்க சிறீதேவி சொன்னாள்.

அவன் இருக்கிறதுக்கு முன்னால் வீட்டில் தெலுங்கன், பின்னால் வீட்டில் கன்னடன், அயல் வீட்டில் இலங்கையன்தான் இருந்தார்கள். ஆனால், சிறீதேவி கன வீடுகள் அவன் சாதகத்தில் இருப்பதாகச் சொன்னாள். அவனைவிட ஒருவன் தனக்குக் கிடைக்க மாட்டா னென்று ஐந்து சாத்திரிகள் சொன்னதாகச் சொன்னாள். ஆனாலும்,

அவனுக்கு சில தோசங்கள், நீங்கள் பரிகாரங்கள் செய்ய வேண்டு மென்றாள்.

வந்த சனியன், நிண்ட சனியனையும் சேத்துக்கட்டினது இது தானோ...? பாம்பு காலைச் சுற்றின மாதிரியிருந்தது, சிறீதேவியின் கடவுள்களும் சாத்திரமும். தப்ப வழிவிடாமல் சிறீதேவி அவனைச் சுற்றிக்கொண்டது. சிறீதேவிக்குத்தான் ஒரு நாத்திகன் கடவுளை நம்பாதவன் சாத்திரங்களை நம்பாதவன் என்றெல்லாம் தனது அருமை பெருமைகளைச் சொன்னான். சிறீதேவி விடுவதாயில்லை.

வாழ அந்த நரகத்திலிருந்து தப்ப வேறு வழியில்லை... நம்பிய நண்பர்களும் அவனைத் தெருவில் விட்டுவிட்டார்கள்... அன்றாடச் சீவியத்துக்கு அல்லாட்டமான நேரம் கொள்கையும் இலட்சியமும் என்னத்தைக் கொண்டுவந்து தரும்..? கடைசியில் சிறீதேவியிடம் சரணடைந்தான்.

தனது தலைக்குப் பின்னால் எரிந்த சிறீதேவி லைட்டைப் பற்றித் தோழிக்குச் சொன்னான். அவளுக்கு அவனது மாற்றத்தில் நம்பிக்கையில்லை... "உண்மையாவா..?"

"ஓம்...! இப்பிடியே போனா ஒருநாளைக்கு என்ரை பிணமும் அனாதையாய் போயிடும்..! எங்கினையும் போயிடலாமெண்டுதான் அவாவுக்கு ஓமெண்டு சொன்னனான்... அதுவும் ஒரு அப்பாவியா இருக்குது... 84ஆம் ஆண்டு சுவிஸ் வந்தவவாம்... நாடு பிரச்சனை சாவு அதுகளைப்பற்றி ஒண்டும் ஆளுக்கு விளக்கமில்லை... கடவுள் சாத்திரம்... அதோடை இருக்கிறா... அதான்..."

தனக்குள்ளிருந்த தனது வாழ்வு மீதான கனவுகள், கற்பனைகள், எதிர்பார்ப்புகள்... தனக்கு வர வேண்டிய துணை பற்றிய ஒரு காலத்து எதிர்பார்ப்பு, எல்லாவற்றையும் தனது இயலாமைக்குள் புதைத்துக்கொண்டு சிறீதேவிக்குச் சம்மதம் தெரிவித்தான். சிறீதேவி சுவிஸ் போய் அவனை சுவிஸ் எடுப்பதாகச் சொல்லிவிட்டுப் போனாள். காதல் கலியாணம் உன்னோடுதான் என்ற சிறீதேவி அவனுக்காக ஒரு சதத்தையும் கொடுக்கவுமில்லை, உதவவுமில்லை. நாளுக்கு பத்து முறை காதலோடு கதைபேச சுவிசிலிருந்து தொடர்பு கொள்வாள்.

பசியோடு அவனிருக்க சிறீதேவி தான் செய்த உணவுகள் பற்றி, வணங்கும் சாமிகளுக்காக செலவளிக்கும் பணம் பற்றியெல்லாம் சொல்லுவாள். சிறீதேவி தொலைபேச அவன் கண்ணீரோடு தனது வறுமை பற்றி நினைத்து வருந்துவான்.

அன்றைக்கொரு வெள்ளிக்கிழமை. இரவு 2.45 மணி. சிறீதேவி தொலைபேச அழைத்தாள். "என்னைக் குறைநினைக்கப்படாது... ஆர் கே.பி., ஆர் கருணா..?" அவன் கே.பி. யார், கருணா யாரென்றெல்லாம் விளங்கப்படுத்தினான்.

நான் இண்டைக்கொரு நெல்லியடிச் சாத்திரியிட்டைப் போனனான். என்ரை அண்ணியும் நானும்தான் அங்கை நிண்டனாங்கள். அவர் என்ரை கடந்த காலம் உங்களைச் சந்திச்சதெல்லாம் அண்ணீட்டைக் கேட்டிட்டு பூதக்கண்ணாடியாலையெல்லாம் பாத்திட்டு நல்லாத்தான் சொன்னவர். திடீரெண்டு சோபாவில இருந்த மனிசன் எழும்பி ஆட வெளிக்கிட்டுட்டார். அவருக்கு வளமையா கலை வாறதில்லை. இண்டைக்கு என்ரை குறிப்பைப் பாத்தவுடனும் கலைவந்திட்டுது. அப்பதான் சொன்னார், நீங்கள் துரோகியாம் கருணா கே.பி.யின்ரை ஆளாம், உங்களைக் கலியாணம் கட்ட வேண்டாமாம். உங்களைக் கட்டினா நான் கெதியில விதவையாகிடுவனாம். அண்ணாவும் அண்ணியும் சொல்லீட்டினம் கருணான்ரை கே.பீன்ரை ஆளெண்டா சரிவராதாம்."

சிறீதேவி அவனது தலைக்குப் பின்னால் பிரகாசித்த லைட்டை ஒரேயடியாய் அடிச்சு நூத்துப்போட்டு தொலைபேசியை அடித்து வைத்துவிட்டாள்.

அவனுக்கு ஒரே குழப்பம். நெல்லிடியச்சாத்திரிக்கு என்னெண்டு உருவந்தது..? எப்பிடி அவனை கே.பி, கருணா துரோகக்குழு என்று சாத்திரம் சொல்ல முடிஞ்சது..? அதுவும் அவன் ஓடியொழிச்சு வந்து இருக்கிற அந்நிய நாட்டில ஒரு அரசியலும் செய்யவுமில்லை அறிக்கைகள் எழுதவுமில்லை... அன்றாடச் சோற்றுக்கு சிங்கியடிக்கிற நிலைமையில் இருந்தவனைத் தேடி வந்த சிறீதேவியைத் தட்டிப் பறிச்சுக்கொண்டு போன நெல்லியடிச்சாத்திரிக்குத் தன்மேல் என்ன கோபம் என்பது விளங்கவேயில்லை..! நினைக்கச் சிரிப்பும் வந்தது.

தோழிக்கு மிஸ்கோல் விட்டான். நித்திரை வரவேயில்லை. கையிலிருந்த சில்லறையும் காலியாகிவிட்டிருந்தது. இடம் கொடுத்த வர்களுக்கு இரண்டு மாத வாடகையும் கொடுக்கவில்லை. சிறீதேவி மூலம் தனக்கொரு வாழ்வு வருமென்று நம்பியது போய், கண் முன்னால் ஒரு வனாந்தரம் அவனைச் சூழ்ந்துகொண்டது.

"என்ன பிள்ளை மறந்திட்டீயளா?"

"எங்கை ஒரே வேலை... அதானண்ணை... சிறீதேவி என்னவாம்... எப்ப சுவிஸ் வாறியள்..?" என்று தோழி கேள்விகளை அடுக்கினாள்.

"லைட் நூந்து போச்சுது பிள்ளை..." சிறீதேவி சந்திச்ச நெல்லியடிச் சாத்திரக்காரனைப்பற்றிச் சொன்னான். அவளுக்குச் சிரிப்பை அடக்க முடியவில்லை.

"இதென்ன கருமாந்திரம் பிடிச்சது! சாத்திரிமாரும் இப்ப கே.பின்ரை ஆள் கருணான்ரை ஆளெல்லாம் சாத்திரத்திலயும் சொல்லத் துவங் கீட்டினமோண்ணை?"

"சுவிஸ் சிறீதேவி கட் ஆராவது ஒரு சிறீதேவியைப் பாருங்கோ பிள்ளை. இப்பிடியே இருக்கேலாது. தலையிடிக்குது. போற போக்கு தெருவில பிச்சையெடுக்கிற நிலைமையா இருக்கு. சினேதன்மாரும் எல்லாரும் கைவிட்டிட்டாங்கள். உண்மையாத்தான் சொல்றன் என்னாலை சமாளிக்கேலாதாம். அங்கையெ அப்ப செத்திருக்கலாம். வா வாவெண்டு கூப்பிட்டவங்களும் உண்மையைச் சொன்னதுக்காகக் கைவிட்டிட்டாங்கள்."

"என்ரை கடைசிக் கனவொண்டிருக்குப் பிள்ளை. நான் சாக முதல் இருபத்தைந்து வருச அனுபவமெல்லாத்தையும் ஒரு புத்தகமா எழுத வேணும். இஞ்சித் தேத்தண்ணி ஒராள் இடைக்கிடை போட்டுத்தர குடிச்சுக்குடிச்சு நான் எழுத வேணும்."

"எனக்கு விளங்குது இஞ்சித் தேத்தண்ணிக்கேன் இன்னொராள் தேத்தண்ணிக் கடையில போயிருந்து எழுதெண்டு நினைக்கிறீங்கள் பிள்ளை. சீரியசாகச் சொல்லீட்டு இடையில ஒரு வடிவேல் பகிடியும் விட்டான். உள்ளுக்குள் ஊசிமுனை கொண்டு குற்றிய வலியையும் தனது வறுமையையும் நினைக்கப் பயமாயிருந்தது..."

"சிலவேளை நான் செத்துக்கித்துப்போனாலும் நான் சொல்றது களை ஒரு குறிப்பெழுதி வையுங்கோ பிள்ளை" விவேக்கின் ஸ்ரைலில் அதையும் சொல்லி வைத்தான்.

விரைவில் தெருவுக்கு வரவிருக்கும் தனது வாழ்வுக்கு, சிறீதேவி கைகொடுப்பாளென்ற நம்பிக்கையும் போய் நாற்பத்தேழு வயதை ஞாபகப்படுத்தியது நரைமுடிகள். தனது அனுபவங்களை தனது போராட்ட காலங்களையெல்லாம் ஒரு நூலாக எழுதும் கனவோடு ஆற்றங்கரைகளிலும் அடைக்கலம் புகுந்த ஆள்நெரிசல் கூடிய இடங் களிலும் இருந்து தனக்குள்ளான இருபத்தைந்து வருட வாழ்வை மீளமீள ஞாபகப்படுத்திக்கொண்டிருக்கிறான்.

கிடைத்த எத்தனையோ வசதிகள் கோடிக் கணக்கில் இயக்கம் கொடுத்த பணம் யாவையும் நாட்டுக்கானதாகவே வழங்கி இன்று

ஒற்றையாய் தனியனாய் எல்லாம் இழந்து போன நிலைமையை எண்ணிப்பார்க்க அழுகையோடு கூடிய வெறுப்புத்தான் வந்தது.

தொடர்பில் வந்த தோழி சொன்னாள். அவன் வாழும் நாட்டில் வந்திருந்த அவன்போன்ற ஒரு முன்னாள் போராளி தூக்கில் தொங்கி இறந்ததாக. தூக்கில் தொங்கியவன் தனது மரணத்துக்குத் தானே பொறுப்பென்று எழுதி வைத்தானாம். சாகும் போதும் தனது சாவு மற்றவரை அலைக்கக்கூடாதென்று தனது மரண சாசனத்தை எழுதியிருக்கிறான் போல...

தனக்கும் ஒரு தூக்குக்கயிறு அல்லது ஏதாவதொரு மாற்று தன்னையும் நெருங்குவதை உள்மனம் உணர்த்துவதாக உணர்ந்தான். வீரர்களாய் களத்தில் வீழுவோம் விடுதலையின் வேர்களாய் முளை விடுவோம் என்று தோழர்களை வழியனுப்பிய துணிச்சல் தற்போது அவனிடமிருந்து கொஞ்சம்கொஞ்சமாய் போவதாக உணர்ந்தான். தனது இப்போதைய மாற்றங்களைத் தோழிக்குச் சொல்லத் தொடங்கினான்...   ●

10.07.2011

10. தொடரும் துயரங்கள்..!

விடியற்காலை இரண்டு மணியிலிருந்து அந்த அழைப்பு வந்து வந்து கட்டாகிக்கொண்டிருந்தது. சத்தத்தை நிறுத்திவைத்திருந்த தொலைபேசியின் வெளிச்சம் அடிக்கடி மின்னிமின்னி மறைந்தது. இரவு, பகல் என வித்தியாசம் பாராமல் இப்படித்தான் இப்போது வீட்டுத் தொலைபேசியும் கைபேசியும் புதியபுதிய குரல்களால் நிறைகிறது.

பகல் பலரது இலக்கங்களுக்கு அழைத்து அவர்களது தேவைகள் அவசரங்களைப் பதிவுசெய்துகொண்டேன். ஆனால், அந்த இலக்கத்தை மறந்துபோனேன். அன்று மாலை 17.44மணிக்குத் திரும்பவும் அந்த இலக்கம் வந்தபோதுதான் ஞாபகம் வந்தது.

O

எதிர்முனையில் ஒரு பெண்குரல்...

“நான் ஜெர்மனியிலிருந்து சாந்தி என நான் நான் ஆரம்பிக்க...”

“நான் உங்கடை விமலி, சித்தியின்ர பெறாமகள் ஜெயா. அவள் தன்னை ஒரு அந்நியமான ஒருத்தியை அறிமுகம் செய்வதுபோல் அறிமுகம் செய்தாள்.

“அடியாச்சி... என்ன இது ஆரோ பிறத்தியார் மாதிரி கதைக் கிறியே..?” அவள் குரல் உடைந்து தடுமாறியது...

“சரி அம்மா, என்ன செய்யிறா..? நான் அவளது கதைகளைத் திசைமாற்றினேன்.”

“அம்மாதான் உதவி... கொழும்பில ஒரு கடையில நிக்கிறா... அவாக்கும் வயசு போட்டுத்தான..”

“எத்தின பிள்ளையள்..?”

“நாலு பேர். மூத்தவன் இந்த வருசம் ஏ.எல். எடுக்கப்போறான். மகள் ஓ.எல். எடுக்கப்போறாள். கடைசிக்கு ஒன்பது வயது. மாமி யாக்களோடைதான் இருக்கிறேன். அவர் பூசாவில, ஆளைப் பாக்கவும்

கனநாள் போகேல்ல. எங்கை வருமானமொண்டும் இல்லைத்தானே. மாமா மாமியும் வயசு போனாக்கள். பிள்ளை யளின்ரை படிப்பு செலவுகளென்டு ஒரே தலையிடி."

அவள் தனது கதைகளைச் சொல்லிக்கொண்டு போன பாதியில் கேட்டேன்...

"அப்ப தம்பி என்னேயிறான்..? அவன் உதவியில்லையோ...?"

"அதவிடு... ஒருதரும் உதவியில்லை..." சலிப்போடு சொன்னாள்.

என்னை உதவி செய்யென்று கேட்காமல் தனது வாழ்வுப் பாடுகளைச் சொன்னாள். கிட்டதட்ட 52 நிமிடம் கதைச்சேன்.

"சரி பிள்ளையளுக்குச் சமைக்க வேணும்... இன்னொரு நாள் எடுக்கிறனே..."

"மறக்காம எடு கனக்க கதைக்க வேணும்போலையிருக்கு..." கேட்டுக்கொண்ட அவளது வேண்டுதலுக்கு ஓம் சொல்லிவிட்டு தொடர்பைத் துண்டித்தேன்.

O

காலம் 1986...

எங்கள் குடும்பத்தில் ஒரு திருமணம்... அவளது மாமாவுக்கு நிச்சயமானது. அவளது ஊர் தென்மராட்சியின் ஒரு கிராமம். கொடிகாமத்திலிருந்து எங்கள் வீட்டுக்குப் பழக்கமான ஒருவரின் ஏற்பாட்டால் அந்தத் திருமணம் ஒழுங்காகியது. யேர்மனியில் இருக்கும் அவளது மாமாவுக்கு எங்கள் வீட்டிலிருந்து மணமகள் யேர்மன் போக காத்திருந்தது.

சம்பந்தபகுதிக் கலப்பில் இரு வீடுகளும் பேச்சுகள் முடிந்து சம்பந்தம் கலக்கும் நாள் வந்தது. எங்கள் ஊரிலிருந்து பஸ் எடுத்து நெடுந்தூரத்தில் இருந்த அவர்களது ஊருக்குப் பயணமானோம். அந்த ஊரின் எல்லையை அடைந்ததும் குரங்குகள் தாவித் திரிந்தன. குளங்கள், வெளிகள், மணல், நிலம், வடலிகள் என ஒரு புதிய ஊரின் அறிமுகம்... அங்கேயே தங்கிவிடலாமென்ற ஆசையை அந்த ஊரின் அழகு ஏற்படுத்தியது.

வாசலில் கும்பம் வைத்துப் போடப்பட்டிருந்த பந்தலிலிருந்து எங்கள் வீட்டு மணமகளை வரவேற்று, ஆராத்தி எடுத்தார்கள். அங்கேதான் அவள் முதல்முதலில் அறிமுகமானாள். அவளின்

பின்னொரு சிறுவன். அவர்களோடு நாங்கள் விளையாடினோம். அவளும் அந்தச் சிறுவனும் என்னை மச்சியென்றார்கள்.

மச்சிமுறையுள்ளவர்கள் நிறைய இருந்தும் யாரையும் அந்த முறை சொல்லியழைக்காத என்னை அவர்கள் மச்சியென்று அழைத்தது எனக்குப் பிடிச்சிருந்தது. அவளும் நானும் அன்றிலிருந்து நல்ல சினேகிதமானோம். அவள் என்னைவிட ஒரு வயதால் மூத்தவள். எங்கள் ஊருக்கு இனிமேல்தான் வருவேனென்றும் சொன்னாள். அவளோடு சேர்ந்து அவளது ஊரின் அழகை அன்று தரிசித்தேன். அவள் வீட்டுக்குக் கிட்டவுள்ள குளமொன்றுக்குக் கூட்டிப்போனாள். அங்கே அவள் நீந்துவதாகவும் சொன்னாள். கிணற்றைத் தவிர எங்கள் ஊரில் குளம் என்பது இல்லை. வீட்டுக்கிணறு தாண்டினால் தோட்டக்கிணறு தோட்டங்களுக்குப் பாயும் தண்ணீர் வாய்க்கால் களைத் தவிர நீரோடைகள் தெரியாத எனக்கு அவளோடு நின்று விட வேண்டும்போலிருந்தது. எனது ஆசையை அம்மாவிடம் போய்க் கேட்டாள். அம்மா பார்த்த பார்வையோடு எனக்கு அவளோடு நிற்கும் ஆசையே போய்விட்டது.

திருமணக் கலப்பு முடிந்து, எங்கள் வீட்டு மணமகள் அவளது மாமாவிடம் போய்விட்டா. அவளும் அவளது குடும்பமும் எங்களிடம் வந்து போவதும் அவள் பாடசாலை விடுமுறையில் எங்களுடன் வந்து தங்கிவிடுவதும் நடைபெறத் தொடங்கியது.

அவள் தனது அம்மாவைப் பற்றித்தான் அதிகம் சொல்லுவாள். அவளது அம்மா மத்தியகிழக்கு நாடொன்றுக்குப் போய்விட்டதாகவும் காசும் உடுப்புகளும் தனது அம்மா அனுப்புவதாகவும் சொல்லுவாள். அழகான ஆடைகள் அணிந்து வருவாள். கட்டை ஜீன்ஸ் போட்டு பூபோட்ட சட்டையும் போட்டு நல்ல வடிவாக வருவாள். வாசனை மிக்க வாசனைத் திரவியமும் அடித்துக்கொண்டு வருவாள். மத்திய கிழக்கு போன அம்மாவுக்கு நிகராக அவளுக்கான தேவைகள் யாவையும் அவளுக்குப் பெரியம்மாவும் அம்மம்மாவும் செய்வார்கள்.

"உங்கடை அப்பா எங்கை..?" ஒரு விடுமுறையில் அவள் வந்து நின்ற நேரம் கேட்டேன்.

"அவர் அவற்றை அக்காவோட இருக்கிறார். யாரோ காதலிச் சவையாம். அதுக்கு உதவிசெய்ததில அப்பாவுக்கும் அம்மாவுக்கும் ஆரோ வெட்டீட்டினமாம். பிறகு அம்மாவும் அப்பாவும் பிரிஞ் சிட்டினம். நானப்ப சின்னப்பிள்ளையாம். ஆனா நான் அப்பா வோடை கதைக்கிறனான். அப்பாவும் எனக்கு உடுப்பெல்லாம் வாங்கித்தாறவர்... சந்தோசமாகச் சொன்னாள்.

காலம் 1987...

எங்கள் ஊருக்குப் பக்கத்து ஊரான குரும்பசிட்டி வரையும் ஆமி வந்துவிட்டதால் எங்கள் ஊரிலிருந்து இடம்பெயர்ந்து போனோம். அம்மா, அப்பா எங்கள் ஊரின் தெற்கில் இருக்க பிள்ளைகள் எங்களை சின்னமாமா வாடகைக்கு எடுத்த மல்லாகம் கல்லாரை வீட்டுக்கு அனுப்பி வைத்தார்கள். இவளும் எங்களோடு அங்கு வந்து நின்றாள். சின்ன மாமாவைக்குப் பிறந்த இரட்டைப் பிள்ளைகளில் ஒருவன் இறந்து போக மிஞ்சிய ஓங்காரனை நாங்களும் அவளும் தூக்கி வைச்சிருப்போம். விளையாடுவோம். அவனுக்கு பால்மா கரைத்துக் கொடுக்க அத்தை எங்களுக்குப் பழக்கிவிட்டா.

எங்கள் கையில் பால்மா வந்ததோடு பால்மா கெதியில முடியத் துவங்கீட்டுது. அத்தைக்கு சந்தோசம் தனது மகன் நாங்கள் பால் பருக்குவதால் அதிகம் பால் குடிக்கிறானெண்டு. குழந்தையின் பால் மாவை அவளும் நானும் வாயில் போட்டு விழுங்கிவிடுவதால்தான் பால்மா கெதியில் முடியுதெண்டதை அறியாத அத்தை, பலதரம் எங்களிடம் குழந்தையை பால் பருக்கத் தந்துவிடுவா. அவளும் நானும் சேர்ந்து பாத்திரங்கள் கழுவுவோம். சமையலுக்கு காய்கறி வெங்காயம் வெட்டிக் கொடுப்போம். விடுமுறை முடிய அவள் தனது ஊருக்குப் போய்விடுவாள்.

காலம் 1987 ஆடி...

1987 "ஒபரேசன் லிபரேசன்" நெல்லியடியில் கரும்புலி மில்லரின் தாக்குதலோடு முடிந்து இலங்கை இந்திய ஒப்பந்தம் வந்தது. அகதி யான நாங்கள் திரும்பவும் எங்கள் வீடுகளுக்குப் போனோம். பற்றைகள் மண்டிய வளவுகளைத் துப்பரவாக்கி புதிய மரங்களை நட்டோம். புதிய புதிய அழகிய பூக்கன்றுகளை நட்டோம். நம்பிக்கைகள் எங்கள் மனங்களில் சிகரமாக உயர்ந்தது. சண்டையில்லை சமாதானம் வந்துவிடுமென்று நம்பினோம்.

கரும்புலி கப்டன் மில்லர் நெல்லியடியில் கரும்புலியாகி வெடித்த தோடு சொன்னார்கள்... இந்திய இராணுவம் வரப்போவதாகவும் அமைதிகாக்கும் படைகளால் எங்களுக்குத் தாயகம் வந்துவிடப் போவதாகவும் பேசிக்கொண்டார்கள் சனங்கள்.

ஒருநாள் மாலை வானத்தில் விமானங்கள் பறந்தது. மேலிருந்து ஆடியாடி வந்து பொட்டலங்கள் விழுந்தது. அது இந்தியன் ஆமி சாப்பாடு போட்டதாமெண்டு சொன்னார்கள். அதையெல்லாம்

இயக்கம் தேடித்தேடி எடுத்துக்கொண்டு போனார்கள். கொஞ்சநாளில் புலிகள் ஆயுதங்களைக் கையளிப்பதாகப் பல இடங்களில் ஆயுதக் கையளிப்பு நடந்தது. இயக்கத்தில் இருந்தவர்கள் பலர் படிக்கப் போனார்கள். பலர் வெளிநாடுகளுக்கு வெளிக்கிட்டார்கள்.

இந்திய இராணுவ வாகனங்கள் எங்கள் வீதிகளில் வலம்வந்தன. அந்த நேரம் எங்கள் ஊரில் உலவிய புலிமாமாக்களின் சொற்படி வந்திருந்த இந்தியப் படைகளை வீதிகளில் தோரணம் கட்டி வாழைமரம் கட்டி வீதிகளை அழகாகத் துப்பரவாக்கி வரவேற்றோம். வீதியில் வருகிற அவர்களுக்குக் கைகாட்டி எங்கள் மகிழ்ச்சியைத் தெரிவித்து மகிழ்ந்தோம்.

*1984*ஆம் ஆண்டின் பின்னர் ஆமியை வீதியில் காணுவது அப்போதுதான். அதுவும் இன்னொரு நாட்டு இராணுவம். இனிமேல் எங்கள் கனவுகளில் கெலிகொப்டர் வந்து குண்டு போடாது எறிகணை வெடிக்காதென்ற எத்தனையோ கற்பனைகள் எங்கள் சின்ன மனங்களுக்குள் துளிர்விடத் தொடங்கியது.

அமைதிகாக்க வந்த படையோடு யுத்தம் வரப்போகிறதாமென ஊரில் பெரியவர்கள் பேசிக்கொண்டார்கள். எங்கள் குழந்தைக் கனவுகள் கருகத் தொடங்கியது. எங்கள் குழந்தைக் கனவுகளையும் உயிர்களையும் இந்திய இராணுவ டாங்கிகள் கொன்று போடத் தொடங்குவதற்கான சந்தர்ப்பங்கள் உருவாகிக்கொண்டிருந்தது.

*15-09-1987*அன்று தியாகி திலீபன் உண்ணாவிரதம் இருக்கப் போவதாக ஊரெங்கும் கதைத்தார்கள். ஊர்கூடி அரசியல் கதைக்கத் தொடங்கினார்கள். எங்கள் பிள்ளையார் கோவிலடியிலிருந்து வாசக சாலைவரையும் அந்தக் கதைகள் ஆளாளுக்கு ஏற்ற ஞானத்தின் படி ஆய்வுகள் நிகழ்ந்துகொண்டிருந்தது.

தியாகி திலீபனின் மரணத்தோடு ஒக்ரோபர் 5ஆம் தேதியன்று பன்னிரு வேங்கைகள் பலாலியில் சயனைட் அருந்தி வீரச்சாவடைந்த செய்தி வந்து, எங்கள் கனவுகளில் திரும்பவும் துப்பாக்கிகளும் யுத்த டாங்கிகளும் ஒக்ரோபர் மாதமே இந்திய இராணுவம் புலிகளுக்கு மிடையில் யுத்தம் ஆரம்பித்தது.

இரத்தமும் மரணமும் எங்கள் நிலமெங்கும் நிரம்பத் தொடங்கிய மாதமொன்றில் அவளும் அவளது பெரியம்மாவும் எங்கள் ஊருக்கு வந்தார்கள். அதுவும் ஒரு பாடசலை விடுமுறைதான். அவள் தனது ஊரில் நிகழும் இந்திய இராணுவம் புலிகள் சண்டை பற்றியெல்லாம் சொன்னாள்...

அவளது வீட்டில் அவர்களோடு பழகி அவர்கள் வீட்டில் உண்டு உறங்கி வீரச்சாவான பலரது கதைகளைச் சொன்னாள். தக்காளி யென்ற போராளி அவளது அம்மம்மாவுடன் வந்து அவர்களது மாட்டுக்கொட்டிலில் தங்கியது, மலேரியாவில் பாதித்தது... பின்னர் தக்காளி வீரச்சாவானதையெல்லாம் கண்ணீரோடு சொன்னாள். இந்தியன் ஆமியை ஒவ்வொரு குழந்தையும் வெறுத்து ஒதுக்கியதற் கான சாட்சியமாக அவள் தனது வெறுப்பையெல்லாம் சொன்னாள்.

காலம் 1990...

இந்திய இராணுவ வெளியேற்றம் நிகழ்ந்து யாழ்தேவியில் ஊருக்கு, வெளிநாட்டிலிருந்து ஆட்கள் வரத் தொடங்கினார்கள். அவளது தம்பி ஒருநாள் காணாமல் போய்விட்டான். அவனது சயிக்கிள் வீட்டுக்கு வந்தது. அவன் இயக்கத்துக்குப் போய்விட்டான். அவள் அழுதாள். தம்பியைத் தேடித் திரிந்தாள். அவன் பயிற்சிக்குப் போய்விட்டான். மத்தியக் கிழக்கிலிருந்து திரும்பிய அவளது அம்மாவுக்கு அவனில்லாமல் போனது பெரும் துக்கமாகியது.

யேர்மனி போன எங்கள் வீட்டு மணமகள், அவளது மாமியாக ஒரு குழந்தையுடன் வந்திறங்கினா. குழந்தைக்கு நேர்த்தி செய்ய நைனாதீவுக்கு போகப் போவதாகவும் வீட்டில் பேசிக்கொண்டார்கள். வெளிநாட்டு வரவான அந்தக் குழந்தையை நாங்கள் ஆளாளுக்குப் போட்டிப் போட்டுத் தூக்குவது, விளையாடுவது என இரண்டு குடும்பமும் ஒரேயிடத்தில் சில வாரங்கள் கூடினோம்.

ஒருநாள் பின்னேரம் அம்மா சொன்னா, அவளும் நானும் வீட்டிலை நிண்டு சமைக்கட்டாம் மற்றவையெல்லாரும் நைனா தீவுக்குப் போகினமாம். நைனாதீவுக் கடலில் பயணிக்கும் எங்கள் இருவரது ஆசையும் நாசமாப்போனது. அவளும் நானும் அழாக்குறை. காலமை விடிய வெள்ளன எல்லாரும் எழும்பி இருட்டோடு பஸ்சேறிப் போக வெளிக்கிட அம்மாவுக்குச் சொன்னேன்.

"போட்டு வாங்கோ உப்புக்கறி சமைச்சு வைக்கிறோம்..."

எங்கள் இருவரின் கண்ணீர் சோகம் எல்லாத்தையும் ஒருவரும் கவனிக்கேல்ல... அவையெல்லாரும் போட்டினம்...

அன்றுதான் முதல் முதலாக அவளும் நானும் வீட்டுக்காறருக்கு சமைக்கப்போகிறோம். அவளும் நானும் சமையலுக்கு அடுப்பு மூட்டி ஆரம்பமானோம். சோறு புக்கையாப் போச்சு. அதை பானையோடு கொண்டு போய் கிணற்றடியில் நிண்ட மாதுளமரத்து வேருக்குக்

கிட்ட கிடங்கு கிண்டி புதைச்சோம். புதிசா சோறு அவிய பக்கத்தில நிண்டு பாத்து அவள்தாள் வடித்தாள்.

கத்திரிக்காய் பால்கறியை நான் இலகுச்சமையலென எனது கையில் எடுத்து கத்தரிக்காயை அவளோடு கதைச்சுக் கதைச்சு மசிக்கத் தொடங்கினேன். சட்டி அடியாலை உடைஞ்சு அடுப்புக்கை கத்தரிக்காய் பால்கறி போக மிஞ்சியதை அடுப்பிலிருந்து அள்ளி ஒரு கிண்ணத்தில் போட்டு வைத்தேன்.

எங்களுடைய முதல் சமையலை அன்று இருவரும் சேர்ந்து முடித்தோம். எங்கள் இருவரின் சமையலைச் சாப்பிட பகல் வீட்டை வந்தவைக்கு அன்று சோதனைதான். நான் சொன்ன மாதிரி நான் செய்த எல்லாத்திலும் உப்பு கூடவாம். ஏதோ கோபத்தில சொன்னது உண்மையானதுக்கு அம்மா பேசினா.

எங்கள் ஊருக்கு அவள் வந்தால் நானும் அவளும் சயக்கிளில் டபிள் போவோம். தோட்டம் துரவு முழுக்க சுற்றி வருவோம். அவள் ஊருக்கு நாங்கள் புத்தூரால் வாதரவத்தை வெளி வண்ணாத்திப்பாலம் தாண்டி சயிக்கிளில் போயவரத் தொடங்கினோம்.

காலம் 1990 ஆனி...

இரண்டாம் கட்ட ஈழப் போரின் ஆரம்பம். எங்கள் ஊர் மீளவும் இடம்பெயரத் தொடங்கியது. பலாலியிலிருந்து வருகிற எறிகணைகள் எங்கள் ஊருக்குள்ளும் விழத் தொடங்கியது. முதல் சண்டை ஆரம்பமாக அவளது ஊருக்கு நானும் எனது தங்கைகளும் அவளது வீட்டுக்குப் போனோம். அம்மா, அப்பா ஊரில் கொஞ்சத் தூரம் தள்ளியிருந்தார்கள்.

அவளது ஊரின் குளத்திலும் தரவைகளிலும் குளித்து நீச்சல் பழகி அந்த மணல் நிலமெங்கும் விளையாடித் திரிந்தோம். அவளது இயக்கத்துக்குப் போன தம்பி ஊருக்கு வந்தான். தென்மராட்சிப் பொறுப்பாளராக இருந்த பாப்பாவுடன் மோட்டசயிக்கிளில் திரிந்தான்.

மீசாலையில் இருந்த முகாமொன்றில் அவன் இருப்பதாகத் தகவல் அறிந்து, அவள் அவனைப் பார்க்கப்போகப் போவதாய் சொன்னாள். ஒருநாள் சாவகச்சேரி சந்தைக்கு என்னையும் கூட்டிக் கொண்டு போனாள். வீதிகளில் அவளைத் தெரிந்த பலருக்கு என்னை அறிமுகம் செய்துவைத்தாள்.

சந்தையில் மாம்பழம் இன்னும் சில இனிப்புப் பண்டங்களும் வாங்கினாள். அது தம்பிக்கு, அன்று மாலை சந்திக்கும் போது கொடுக்க வேணுமென்றாள். அவள் கல்வி கற்கும் சாவகச்சேரி இந்து மகளிர் கல்லூரிக்கு அவளது ஊரிலிருந்து போய்வருவது தூரம் என்பதால், அங்கேயொரு வீட்டில் தங்கியிருந்து தான் படிப்பதாய் சொன்னாள். தான் தங்கியிருந்த வீட்டுக்குக் கூட்டிப்போனாள். அங்கே ஒரு அன்ரியும் இரண்டு பெண் பிள்ளைகளும் இருந்தார்கள். அவர்களில் ஒருத்தியும் இவளும் ஒரே வகுப்பாம். அவர்களுக்கு என்னைத் தனது மச்சாள் என சொன்னாள். தனது தம்பி மீசாலையில் வந்து இருப்பதாக அன்ரிக்குச் சொன்னாள். அன்று அவனைப் பார்க்கப்போவதாகவும் சொல்லிவிட்டு வெளிக்கிட்டாள்.

O

அன்று மாலை அவளது தம்பியைப் பார்க்க அவன் இருந்த மீசாலை காம்புக்குப் போனோம். வரியுடுப்போடு எங்கள் முன் வந்திருந்தான். வேறும் மூன்று பேர் வந்தார்கள்.

“இது அக்கா... இது மச்சாள்...”

எங்கள் இருவரையும் அவர்களுக்கு அறிமுகம் செய்துவைத்தான். அவர்களை ஏற்கெனவே வீதிகளில் கண்டிருக்கிறேன். இன்று அவர் களுடன் கதைக்கும் வாய்ப்புக் கிடைத்தது.

“நீங்க ரெண்டு பேரும் எப்ப இயக்கத்துக்கு வரப்போறியள்...?”

அவர்களில் ஒருத்தன் எங்களுடன் கதையை ஆரம்பித்தான்.

“இப்பவே வரலாம்..? எடுப்பீங்களோ..?” என்ற எனது பதிலை அவன் எதிர்பார்க்கவில்லையோ என்னவோ, சிரித்துச் சமாளித்துக் கொண்டு, “மட்டுவிலில இருக்கிற அக்காக்களிடை காம்புக்கு போங்கோ... அவைக்குச் சொல்லிவிடுறம்...”

அடுத்தவன், அவனுக்கு முதுகில் அடித்தான். “வாயை வைச்சுக் கொண்டு சும்மாயிருக்க மாட்டியே...?”

அடுத்தவன் எங்களுக்குத் தேநீர் கொண்டுவந்து தந்தான். நாங்கள் அமர்ந்திருந்த மேசையில் பல புத்தகங்கள் பத்திரிகைகள் இருந்தது. அதிலிருந்து ஈழநாதம் ஒன்றை எடுத்தேன். மச்சான், மச்சாள், மற்றையவர்கள் மூன்று பேரும் கதைக்க ஈழநாதம் பத்திரிகையில் வந்திருந்த கவிதைப் பக்கத்தைத் தேடி வாசித்தேன்.

"அக்காக்குக் கவிதை பிடிக்குமோ...?"

"இல்ல உங்கடை கதையும் பிடிக்கும்..." சிரித்துக்கொண்டு சொல்லிவிட்டுப் பத்திரிகையை மேசையில் வைத்தேன்.

அவன் போரியல் வரலாற்று நூலொன்றைப் பற்றிச் சொல்லிக் கொண்டிருந்தான். தான் படித்த புத்தகங்கள் சிலவற்றைப் படிக்கும் மாறும் சொன்னான். நல்லதொரு இலக்கிய ரசனைமிக்கவனாக அவனது நூல்கள் பற்றிய அறிதல் இருந்தது. போராட்டம், போர்க் களம், தாயகம் பற்றிய அவனது ஆதங்கம் கருத்துகள் மனசுக்குள் ஒரு களத்தைக் காண்பித்துக்கொண்டிருந்தது. ஒவ்வொருவரும் போராட வேண்டுமென்ற கட்டாயத்தைத் தனது அனுபவத்தால் அறிந்த யாவற்றையும் சொல்லி விளக்கிக்கொண்டிருந்தான்.

அந்தச் சந்திப்பு சில நல்ல பண்பாளர்களையும் தாயகப் பற்றாளர் களையும் தந்திருந்தது. இரண்டரை மணித்தியாலம் கதையும் சிரிப்புமாய் கழிந்தது. சயிக்கிள் நிறுத்திய மரத்தடிக்குப் போனேன். அவள் கண்ணீரோடு அவள் தம்பியிடமிருந்து விடைபெற்றாள்.

"நாங்களும் தம்பிதானக்கா உங்களுக்கு..." என அவர்களில் ஒருத்தன் சொன்னான். வாசல்வரை அவன் வந்து அக்காவை வழியனுப்பிவிட்டான்.

"இங்காலை வரேக்க வா அக்கா" என்றான் அவன்.

அவர்களது முகாமைவிட்டு வீதிக்கு ஏறினோம். அவள், அவனைப் பற்றிச் சொல்லியழுதாள். அவன் வீட்டை வர மாட்டானாம். அம்மா பாவம். எனத் தாயை நினைத்துக் கலங்கினாள்.

O

நாங்கள் பிரதான வீதியில் ஏறினோம். அவள் தனது மனசுக்குள்ளிருந்த பல கதைகளை எனக்குச் சொல்லிக்கொண்டிருந்தாள். அவளைத் துரத்துகிற சயிக்கிள்கள் பற்றி... அவளுக்கு எழுதப்பட்ட கடிதங்கள் பற்றி... அந்த இடைக்குள் வேம்பிராய் தாண்டி றோட்டுக்கரையை அண்டிய ஒரு வீட்டடியில் சயிக்கிளை நிப்பாட்டச் சொன்னாள்... அவளுடன் படிக்கும் ஒரு தோழி அந்த வீட்டில் இருப்பதாகச் சொன்னாள். அவர்கள் எனக்கு அறிமுகமில்லாதபடியால், "நான் வரேல்ல...நீ போட்டு வா நான் வெளியில நிக்கிறேன்..."

நான் அந்த வீதியில் காவல் நிற்க, அவள் அந்த வீட்டுக்குப் போய் கொஞ்ச நேரம் களித்து வந்தாள். வரும்போது அருநெல்லிக்காய்

ஒரு பை நிறையக் கொண்டு வந்தாள். நான் ஒரு அருநெல்லிக்காய் சாப்பிடும் கொடு என்பதை அவளுக்குச் சொல்ல... எனக்கு இனி மேல் இலவச அருநெல்லி கிடைக்க அவள் வழிசெய்வதாய் சொன்னாள்.

நான் சயிக்கிள் மிதிக்க அவள் கரியரில் இருந்து கதைத்துக்கொண்டு வந்தாள். வறணிக்கு கிட்டவாக இரண்டு பொடியள் எங்கடை சயிக்கிளைத் துரத்திக்கொண்டு வந்தினம். அவளோடு அவை கதைச்சினம். ஒருத்தன் நாமப்பொட்டு வைத்து நடுவில் குங்குமம் வைத்து சாமி பக்தனாய் வந்தான். அவன்தான் இவளோடு அலட்டிக் கொண்டு வந்தான். அவளும் கனநாள் பழகினவையோடை கதைக்கிற மாதிரி அவனோடு கதைத்துக்கொண்டு வந்தாள்.

"காட்டுத்தேன் வேணும். உங்கடை பக்கம் எடுக்கலாமெல்லோ? நாளைக்கு அங்காலை வருவம்... வீட்டை வரலாமோ..." எனக் கேட்டான்.

"அதுக்கென்ன வாங்கோ... அம்மம்மாக்குத் தெரிஞ்ச தேன் விக்கிறவையும் இருக்கின" மெண்டாள்.

"அப்ப அம்மம்மாட்டை கேட்டு வையுங்கோ..." என்றான் அவன்.

அவளது வீட்டுக்குப் போகும் ஒழுங்கைக்குள் நாங்கள் இறங்க அவர்கள் நேரே போனார்கள். ஒழுங்கையில் இறங்கிய பின்னர் சொன்னாள். நாமப்பொட்டு வைச்சிருந்தவன் அவளது அப்பாவின் உறவாம்... ஏற்கெனவே தெரியுமாமெண்டாள்.

O

மறுநாள் வெள்ளிக்கிழமை சுட்டிபுரம் அம்மன்கோவிலுக்குப் போவமென்றாள். எனக்கும் புதிய ஊரில் ஒரு கோவிலுக்குப் போக விருப்பமாயிருந்தது. பின்னேரம் நாங்கள் குளத்தில் போய் குளிச்சிட்டு வந்தோம். முதல் நாள் சந்தித்த அந்த இரண்டு பொடியளும் அவளது வீட்டு ஒழுங்கையில் வந்து அவளது வீட்டையடைந்தார்கள். அம்மம்மா வீட்டில் இல்லாததால் அவர்களுக்கு தேன் வாங்க முடியாமல் போனது. தேநீர் போட்டுக் கொடுத்தாள். குடித்துவிட்டுப் போனார்கள். வீட்டில் நடந்த இந்த நிகழ்வுகளை அவதானித்த ஒரு நல்லுறவு அவளது அம்மம்மாவுக்கும் பெரியம்மாவுக்கும் போட்டுக் குடுத்துவிட, மாடுகளைப் பட்டியில் அடைத்த குறையில் விட்டு விட்டு ரெண்டு பேரும் அவளிடம் வந்தார்கள்.

"யாரவங்கள்..? இஞ்சையெப்பிடி வருவாங்கள்..?" என திட்டு விழுந்தது. அவள் பெரியம்மா என்னையும் கேட்டாள்.

“உனக்கும் அவங்களைத் தெரியுமா..?”

அவா கேட்டு முடிக்க முதல் நான் இல்லையெனத் தலை யாட்டினேன். என்ரை அம்மா இதெல்லாம் அறிஞ்சா என்ர நிலைமையை நினைக்க குளத்தில குளிச்சு வந்த சந்தோசமே போய்த் தொலைந்தது.

O

வேம்பிராய் அருநெல்லிக்காய் வீட்டடி வாசலில் நான் காவல் நிற்க, அவள் அங்கே போய் கனநேரத்துக்குப் பிறகு நிறைய நெல்லிக் காயோடு வருவாள். நெல்லிக்காய்க்கெடு நான் புளிக்கப்புளிக்க நெல்லிக்காயைச் சப்புவேன்.

அந்த வீட்டுக்கு வெளியில் வீதிக்கரையில் நான் பலதரம் நின்ற போது அதாலை போய்வரும் மோட்டார் சயிக்கிளொண்டு அடிக்கடி முறாய்ச்சுப் பாத்துக்கொண்டு போகும். நானும் அந்தக் கண் பார்வை என்னைவிட்டு விலகும்வரை ஏலுமெண்டா பார் பாப்பமெண்டு பார்ப்பேன். அந்த மோட்டார் சயிக்கிளில் போகும் போராளி நான் றோட்டில் நிக்கிற விசயத்தை அவளது அம்மம்மாவுக்கு ஒருக்கா சொல்லிவிட்டது போதாமல் என்னையும் ஒருக்கா வந்து கேட்டிச்சுது.

“உதிலை என்ன அலுவல்...?” அவள் தனது சிநேகிதியைப் பாக்கப் போட்டாள். அவளுக்காக நான் காத்திருப்பதாய் சொன்னேன்.

“உதிலை நெடுக நிக்க ஆக்களென்ன நினைப்பினம்..?” என்றான் அவன்.

“பாவமெண்டு நினைப்பினம்...” இது நான்.

அதற்குள் அவள் நெல்லிக்காயோடு வந்து சேர்ந்தாள். “அண்ணை எப்பிடியிருக்கிறீங்கள்? தம்பியையெப்பிடி இருக்கிறான்?” அவர்கள் கதைக்க அவள் கொண்டு வந்த அருநெல்லிக்காயை நான் சப்பத் தொடங்கினேன்.

பேக்கோவம் வந்திச்சு எனக்கு. முறால்... முறால்... மனசுக்குள் அவனைத் திட்டினேன். வளமையா அந்த முறால் மூஞ்சையின் பார்வை மறையும் மட்டும் பாக்கிறனான் அண்டைக்கு நிமிந்தும் பாக்கேல்ல...

அவன் அவளுக்குச் சொன்னான்... “அந்த வீட்டை போகேக்க என்னையும் உள்ளை கூட்டிப்போகச் சொல்லி... நெடுகலும் உப்பிடி தெருவில நிண்டா ஆக்கள் என்ன நினைப்பினம்... இவள் தான்

ஆக்களைத் தெரியாதெண்டு வரமாட்டனென்றவள்... அதான் நானும் விட்டிட்டுப் போறனான்...”

அவன் என்ன நினைத்தானோ சிரித்தான். “நெல்லிக்காய் மரத்தை குப்பிளானில கொண்டு போய் நடுங்கோ...” என்று சொல்லிவிட்டுப் போனான். அண்டையிலயிருந்து எனக்கு அந்த மோட்டார் சயிக்கிளைக் கண்டால் கீரியைப் பாம்பு கண்ட நிலைமைதான்.

அப்பிடித்தான் ஒருநாள் அவளது ஊரிலிருந்து எனது ஊருக்குத் தனியாப் போய்க்கொண்டிருந்தேன். மட்டுவில் அம்மன்கோவில் தாண்டினதோடை என்ர சயிக்கிள் தன்ரை மூச்சைவிட்டிட்டுது. இடையில ஒரு சயிக்கிள் கடையும் இல்லை. புத்தூர் வந்தால்தான் காற்றடிக்கலாம். நடைக்கோச்சில சயிக்களை உருட்டிக்கொண்டு வந்துகொண்டிருக்க, வண்ணாத்திப் பாலத்தாலை முறால் இன்னொரு ஆளையும் ஏத்திக்கொண்டு மோட்டார் சயிக்கிளில் வந்து கொண்டிருந்தது.

கிட்ட வந்து நிப்பாட்டி, அருநெல்லி எனச் சொல்லீட்டுப் போச்சுது. அருகில கிடந்ததாலை தூக்கியெறிய வேணும்போலையிருந்தது. அது போதாதெண்டு “நடடா ராசா மயிலைக்காளை நல்ல நேரம் வருகுது...” பாட்டையும் பாடிக்கொண்டு போய்ச்சுது.

O

காலம் 1991... ஆடி...

ஆனையிறவு ‘ஆகாயக்கடல் வெளிச்சமர்’ அத்தாக்குதலை ‘இலங் கையில் இரு மரபுவழி இராணுவங்கள் உள்ளன’ என பி.பி.சி. வர்ணித்த அச்சமருக்கு முன்னர் உப்பளவெளி முகாமையண்டிய இடங்களில் எல்லாம் பதுங்குகுளிகள் அமைத்துக்கொண்டிருந்தனர் புலிகள்.

அந்த உப்பளவெளிக் கள நாயகர்களுக்கு உதவியாக பதுங்குகுளி அமைத்தல், மண்மூடை கட்டுதலை அவள்கூடச் சேர்ந்து நானும் அந்த இடங்களுக்குச் சென்றேன். அந்த நிகழ்வுகள் எனக்குள்ளும் ஒரு நிமிர்வையும் தைரியத்தையும் தந்தது.

பெண்களுக்கென வரையறுக்கப்பட்ட விதியை மாற்றியெழுதிய அக்காக்கள் பலர் அங்கே அறிமுகமானார்கள். அவளும் நானும் அக்காக்களுடன் நிற்பதனை அறிந்த வீட்டுக்காரர் இரண்டு பேரையும் தனித்துப் பிரித்தார்கள். அவளது ஊருக்கு நான் போவதற்குத் தடையுத்தரவு விழுந்துவிட்டது.

1990 மாவீரர் வாரத்தில் தன் ஒலிபரப்பை ஆரம்பித்த புலிகளின் குரல் வானொலியில் வீரம்மிக்க எழுச்சிமிக்க படைப்புகளும் அஞ்சலிகளும் ஒலித்துக்கொண்டிருக்கும். இரவு ஒலிபரப்பில் வரும் சோகத்தையெல்லாம் சயிக்கிள் சில்லைச் சுற்றி டைனமோவில் வானொலியை இணைத்து புலிகளின் குரலைக் கேட்போம்.

ஆனையிறவுச்சமர் நிகழ்ந்துகொண்டிருந்தது. நாங்கள் குடியேறிய மேற்கு ஏழாலையில் அமைந்துள்ள உத்தமன் சிலையடியில் பொருத்தப் பட்ட ஒலிபெருக்கி இரவு ஒலிபரப்பை ஊரெங்கும் கேட்க வைக்கும். ஒலிபரப்பு ஆரம்பமாக நாங்கள் இருந்த வீட்டின் முன் தென்னையில் போயிருந்து புலிகளின் குரலைக் கேட்டுக்கொண்டிருப்பேன். சொல்லிப்புரிவிக்க முடியாத உணர்வலைகளை அந்த ஒலிபரப்புத் தந்து கொள்ளும்.

ஆனையிறவில் தமிழர்படை மும்முனைகளாலும் பலம் பொருந்திய இராணுவத்தின் பலத்தையெல்லாம் தாக்குப்பிடித்து சமர் நிகழ்ந்து கொண்டிருந்தது. அந்த அக்காக்கள் பற்றி அந்தச் சமர்முனையின் அண்ணாக்கள் பற்றி எழுதத் தொடங்கினேன்.

கவிதைகளாக கதைகளாக எழுதியவற்றையெல்லாம் தெருக்களில் செய்திப் பலகையின் அருகில் உள்ள தபாற்பெட்டிக்குள் எழுதிப் போட்டுவிடுவேன். அவை வானொலியில் ஒலிபரப்பாகின்ற போது பெருமிதமாக இருக்கும்.

ஒருநாள் அப்பாவின் நண்பர் எனது பெயரை வானொலியில் கேட்டுவிட்டு, "உங்கடை மகள் கவிதையெழுதுவாவோ..? நேற்று ரேடியோவில கேட்டனான்..." என்றதோடு, நான் சங்கக்கடைக்குப் போன நேரம் எனக்கும் எனது கவிதையைக் கேட்டது பற்றிச் சொன்னார். அப்பாவுக்குத் தெரியாத கவிதைகள் எனக்குள் இருப்பதை அப்பா அறியாமல் இருந்தார். அதனால், "அது அவளாயிருக்காது. வேறை யாரும் அவளின்ரை பேரில எழுதியிருக்குங்கள்" என்றிருக் கிறார்.

என்னண்ணை எனக்குத் தெரியாதே உங்கடை பேருமெல்லொ வந்தது என்ற அவரது விளக்கம், வேலையால் அப்பா வீட்டுக்கு வந்ததும் அம்மாவின் காதுக்குள் போடப்பட்டது. ஒலிபரப்பு ஆரம்ப மானதும் நான் தென்னைமரத்தோடு ஒட்டிப்போவது ஏனென்ற காரணங்களை அம்மாவும் அப்பாவும் கண்டுபிடித்துவிட்டார்கள்.

"படிக்கிற வழியைக் காணேல்ல... கவிதை எழுதுறாவாம்..." என்று அம்மா பேசினா. பக்கவாத்தியம் அப்பாவும் சேர்ந்தார்.

அப்போது நான் கற்றுக்கொண்டிருந்த வாணி கல்வி நிலையத்தில் கற்கும் சகதோழிகள், தோழர்கள் வரையும் எனது கவிதைகள் போயிருந்தது. வீட்டுத் திட்டுகளையெல்லாம் எங்கள் நண்பர் குளாமுக்கு அறிவிக்க அங்கே என் கண்ணீரைத் துடைக்கப் பல கைகள் எனக்குப் பலமாயிருந்தன. ஆனையிறவுச் சமர்க்களத்தில் நிற்கிற அண்ணாக்களுக்கும் அக்காக்களுக்கும் நாங்கள் ஆதரவாய் பின்தள ஆதரவுகளை வழங்கிக்கொண்டிருந்தோம்.

காயமடைந்து வருகிறவர்களுக்கான பராமரிப்பு, உலர் உணவு சேகரிப்பு என எல்லாக் கல்வி நிலையங்களும் செய்துகொண்டிருந்தது. எங்கள் பங்களிப்பும் கோரப்பட்டது. எங்கள் வகுப்பிலிருந்து ஒரு குழு தயாரானது. வீட்டுக்காரருக்குப் பயப்பிடாமல் வேலைகளில் இறங்கினோம். அதுவொரு பொற்காலம் அப்படித்தான் நினைப்ப துண்டு.

1500 போராளிகள் வரையில் அங்கவீனர்களாகவும் 600க்கு மேற் பட்டோர் வீரச்சாவடைந்தும் ஒன்றரை மாதச் சமர் முடிவுக்கு வந்தது.

O

அவள் இப்போது எங்கள் வீட்டுக்கு வருவதில்லை. காரணம் சொல்லாமல் அவள் வரவு நின்றுபோனது. ஒருநாள் அவளது மாமா நாங்கள் இடம்பெயர்ந்திருந்த மல்லாகம் கல்லாரைக்கு சயிக்கிளில் வந்தார். பெரியவர்களுக்குள் குசுகுசுத்தார்கள்.

விடயம் மெல்லமெல்லப் பரவியது. அவள் ஓடிப்போய் விட்டாளாம். பதினேழு வயதில் அவள் ஒருவனைக் காதலித்து அவனோடு வாழப்போய்விட்டாளாம். அம்மா என்னைக் கூப்பிட்டா. கோவத்தோடு கேட்டா, "உனக்குத் தெரியாதோ..? அவள் ஆரை விரும்பினதெண்டு..?"

எனக்குத் தெரியாதென்று ஊரிலிருந்த எல்லாச் சாமிகள்மீதும் சத்தியம் செய்தேன். அம்மாவும் நம்பவில்லை. அவளது மாமாவும் நம்பவில்லை. நெல்லிக்காய் வீடும் அவள் போக்குவரத்துப் பற்றியும் சொன்னேன். ஒரு சீவனும் நான் சொன்னதை நம்பவேயில்லை. அவள் யாரோடு ஓடிப்போனாள் என்பது எனக்குத் தெரியும் என்றுதான் எல்லாரும் அடம்பிடித்தார்கள்.

அத்தோடு அவளது கதை முடியாமல் யேர்மனிவரையும் கதை கடிதமாகப் போய், அவளது மூத்த மாமாவுக்கும் எனது

சித்தப்பாவுக்கும் நான்தான் வில்லியாகினேன். அவளை யாரோடோ நான்தான் இணைச்சுவிட்ட மாதிரி கதைபோய், நான்தான் அவளை அனுப்பிய துரோகியாகிவிட்டேன். காரணமில்லாமல் நான் துரோகி யாக்கப்பட்டேன்.

வீட்டில விழுந்த திட்டுக்கும் நம்பிக்கையீனத்துக்கும் ஆறுதல் தேடி வாணியில் படித்த நட்புகளுக்கே சொல்லியழுதேன். அதற்குப் பின்னர் அவள் பற்றி எதுவும் தெரியாது. எங்கோ குடும்பமாகக் குழந்தைகளுடன் வாழ்கிறாள் என்றது மட்டும்தான் எனக்கும் தெரிஞ்ச தகவல்.

அதற்கும் பின்னால் நானும் புலம்பெயர்ந்து அவளைக் கிட்டத் தட்ட மறந்தே போயிருந்தேன். எப்போதாவது ஞாபகம் வரும்போது அவளை ஒருகாலம் சந்திக்க வேணுமென்று நினைச்சுக்கொள்வேன்.

காலம் 2011 யூன் மாதம்...

அண்மையில் அம்மா சொன்னா, "யாழினி டெலிபோன் நம்பர் கேட்டவளாம்..? குடுக்கவோ..?"

"எங்கை... எப்பிடி... என்ன செய்யிறாள்..?" என்ற எனது கேள்வி களுக்கு அம்மா சொன்னா, "அவளின்ரை புரிசன் பூசாவிலயாம். கலியாணம் கட்டின பிறகு பொடியன் இயக்கத்தில சேந்ததாம். நான்கு பிள்ளையளாம். இப்ப முகாமிலயிருந்து போய் மாமியாரோடை இருக்கிறாளாம். சரியான கஸ்ரமாம். உன்னோட கதைக்க வேணு மெண்டு கேட்டவளாம்.

அவள் நிச்சயம் உதவிக்காகத்தான் எனது தொடர்பைக் கேட்டு இருப்பாள் என்பது புரிந்தது. அவளைப்போல தங்களது கணவர் களை, மகன்களைத் தடுப்பில் விட்டுவிட்டுத் துடிக்கிற பெண்களும், காணாமற்போன தங்கள் உறவினர்களைத் தேடும் குடும்பங்களும் உதவி உதவியென்று வருகிற விண்ணப்பங்களை நிராகரிக்க முடி யாமல் ஒவ்வொருவரிடமும் உதவுங்கள் உதவுங்கள் என்ற இறைஞ்சல் எனது இரவுகளையும் பகல்களையும் நிம்மதியையும் பறித்து விட்டிருக்கிற இந்த நாளில் இவளும் உதவிக்காகவே உறவை மீளப் புதுப்பிக்கிறாள்...

வேலையை இழந்து ஐந்து மாதங்களாக எனது சுமைகளைத் தாங்க முடியாத இக்கட்டோடு அல்லாட இவளுக்கு உதவ என்ன செய்ய...? அவள் பற்றிப் பிள்ளைகளுக்குச் சொன்னேன்.

"ஏனம்மா நேசக்கரத்துக்கு உதவிற ஆக்களிட்டை கேளுங்கோவன்? அந்த அன்ரியும் சண்டையில தானேயம்மா கஸ்ரப்பட்டவா?"

"சொந்தக்காரருக்கெல்லாம் நேசக்கரம் உதவேலாது பிள்ளையள்! அம்மா வேலைசெய்துதான் செல்லங்கள் அவாக்கு உதவ வேணும்."

"அதெப்பிடியம்மா..?"

பிள்ளைகள் தங்கள் பக்க நியாயங்களை அடுக்கிக்கொண்டு போனார்கள்.

வெறுங்கையாய் நிற்கிற என்னிடம் உதவி வேண்டுகிற அவளுக்கு உறவாக மச்சினியாக நான் கட்டாயம் உதவ வேண்டும். ஒரு குறுகிய காலத்தில் நல்லுறவாகத் தோழியாக இருந்த அவளுக்காக அவளது பிள்ளைகளுக்காக அடிக்கடி கரம் தருகிற Barclays Bank கிரெடிட் கார்டையே நம்பியிருக்கிறேன்.

•

11.09.2011

11. காலம் கரைத்துவிட்ட வசந்தங்கள்

வேலை முடித்து வீட்டுக்குள் கால் வைத்த போது, காதுக்குள் நுளைந்த பாடல் அது... 'வானுயர்ந்த சோலையிலே நானிருந்து பாடுகிறேன்' இதயக்கோவில் படத்தில் மோகன், அம்பிகாவின் நடிப்பில் வெளியான படம். இதுவரை படத்தைப் பார்க்கவில்லை. எனது 13ஆவது, 14ஆவது வயதில் 1987 – 1988 வரையான காலத்தில் கேட்ட பாடலென்றுதான் ஞாபகம்.

அந்தப் பாடல்களை அந்தப் படங்களை எனக்கு வரி தப்பாமல் சொல்ல ஒருத்தியிருந்தாள். படிப்பு, அது தவிர்ந்தால் எதுவும் அனுமதியில்லாத எனது வீட்டுச் சூழலிலிருந்து அவளது வீடு வித்தியாசமானது.

அவளது அயல்வீட்டில் வார இறுதி நாட்களில் விடியவிடிய சினிமாதான். அந்தக் கால அமலா, நதியா, மோகன், சுரேஷ், கார்த்திக் என எல்லாருடைய படங்களும் ஓடும். அவளது அம்மா, அப்பா எல்லாரும் கூடியிருந்து அயல்வீட்டில் படம் பார்ப்பார்கள். சில வேளைகளில் சினிமாக் கொட்டகைகளுக்கும் அவள் போனதாகச் சொல்வாள். அவளுக்குத் தெரியாத பாடல்களே இல்லையெனும் அளவு அவள் எல்லாப் பாடல்களையும் ஞாபகம் வைத்துப் பாடிக் காட்டுவாள்.

அவளும் நானும் அதிகம் பேசத் தொடங்கியது, உறவாடத் தொடங்கியது 6ஆம் வகுப்பு சித்தியடைந்து 1986 வசாவிளான் மத்திய மகாவித்தியாலத்துக்குப் போன நேரம்தான். நான் குப்பிளான் விக்னேஸ்வராவிலிருந்து போக குரும்பசிட்டி பரமானந்தாவிலிருந்து அவளும் வசாவிளானுக்கு வந்தாள். எனது வகுப்புக்கே அவளும் வந்தாள். புதிய முகங்கள் நடுவில் எனது ஊர்க்காரி அவளுடன்தான் போயிருந்தேன். உயரவமானவர்களைப் பின்வரிசையில் இருத்தினார்கள். அத்தோடு நானும் அவளும் இன்னும் மூன்று பேரும் எங்கள் வகுப்பில் அதிக உயரமாகையால் கடைசி மேசையில் எங்கள் படிப்பு ஆரம்பமானது.

அவள் குரும்பசிட்டியால் வசாவிளானுக்கு வந்துவிடுவாள். நான் பலாலி வீதியால் போய்விடுவேன். கிடைக்கின்ற இடைவெளி களில் அவளிடமிருந்து படக்கதையும் பாட்டும்தான் கேட்டுக்கொண் டிருப்பேன்.

அவள் சொல்லும் படங்களை நானும் பார்க்க விரும்புவேன். வீட்டில் சினிமாவென்று சொன்னாலே சொல்லத் தேவையில்லை. அம்மா அடிக்கடி படிப்பு படிப்பென்றுதான் ஓதிக்கொண்டிருப்பார்.

அப்பா வசந்தமாளிகை படத்தில் சிவாஜி கணேசனின், வாணி சிறியின் நடிப்பையும் வசனங்களையும் பாடமாக்கி, கள்ளடித்துவிட்டு ஊரெல்லாம் கேட்கப் பாட்டுப் பாடுவார். தனது இழந்துபோன காதலியின் வேலியில் போய் நின்று வெறியில் வசந்தமாளிகையைப் புதுப்புதுப்பித்து உரைப்பார். வேலியைப் பிரித்துக்கொண்டு வந்து வெட்டு விழும்போல வேலிக்கால் குரல்கள் வரும். பின்னர் அப்பாவை இழுத்துக்கொண்டுபோய் அம்மாவும் நாங்களும் அப்பாவின் வாயை மூடுவிக்க ஆயிரம் வழிகளைத் தேடுவோம். ஆனாலும், அப்பா ஆளையறியாத வெறியிலும் கண் விழிக்கும் நேரமெல்லாம் காதலியின் பெயரை உச்சரிக்க மறப்பதேயில்லை.

அப்பாவின் சினிமாப் பைத்தியம் எங்களில் ஒட்டிவிடாமல் நாங்கள் படிக்க வேணும் என்பதும் தமிழர்களால் பெரும்பாலும் உச்சரிக்கப்படும் டாக்டர் தொழிலையுமே அம்மா கனவு காணுவா. காதில கொழுவி அம்மாவை நாங்கள் வருத்தம் சோதிக்க வேணுமெண்டது அம்மாவின் கனவு. அயல் பிள்ளைகள் அல்லது பாடசாலை நண்பர்கள் எவருடனும் பழக்கம் வைத்துக்கொள்ள அல்லது போய்வர எதுவித அனுமதியுமில்லை. காலமை பொழுது விடிய முதல் எழும்பிப் படிப்பு, விடிஞ்சா வீட்டு வேலைகளுக்கு உதவிவிட்டு 7.30க்கு பள்ளிக்கூடம் போய் மதியம் 2 மணிக்கு வந்து டியூசன் படிப்பு, மாலை இருளில் வீடு வந்து வளமையான சுழற்சி. அந்த வயதுக்கான விளையாட்டு அயல் பிள்ளைகளுடன் ஓடியாடி உலாத்தல் எதுவுமில்லை.

அம்மாவில் கடும் கோபம்தான் வரும். அதுவொரு சிறைச்சாலை போலவேயிருந்தது. எங்கள் வீட்டுக்கு ஒரு வளவு தாண்டியிருந்த வயிரவர் கோயில் ஆல்விழுதில் ஊஞ்சல் ஆடியும் வாசகசாலையின் முன்னுக்குக் கிளித்தட்டு விளையாடுவதற்கும் அனுமதியில்லை. ஊர்ப் பிள்ளைகள் அங்கே விளையாடுவதை வடக்குப் பக்க வாசல் கதவாலும் யன்னல் கம்பிகளாலும் நானும் தங்கைகளும் வரிசையில் நின்று

பார்ப்போம். சில வேளைகளில் அம்மா வரும் நேரத்தை முன்கூட்டி அறிந்தால், அம்மா வர முதல் ஆலடியில் போய் விளையாடுவோம். அம்மாவின் அரவம் கேட்டால் ஓடிப்போய் புத்தகங்களை எடுத்துப் படிப்பதுபோல் நடிப்போம். ஆனாலும், அம்மாவின் அந்தச் சிறைச் சாலைக் காவலுக்குள்ளும் அம்மா அறியாமல் தோழிகளுடன் சுற்றியது, கீரிமலைக்குப் போனது, பலாலிக்கடற்கரை பார்த்தது, பலாலி விமான ஓடுதளம் பார்த்ததென நிறைய சொல்லாத சேதிகள். அதெல்லாம் போகட்டும். எனக்குள் இன்று மீண்டும் ஞாபகமாய் வந்த அவளைப் பற்றி அவள் கதை பற்றிச் சொல்லப்போறன்.

அவள், தான் அழகாயில்லையென்று தனக்குள்ளேயே ஒரு தத்துவத்தை வைத்திருந்தாள். தான் உருவத்தால் பெருத்தவள் என்ற தாழ்வுச்சிக்கலை அவளது சினிமாக் கதைகளுக்கு நடுவில் சொல்லிக் கொள்ள மறக்க மாட்டாள். அவளது வரிசையான நேர்த்தியான பற்களும் அவளது நீண்ட தலைமுடியை இரட்டைப் பின்னலாய் கருத்த ரிப்பனால் கட்டி வரும் அழகை மடிப்புக்கலையாத அவளது வெள்ளைச்சட்டையில் அவள் ஒரு தேவதையென்று சொன்னாள் நம்பவே மாட்டாள்.

முதலாவது ரிப்போட் வந்தது. எல்லாப் பாடங்களுக்கும் அவளும் சிறந்த புள்ளிகள் பெற்றாள். சினிமாவும் பார்த்து சினிமாப் பாடல்களை யெல்லாம் பாட்டுப் புத்தகம் வாங்கிப் படித்து, எப்படி சிறந்த பெறுபேறுகளையும் பெற்றாள் என்பது எனக்கு விளங்கவேயில்லை.

சிலருக்கு இயல்பாயே எல்லாவற்றையும் கிரகிக்கவும் செய்யவும் கூடிய வரத்தை இயற்கையின் கொடையாய் இறைவனாக நம்பும் சக்தி கொடுத்துவிட்டிருக்கிற வரத்தை அவளும் பெற்றிருந்தாள்.

படங்களில் வந்த நகைச்சுவைக் காட்சிகளையெல்லாம் ஒரு வரி விடாமல் சொல்லுவாள். அவள் வகுப்பில் இருந்தால் அது எனக்குப் புதியதொரு உலகத்தை அறிமுகப்படுத்திக்கொண்டிருக்கும். அவள் பார்த்த சினிமாப் படங்களையெல்லாம் எனது கொப்பிகளில் குறித்து வைப்பேன். படிச்சு முடிய அம்மா சொன்ன மாதிரி எல்லாப் படங்களையும் பார்க்க வேணுமென்ற ஆசையில். அந்தக் கொப்பி களுக்குள் ஆயிரமாயிரம் கதைகளைக் கதைகளுக்கான தலைப்புகளை யெல்லாம் எழுதி வைத்ததெல்லாம் அம்மா அறியவேயில்லை.

எங்கள் ஊரில் இயங்கியது இரண்டு தனியார் கல்வி நிலையங்கள். அதில் ஒன்றில் அவள் படித்தாள். மற்றையதில் நான் படித்தேன். இரண்டு நிலையங்களிலும் படிப்போருக்கு ஆளாளுக்கு அவர்

பெரிசு இவர் சிறிசென்று சண்டையும் வரும். ஆனால், எங்களுக்குள் எவரைப் பற்றியும் பிரச்சினையில்லை. மாலைநேர வகுப்புகளுக்குச் செல்லும் சாட்டில் அவளோடு நானும் சேர்ந்து போவேன். கிடைத்த தருணங்களை அவளோடு செலவளிப்பதில் அத்தனைப் பிரியம்.

அடுத்த ரிப்போட்டுக்கு முதல் பலாலியிலிருந்த ஆமி வசா விளான் பள்ளிக்கூடத்தை ஆக்கிரமிக்கப் போவதான அசுகைகள் வெளியாகியது. கேணல் கிட்டுவின் அறிவிப்பில் வசாவிளான் மத்திய மகாவித்தியாலயத்தின் கூரைகளும் கதவுகளும் கழற்பட்டுக் கொண்டிருந்தது.

ஒரு மாலை நேரம் அந்தச் செய்தி எங்கள் ஊர்வரையும் வந்தது. பாடசாலைப் பொருட்கள் புன்னாலைக்கட்டுவன் வழியாய் இடம் மாற்றப்பட்டுக்கொண்டிருந்தது. எங்கள் அழகான பள்ளிக்கூடத்தின் நாங்கள் ஆசையுடன் ஏறியிறங்கும் மேல்மாடிக் கட்டடம், குரோட் டன்கள், அழகான தாமரைக் குளம் எல்லாம் தனித்து எங்கள் கனவுகள் புதைந்த பள்ளிக்கூடம் அகதியாகிப்போனது. நாங்களும் அகதியாகினோம். எங்கள் சமாதி கோயிலடி வீடுகளெல்லாம் உயர் பாதுகாப்பு வலயமாகி நாங்களெல்லாம் இடம்பெயர்ந்தோம்.

அடுத்து வந்த மாதங்கள் எறிகணை வீச்சு. எங்களுடன் படித்த புன்னாலைக்கட்டுவன் பதுமநிதியும் அவளது அப்பா இளைய தம்பியும் அவளது அக்காவும் இறந்துபோன துயரம், அத்தோடு மட்டுமில்லாது எங்கள் ஊரிலும் பல உறவுகள் ஆமியின் செல்லுக்கும் கெலியின் சூட்டுக்கும் இறந்துபோனார்கள்.

1987ஆம் ஆண்டு, 'ஒபரேசன் லிபரேசன்' நெல்லியடியில் கரும் புலி மில்லரின் தாக்குதலோடு முடிந்து இலங்கை இந்திய ஒப்பந்தம் வந்தது. அகதியான நாங்கள் திரும்பவும் எங்கள் வீடுகளுக்குப் போனோம். பற்றைகள் மண்டிய வளவுகளைத் துப்பரவாக்கி, புதிய மரங்களை நட்டோம். புதியபுதிய அழகிய பூக்கன்றுகளை நட்டோம். நம்பிக்கைகள் எங்கள் மனங்களில் சிகரமாக உயர்ந்தது. சண்டை யில்லை, சமாதானம் வந்துவிடுமென்று நம்பினோம். இயக்கத்தில் இருந்தவர்கள் பலர் படிக்கப்போனார்கள். பலர் வெளிநாடுகளுக்கு வெளிக்கிட்டார்கள்.

அகதியான எங்கள் வசாவிளான் மத்திய மகாவித்தியாலயம் மீண்டும் புதிதாய் பிறந்தது. அவளும் பாடசாலைக்கு வந்தாள். திரும் பவும் வகுப்புப் பிரிப்பில் அவளும் நானும் ஒரே வகுப்பில்தான். அவளுக்கும் எனக்கும் பதினான்கு வயதாகியிருந்தது. அவள் டியூசன்

போய்வரும் வழியில் சில சயிக்கிள்கள் அவளைச் சுற்றுவதாகச் சொன்னாள். அவள் பாடிய பாடல்களையெல்லாம் மிகுந்த இரசனை யுடன் படித்தாள். பாட நேரங்களில் புத்தகத்துக்கு நடுவில் பாட்டுப் புத்தகத்தை வைத்துப் பார்த்துக்கொண்டிருப்பாள்.

அவளைச் சுற்றியோர் கோட்டையை உயர்த்தி அந்த உலகில் அவள் சஞ்சரிக்கத் தொடங்கினாள். நல்ல கெட்டித்தனமாகப் படித்தவள், படிப்பிலிருந்து கவனத்தைச் சிதைக்கத் தொடங்கினாள். பலர் தனக்குக் கடிதங்கள் எழுதுவதாகச் சொன்னவள். ஒருநாள் எங்கள் ஊரவன் ஒருவனின் பெயரைச் சொல்லி, அவன் தன்னைக் காதலிப்பதாய் சொன்னாள். தானும் அவனைக் காதலிப்பதாய் சொல்லிச் சிரித்தாள். அவளது காதல் கதைகள் கேட்க பயமாயிருந்தது. அம்மா அறிந்தால் அவளுடன் பழகுவதையும் நிறுத்திவிடுவா. நான் பார்க்க முடியாத சினிமாக் கதைகளைச் சொல்ல, அவள் இல்லாமல் போய்விடுவாள் என்ற சுயநலம் என்னை ஆட்கொண்டது.

அவளது அந்தக் காதலன் ஐந்தாம் வகுப்பு வரையும்தான் படித் திருந்தாகக் கேள்விப்பட்டேன். அவனது குடும்பத்தில் படிப்பு வாசனை சற்றுமில்லை. அவனது அண்ணன்கள், அக்காக்கள் மிகவும் இளவயதிலேயே திருமணம் செய்துகொண்டிருந்தனர். அவனது அக்காக்களுக்கும் அண்ணன்களுக்குள் 4, 5, 6, 7 என குழந்தைகள் பிறந்திருந்தனர். காலையில் தோட்டங்களுக்குக் கூலிவேலைக்குப் போவார்கள். மாலையில் மம்மலுக்குள் வருவார்கள். புழுதியில் குளித்துக் குழந்தைகள் இருக்க சமைப்பார்கள், சாப்பிடுவார்கள். வீட்டின் ஆண்கள் சில நேரம், அதிகம் குடித்துவிட்டு சண்டை பிடிப்பார்கள். பெண்கள் ஆண்களின் அடிதாங்காமல் ஓலமெடுத்து அழுவார்கள், ஒப்பாரி வைப்பார்கள். இரவுகளில் பத்து வீடுகள் தாண்டியும் அவர்களது சண்டைச் சத்தம் கேட்கும். அத்தகையதொரு குடும்பத்தில் வாழும் ஒருவன் பதினாறு வயதில் கூலிவேலைக்குச் சென்றுவரும் அவனை, இவள் காதலித்தாள். அவனது வீட்டு ஆண்கள் போல் உன்னை அடிக்க மாட்டானா என்று கேட்டதற்குச் சொன்னாள். அவன் ரொம்ப நல்லவன். என்னைக் கண்கலங்காமல் பாப்பனெண்டு சொன்னவன்.

இப்போது அவளது பள்ளிக்கூடப் பாதையில் டியூசன் பாதையில் எல்லாம் அவன் வரத் தொடங்கினான். அவள் அவனுக்காகக் காத்திருக்கத் தொடங்கினாள். அவனது தமிழ்க்கொலைக் காதற் கடிதங்களைத் திருத்தி வாசித்துக்கொண்டிருப்பாள். தனது அழகான

கையெழுத்தால் அவனுக்காகப் பாட நேரங்களில் கடிதம் எழுதினாள். அவள் மிகவும் மகிழ்ச்சியாய் நடமாடினாள். அதிகமான காதல் பாடல்களையெல்லாம் அழகாகப் பாடக் கற்றுக்கொண்டாள்.

"உங்கடை அம்மா பேச மாட்டாவோ?"

கேட்ட எனக்குச் சொன்னாள். "எங்கடையம்மாவும் காதலிச்சுத் தான் கலியாணங்கட்டினவா."

"என்னுடைய அம்மாவும் அப்பாவை காதலிச்சுத்தானே கலியாணம் கட்டினவை? ஆனால், அவையளுக்குள் அந்தளவு அன்பு இருந்ததாய் தெரியேல்ல...?"

அம்மாவின் அழுத முகம், தனது வாழ்வை அப்பாவுக்காகத் தியாகம் செய்ததாய் சொல்லிக்கொள்ளும் தோல்வியும்தான் அம்மாவின் கதைகள் பற்றிய எனது அறிதல். இவள் எப்படி..? எனக்குள் பெரும் குழப்பத்தை உருவாக்கியது அவளது காதல்.

O

மீண்டும் போன எங்கள் பாடசாலையில் கட்டடங்கள் வெறுமை யாகி கூரைகள் இல்லாது மொட்டையாகியிருந்தது. மண்டபங்கள் தற்காலிக ஓலையால் வேயப்பட்டு, கூரைகளின் கீழ் எங்கள் கல்வியும் கற்பித்தலும் நடைபெற்றுக்கொண்டிருந்தது.

1988ஆம் ஆண்டு தை மாதம் எனது வெள்ளைச் சட்டையில் சிவப்புக் கறைகள் படிந்ததை அவள்தான் முதலில் காட்டினாள். அதைக் கேட்டு அழுத என்னைச் சமாதானப்படுத்தி சிவபாதம் டீச்சரிடம் சொல்லி, ஏ.எல். அக்காக்கள் இருவரோடு என்னை வீட்டுக்கு அனுப்ப வைத்ததும் அவள்தான்.

எனது டியூசன் தோழிகளுக்கெல்லாம் அவள் தகவல் சொன்னாள். எனக்குள் இன்றுவரையும் காயமாய், கடிதமாய், கதைகளாய், கவிதைகளாய், இனிய ஞாபகமாய் இருக்கிற என் அந்த நாள் தோழி ஏழாலை நதியாவுக்குக்கும் புதினம் சொல்லியதும் அவள்தான்.

ஊரைக்கூட்டி பந்தல் போட்டு மணவறை வைத்து கம்பளம் விரித்து ஆராத்தியெடுத்து அழகான சேலையுடுத்தி போட்டோ எடுத்து எனக்கு அம்மாவினதும் அப்பாவினதும் ஏற்பாட்டில் நடந்த கொண் டாட்டத்துக்கும் அவள் எனது பிரத்தியேக அழைப்பின் பேரால் வந்திருந்தாள். கனகாம்பரமாலை கட்டி சிவத்தப்பாவாடை சட்டையும் வெள்ளைத் தாவணியும் போட்டு எனக்குப் பக்கத்தில் வந்து நின்றாள்.

என்றும் போல அவளது நகைச்சுவையும் சிரிப்பும் எனக்குள் புத்துயிர்ப்பைத் தந்தது.

கொண்டாட்டம் முடிந்து பள்ளிக்கூடம் செல்லத் துவங்கினேன். அவள் எங்கள் ஊரில் நடைபெற்றுக்கொண்டிருந்த காதல் கதைகளை யெல்லாம் சொன்னாள். கோயில் திருவிழாவில் காணாமற்போன சோடிகள் பற்றியெல்லாம் சொன்னவள் ஒரு நாள் அவளும் அவனோடு ஓடிப்போனாளென்ற செய்தி எனக்கும் வந்தது.

அவள் ஓடிப்போவதற்கு முதல் ஒருநாள் எனக்கு ஒரு பரிசு தந்தாள். ரகுமானின் படம் போட்ட பாட்டுப் புத்தகம் அது. என்னை வைச்சிருக்கச் சொன்னாள். அத்தகைய புத்தகம் என்னிடம் இருப்பதை அம்மா அறிந்தால் சர்வாதிகாரி ஹிட்லராக மாறிவிடுவதுடன் அம்மாவின் கையில் எட்டும் எல்லாவற்றாலும் சாத்துவாங்க வேண்டு மென்று சொன்னேன். அவள் என்னை நக்கலடித்துச் சிரித்தாள். பயந்தாங்கொள்ளியென்று பரிகசித்தாள்.

சர்வாதிகாரி ஹிட்லரின் அடிக்குப் பயந்து அழகான ரகுமானின் படம்போட்ட பாட்டுப் புத்தகத்தை வாங்கவில்லை. அந்தப் புத்த கத்தில் முன்பக்கத்தில் இருப்பது ரகுமானென்றும் ரகுமானின் படப் பாடல்கள் அவையெனவும் சொன்னாள். படம் பார்க்காமல் முதல் பிடித்த நடிகராக ரகுமானுக்கு நான் ரசிகனாகிவிட்டேன்.

அடுத்த வருடத்துச் சிவராத்திரியில் எங்கள் வயிரவர் கோவிலில் ஓடிய சினிமாப் படத்தில் ரகுமான், பிரபு நடிப்பில் வெளியான 'ஒருவர் வாழும் ஆலயம்' படம் போட்டார்கள். வதனிமாமி ஊடாகக் கேள்விப்பட்டேன். எப்பிடியும் ரகுமானின் அந்தப் படத்தைப் பார்க்க வேணுமென்ற ஆசை. அம்மாவுக்குத் தெரியாமல் அம்மம்மாவிடம் இரகசிய அனுமதி வாங்கி வதனிமாமி இதயம் மாமியாக்களுடன் படம் பார்க்கப் போனேன்.

ஊர்ப் பிள்ளைகள், பெரியவர்கள் படம் பார்க்கக் காத்திருந்தார்கள். எனது முதலாவது சினிமாக் கனவு நிறைவேறிய நாள். நான் எதிர் பார்த்த ரகுமானின் படம் வராமல் பழசுகளின் விருப்பத்தில் கறுப்பு வெள்ளைப் படம் பராசக்திதான் முதலில் ஓடியது.

இரண்டாவதாக ரகுமானின் படம் துவங்கியது. அந்தச் சிறிய தொலைக்காட்சிப் பெட்டிக்குள்ளிருந்து கலர்கலராய் நடிகர்கள் வந்தார்கள். அவள் எனக்குக் கதை சொன்ன சினிமாக்களில் நான் கண்ட சினிமாவுலகம் மிகவும் பெரியதாய் என் முன்னால் விரிந்தது. ஒற்றைச் சிறுபெட்டிக்குள்ளிருந்து இத்தனை அதிசயங்களா?

அந்த வயிரவர் கோவில் முன் வெளியில் இருளில் அந்தத் தொலைக் காட்சிப் பெட்டியின் ஒளியை மட்டும் பரவவிட்டிருந்தார்கள். முன் வரிசையில் வதனி மாமிக்குப் பக்கத்தில் இருந்தேன். என்னிலும் மூன்று வயது மூத்த வதனிமாமி தியேட்டரெல்லாம் போய் படம் பாத்திருக்கிறாள். வதனி மாமிக்கும் பாட்டு படமெண்டால் பைத்தியம் தான். ரயில் பயணம் தியேட்டரில் பாத்திட்டு வந்து ஒருநாள் எங்களுக் கெல்லாம் கதைசொல்லி பாட்டெல்லாம் பாடிக் காட்டியிருக்கிறாள். பிரபுவின் ரசிகர்கள் பிரபுவுக்குக் கைதட்டி ஆரவாரிக்க சிவகுமாரின் ரசிகர்கள் சிவகுமாருக்குக் கைதட்ட ரகுமானின் ரசிகன் நானும் ரகுமானுக்குக் கைதட்டினேன்.

வானத்தில் பூத்திருந்த நட்சத்திரங்கள் யாவும் இறங்கி எங்கள் வைரவர் கோயில் வெளியில் கொட்டிக் கிடப்பது போலிருந்தது. அந்த இரவின் அமைதியையும் அழகிய நட்சத்திரங்களை அள்ளி வைத்திருக்கும் மேகத்தின் நடுவில் நடக்கின்றதான மிதப்பு. முதல் பார்க்கும் சினிமாவின் நாயக, நாயகிகள் அந்த வெளியில் இறங்கி வந்திருப்பது போலிருந்தது.

எடியே எழும்படி...! எழும்பு...! வதனி மாமியின் குரல் கேட்டு எழும்பிய போது பொழுது விடிந்துவிட்டிருந்தது. என்னைப்போல பல சிறுவர்கள் அங்கே அந்த மண்ணுக்குள் நல்ல நித்திரை. வதனி மாமி இதயம் மாமி இன்னும் சிலரும் நித்திரையான எல்லாருக்கும் கரியால் மீசை வைத்துவிட்டிருந்தார்கள். ‘ஒருவர் வாழும் ஆலயம்’ பார்க்கும் ஆசையில் போய் கடைசியில் மண்ணுக்கை நித்திரை கொண்டதுதான் மிச்சம். ரகுமானின் படம் பார்க்கும் கனவு நிறை யாமல் போனது சோகம்தான்.

வீட்டுக்கு ஒளித்து வந்தேன். ஆனால், ஹிட்லர் அம்மாவுக்கு இரகசியம் தெரிஞ்சு கிழுவங்கட்டையோடு அம்மா நிண்டா. சர்வாதிகாரி ஹிட்லர் அம்மாவிடம் அடிவாங்காமல் தப்ப அன்னை தெரேசாவின் வடிவான அம்மம்மாவிடம் அடைக்கலமானேன்.

ஹிட்லர் அம்மா, அம்மம்மாவைப் பேசிக்கொண்டு போனா. “குமர்ப்பிள்ளையை இரவில படம்பாக்க விட்டிருக்கிறா. படம் பாத்தா படிப்பெங்கை ஏறப்போகுது... ஓமடியாத்தை போ நீ படிச்சுக் கிழிச்சனிதானே...” அம்மம்மா புறுபுறுத்துக்கொண்டிருந்தாள்.

அது இந்திய இராணுவ காலம். காலையும் மாலையும் அவர் களது ஒலிபரப்பிலும் இலங்கை வானொலியில் பொங்கும் பூம் புனலிலும் புதுப்புதுப் பாடல்கள் வரும். எங்காவது வானொலிச்

சத்தம் கேட்டால் அந்தத் திசைநோக்கியே எனது செவிப்புலன் வேரூன்றிவிடும். அன்றோடு அம்மாவின் நேரடிக் கண்காணிப்பில் கொண்டு செல்லப்பட்டேன்.

அவளை வீதியில் காணுவேன். அவள் சேலையுடுத்துக் கொண்டு போவாள். அவளுடன் கதைக்க முடியாது. தடைச்சட்டம் அம்மா விடமிருந்து பிறந்திருந்தது. அவள் குழந்தை பெற்றுக்கொள்ளப் போகிறாள் எனச் சொன்னார்கள். அவளை அம்மாவாகப் போகிற பெரிய வயிற்றுடன் பார்க்க வேண்டுமென்ற ஆசை ஒருநாள் நிறைவேறியது. அவள் கிளினிக் போய்விட்டு ஒரு நாள் பகல் 11 மணி போல் எங்கள் வீட்டடியால் நடந்து போனாள். என்னைப் பாத்திட்டுத் தெரியாத மாதிரிப் போனாள்.

இந்திய இராணுவம் முளத்துக்கு முளம் சென்றிபோட்டு இருந்த வீதிகள் தாண்டி அவள் ஒருநாள் குழந்தைப்பேற்றுக்காக யாழ் பெரியாஸ்பத்திரியில் அனுமதிக்கப்பட்டாள். அவளது முதல் பிரசவம். அவளது குழந்தை உலகைக் கண்திறந்து பார்த்த மறுநாள் அந்தப் பெரியாஸ்பத்திரியில் ஒரு மனிதப் படுகொலை நிகழ்ந் தேறியது. பல உயிர்கள் அங்கு பலியெடுக்கப்பட்டது. தங்கியிருந்த நோயாளிகள் ஆளாளுக்குத் தப்பியோடினர்.

அவள் தனது குழந்தையை மருத்துவமனையில் விட்டுவிட்டு வீட்டை வந்திட்டாளாம்... பஞ்சாய் செய்தி ஊரெல்லாம் பரவியது. பின்னர் அவளது அம்மாவும் வேறு பெரியவர்களும் குறுக்குப் பாதை களால் போய் யாழ் பெரியாஸ்பத்திரியில் அவளது குழந்தையைக் கொண்டு வந்துவிட்டதாய் ஐந்தாவது நாள் செய்தி அடிபட்டது.

O

காலம் யாரினதும் இடைஞ்சலுமின்றித் தன்பாட்டில் போய்க் கொண்டிருந்தது. இரண்டாம் கட்ட ஈழப்போர் ஆரம்பம் அதன் பின்னான எங்கள் ஊர்பிரிவு... இடம்பெயர்தல் என எங்கள் பயணங் களில் 1992 மார்ச் மாதம், ஐந்து குடும்பங்கள் இணைந்திருந்த அவள் இருந்த வீட்டுக்கு முன்னால் நாங்களும் போயிருந்தோம். அவள் மூன்று பிள்ளைகளுக்கு அம்மாவாகியிருந்தாள்... அவளது பழைய முகம் அவளிடமில்லை. வயதுக்கு மீறிய முதுமையும் குடும்ப பாரமும் அவள் மீது விழுந்து கிடந்தது. அவளது வாழ்வு மாறிப்போனது.

O

கிட்டத்தட்ட பத்து வருடங்கள் கடந்து, 2002ஆம் ஆண்டு... சமா தான ஒப்பந்தம் எழுதப்பட்ட நேரம். வவுனியாவிலிருந்து வன்னிக்குப் போவதற்கான பாஸ் அனுமதிக்காக பிறவுண் கொம்பனியில் காத்திருந்த நேரம் அவளது சித்தியை அங்கே கண்டேன். அவளது சித்திக்கு என்னை ஞாபகமில்லை மறந்துவிட்டிருந்தாள்.

உறவினர் ஒருவரிடம் அவளைப் பற்றி விசாரித்த போது இப்படிச் சொன்னார்கள், அவளது காதல் கணவன் தற்கொலை செய்து கொண்டானாம். இவள் உயிரோடு இருக்க, அவனை நம்பி பள்ளிக் கூடம் போக வேண்டிய வயதில் அவனை மட்டும் நம்பித் தனது எதிர்காலத்தை இருளாக்கிப் போனவளை விட்டு ஊரில் ஒருத்தியுடன் கள்ளத் தொடர்பு இருந்ததாம். அவன் குடித்துவிட்டு அவளை நெடுலும் அடிப்பானாம்.

அவனது கள்ளத் தொடர்பு அவளுக்குத் தெரியவந்து, அவளுடன் முரண்பட்டானாம். கள்ளக்காதலி நல்ல வடிவான பெட்டையாம். அவளும் அவனோடு வாழ வேணுமெண்டு அடம்பிடித்தாளாம். கடைசியில் கள்ளம் ஊரெங்கும் தெரியவர அவன் தற்கொலை செய்து கொண்டானாம். அவள் தனது குழந்தைகளுடன் தனித்துப் போனாள். இளவயதுக் காதல் திருமணம் அவளை இளவயதிலேயே விதவை யாக்கி குழந்தைகளோடு கூலி வேலைக்குச் சென்று தனது குழந்தை களைப் பராமரித்தாளாம்.

2004இல் அவளது பெண் குழந்தை நோயுற்றிருப்பதாகச் சொன் னார்கள். கண்டுபிடிக்கப்படாத நோயால் வலிதாங்கியது அவளது குழந்தை. ஓடியாடிய குழந்தை படுக்கையில் போனது. அதன் பின்னர்தான் அவளது பெண் குழந்தையின் எலும்பில் புற்று நோயென்று அறியப்பட்டது. அவளது குழந்தையும் நோயின் கடைசி எல்லையைத் தொட்டு இறந்துபோனது. முப்பது வயதுக்குள் அவள் வாழ்வு எல்லாச் சுமைகளையும் தாங்கி துயரப்பட ஏதுமில்லாமல் நொந்து போனாள்.

2010இல் முகப் புத்தகத்தில் உறவு ஊரவர் என நண்பர்களாக்கிய ஒரு உறவின் ஆல்பத்தில் அவளைப் பார்த்தேன். திரும்பி அவளைப் பற்றித் தேடியதில் கிடைத்த விடை. அந்தப் படத்தில் நல்ல அழகான ஒரு இளைஞனைக் காட்டிச் சொன்னார்கள். அதுதான் அவளது மகன். தகப்பன் மாதிரி நல்ல வெள்ளைப் பொடியனெல்லே? அடையாளம் காட்டிய நட்பு எனக்குச் சொல்லியது. அந்த மகன் பல்கலைக்கழகத்துக்கு தேர்வாகியிருக்கிறானாம். பண உதவி

தாராளமாகக் கிடைக்கிறதாம். வெளிநாட்டில் உள்ள உறவுகளால் அவள் நல்ல வசதியோடு வாழ்கிறாளாம்.

"உவ லேசுப்பட்ட ஆளில்லைத் தெரியுமோ...? ரெண்டு மூண்டு வருசத்துக்கு முன்னை காசைக் கண்டவுடனும் பெட்டைக்கு கால்கை புரியேல்ல... ஆரோ ஒரு வான்காரனோடை தொடர்பிருந்ததாம்... பிறகு ஆக்கள் பேசி அவனை விட்டிட்டுதாம்..." ஊரவர் ஒருவரின் வாயிலிருந்து இந்தச் செய்தி வந்தது.

திருமண வயதை எட்டாத வயதில் அவள் காதலித்தாள். காதலுக்கான அர்த்தம் புரியாத அவளது காதலுக்கு ஆதரவு கொடுத்த அவளது அம்மா, அப்பாவின் அக்கறையீனம்... திருமணம் என்றால் வாழ்க்கையென்றால் புரிந்துகொள்ள முடியாத வயதில் அவள் குழந்தையைப் பெற்ற போது... காதல், கணவன், கள்ளத்தொடர்பு, தற்கொலை வரை பேசாமலிருந்தவர்கள், இப்போது எல்லாம் அறிந்த வயதில் அவள் ஒருவன்மீது காதல் கொண்டிருந்தாள் என்பதனை ஏற்க முடியாது, அவளை விமர்சித்து கலாச்சாரம் பண்பாடு பேசுகின்ற எல்லார் மீதும் கோபம் வருகிறது. அவள் துன்பத்தோடு வாழ்ந்த போது இவர்களெல்லாம் எங்கே போனார்கள்...? •

08.06.2011

12. ரெண்டாந்தாரமாயெண்டாலும் பரவாயில்லை ஆனால், ஒரு கலியாணம்

அன்புள்ள அக்கா, குகன் அக்காவை அறிஞ்சிருப்பியள். அவாவும் ஒரு எழுத்தாளர். மகளிர் அமைப்பு வெளியிட்ட வெளியீடுகள் ஈழ நாதம் புலிகளின் குரலில எல்லாம் அவாடை எழுத்துகள் வந்திருக்கு. தடுப்பிலயிருந்து இப்ப விடுதலையாகி வந்திருக்கிறா. குடும்பம் சரியான கஸ்ரம். பாவம் மேலும் இரண்டு தங்கச்சியவை இருக்குதுகள். இவாக்கு 37வயதாகீட்டுது. வெளிநாட்டு மாப்பிளைமார் ஆருக்கேன் கலியாணம் பேசி அவவுக்கு ஒரு வாழ்க்கையை அமைச்சுக் குடுக்க வேணும். ஏதாவது ஒரு வழி செய்யுங்கோக்கா.

அன்புடன்

★★★

இதென்னடா அநியாயம் விழுந்தது..? நானென்ன கலியாணப் புரோக்கரெண்டு நினைச்சிட்டாங்களோ? மனிசில சின்னக் கோவமும் வந்தது.

இந்த நாலுவரிக் கடிதத்தை எழுதினவனும் ஒரு காலத்தில ஒரு போராளி. பிறகு எழுத்தாளன். இப்பவும் எழுத்தாளன்தான். ஆனால், எழுதிற எழுத்துக்கெல்லாம் வேண்டுறது திட்டுத்தான். எல்லாரும் திட்டத்திட்ட எழுதிக்கொண்டு தன்னோடை வாழ்ந்த தனக்குத் தெரிஞ்ச முன்னாள் போராளியளுக்குத் தன்னாலை முடிஞ்ச உதவியளைச் செய்துகொண்டுதானிருக்கிறான்.

வெளிநாடுகளில தனக்குத் தெரிஞ்சவையளிட்டை கேட்டு உதவி களை ஒழுங்கு செய்து குடுக்கிறான். இடைக்கிடை இப்படியான கலியாணத் தரகர் வேலையும் (இலவச தரகர்) செய்யிறான்.

அவன் தந்த அந்த நாலுவரி விளக்கத்துக்குப் பிறகு மேலும் பெரிய பந்திக்கடிதப் பரிமாற்றம் இமெயிலில் நடத்தி அந்தப் பெண் போராளியின்ரை படம் சாதகம் எல்லாம் வந்து சேர்ந்தது இமெயில. அந்தப் படம் வந்தாப் பிறகு சரியான கவலையாயிருந்திச்சு.

ஒருகாலம் அவள் தனது சொந்தமென்ற எல்லாத்தையும் நாட்டுக் கெண்டு குடுத்து, கிட்டத்தட்ட இருபது வருசம் போராளியா இருந்தவள். அப்பவே எங்கினையும் ஒரு கலியாணத்தைக் கட்டி தானும் வெளிநாடு, குடும்பம், குழந்தையள், நோகாத அரசியலெண்டு கதைச்சு எழுதிக்கொண்டு இருந்திருக்கலாம். ஆனால், அதை யெல்லாத்தையும் விட்டிட்டு இலட்சியமும் கொள்கையும் சுமந்து மே 17, 2009 வரையும் கொள்கைக்காகவே வாழ்ந்து கடைசியில குப்பி கடிக்கவும் மனமில்லாமல் சரணடைஞ்சாள்.

சரணடைஞ்சு அனுபவிச்ச நரகங்களையும் துயரங்களையும் சொல்லவும் முடியாமல் மெல்லவும் முடியாமல் கூட கோடி முறை அழுதிருப்பாள். ஆனால், அதையும் தாண்டி விடுதலையாகி வெளியல வந்தப் பிறகுதான் அவளுக்குத் தான் தனிச்சுப்போனாளென்டு உணர்வு உறைச்சது.

பெண் போராளிகள் பற்றி உலகத் தமிழினம் கட்டிவைச்சிருந்த கோட்டையில இசைபாடிக்கொண்டிருந்த பெண் போராளிகளின் வாழ்க்கை ஒரு நேரச் சோற்றுக்கே இறைஞ்சுகிற நிலைமையில இருக்கிற துயரத்தை அவளும் அனுபவிக்கத் தொடங்கியிருக்கிறாள். இப்ப அவளுக்கு அம்மா, அப்பா, தங்கைச்சிமாரின் கண்ணீரும் வலியும் வலிக்கத் தொடங்கியிருக்கிறது.

போற்றிப் பாடப்பட்ட பெண் போராளிகள் ஒவ்வொருவரும் படுகிற அவலங்களையெல்லாம் சோற்றோடும் சுதந்திரத்தோடு முடிச்சுப் போட்டு கௌரவச் சாவு சாக நிர்ப்பந்திக்கிற அனைவர் மீதும் அவளுக்குக் கோபமாய் வந்தது.

அவளைச் சமாதான காலத்தில் சந்தித்த எத்தனையோ புலம்பெயர் கௌரவர்கள் எவரும் தன்னையோ தன் போன்றவர்களை ஏனென்டும் திரும்பிப்பார்க்காமல் விட்டிருப்பது பற்றிச் சரியான கடுப்பு. அதுக்குப் பிறகுதான் முடிவெடுத்தாள், தானும் திருமணம் செய்து கொள்ளுவமெண்டு. இனவிடுதலைக்காக தன்னையே இருபது வருடங்கள் இரைகொடுத்தவள் இனிமேல் தனக்கும் ஒரு துணை வேணுமெண்டு முடிவெடுத்திருக்கிறாள். தனது விருப்பத்தை அவளுக்கு மாப்பிள்ளை தேடுகிற தனது போராளி நண்பனிடம் தெரிவித்திருக்கிறாள். அவனும் இப்போ அவளுக்காகப் புரோக்கராகி! என்னையும் புரோக்கராக்கி..!

அவன் தந்த அவளது விபரங்களைப் பரிசீலிக்கிற ஒரு இலவச புரோக்கரிடம் இமெயிலில அனுப்பி மூன்று வாரத்தில் அந்த புரோக்கர் தொடர்புகொண்டார்.

"தங்கைச்சி நீங்கள் தந்த பிள்ளையின்ரை குறிப்புக்கு நல்லதொரு பொருத்தமான பொடியன் கிடைச்சிருக்கிறான். பொடியனுக்குப் படமும் பிடிச்சிருக்கு. மேற்கொண்டு விசயங்களைக் கதைக்க வேணும்" என்றார்.

அவளுக்கு வெள்ளி திசையடிச்சுவிட்டது போலத்தானிருந்தது. இலவச புரோக்கர் அடுத்த கட்டப் பேச்சுவார்த்தையில் அணு குண்டைப் போட்டார்.

"பொடியன் ஏற்கெனவே கலியாணம் முடிச்சு நான்கு பிள்ளையள். ஆனா, டிவோஸ். வயது 48. ஆனால், வயது தெரியாத தோற்றம். கொஞ்சம் தண்ணிச்சாமி. மற்றது தெரியும்தான இயக்கத்தில இருந்த பெட்டையளெண்டா கனக்க கேள்வியள் கேப்பினம். ஆனால், இவன் அப்பிடியெல்லாம் கேக்கேல்ல. மற்றது பொடியன் வேதம். அதுமட்டும்தான் குறை. ஆனால், பிள்ளை மதம் மாறாமல் கலி யாணம் கட்ட அவை தடையில்லையாம்."

"அண்ணை அவளைவிட 11 வயது ஆளுக்குக் கூடிப்போச்சு, உது சரி வராது, நீங்கள் வேறை யாரும் சரிவந்தா சொல்லுங்கோ." இந்தப் பதிலை அவர் எதிர்பார்க்கேல்ல போல. திருப்பிச் சொன்னார். "தங்கைச்சி வயதென்ன பெரிய பிரச்சினை மனம்தானே முக்கியம்."

"வயதுபோகட்டும், ஏற்கெனவே மணமுறிவு மாப்பிள்ளை, தண்ணிச் சாமிதான் இடியெண்டதை அம்மாளறிய நான் சொல்லேல்ல." அவர் அந்த மாப்பிள்ளை பற்றி அதிகமாக பில்டப் போட்டுக் கொண்டு போனார். "உது சரிவராதண்ணை விடுங்கோ. அவை வேதக்காற ரெண்டா சம்மதிக்காயினம்..." கடைசிக் கடத்தலாக மதத்தைக் காரணம் சொல்லி அவரைத் துண்டித்துக்கொள்கிறேன்.

நான்கு கிழமை முடிஞ்ச பிறகு அவளது போராளி நண்பன் முகப்புத்தகத்தில் வந்திருந்தான்.

"அக்கா கலியாண விசயம் ஏதும் சரிவந்ததோ?"

"தம்பி ஒண்டும் சரிவரேல்ல. ஆனா ஒண்டு வந்தது. ஏற்கெனவே கலியாணம் கட்டி பிரிஞ்சிருக்கிறார். வயது 11 கூட."

“ரெண்டாந்தாரமெண்டாலும் பறவாயில்லையக்கா பாருங்கோ. அவள் எதெண்டாலும் வாழ ஒரு வழி கிடைச்சாப் போதுமெண்ட நிலைமையில இருக்கிறாள். வயது வித்தியாசம், ரண்டாந்தாரம் பெரிய பிரச்சனையில்லையெண்டு நினைக்கிறேன்” என்றான் அவன்.

அவனுக்குப் பதில் எழுதாமல் முகப்புத்தகத்தை விட்டு வெளி யேறினேன். எனக்கு உச்சந்தலையில உளியாலை குத்தின மாதிரி யிருந்திச்சு. பெண் விடுதலை பெண்களின் மாற்றம் புரட்சியென்று எழுதியவள். களங்களில் கனவுகளோடும் இலட்சியத்தோடும் கன ரகத் துப்பாக்கியோடும் திரிந்தவள். இன்று ரண்டாந்தாரமும் பரவா யில்லையென்ற நிலைமைக்கு எப்படி வந்தாள்..?

இதைவிடவும் இவையள் தங்களை முன்னாள் போராளியளென்டு சொல்லாமலிருக்கலாம்... யாருக்கோ விலபோட்டா... அத்தியடிக் குத்தியரின்ரை ஆளாயிருக்கலாம்... அல்லது அரச புலனாய்வா இருக்கலாம்... உவையெல்லாம் பெண் போராளியள்...சீ... தூ...

அவள் பற்றிய கதையைச் சொல்ல நினைக்கிற என்னை நோக்கி, புலம்பெயர் தாயக விரும்பிகள் விடுதலையுணர்வாளர்கள் புலத்தி லிருந்து களம்காணும் புலப்போராளிகள் யாவரும் என் மூஞ்சியில் துப்பிக்கொண்டிருப்பது போல கனவு காணத் தொடங்குகிறேன். •

01.11.2011

13. முள்ளிவாய்க்கால் முடிவு

அவள் அவனுக்காகவே காத்திருக்கிறாள். அவன் வரும்வரை அது எத்தனையாண்டுகள் ஆனாலும், அவள் காத்திருப்பாள். அவன் விடுதலையாகி வெளிவரும் நேரம் ஒரு இலட்சியத் திருமணம் நிகழும் என்றுதான் பலர் சொன்னார்கள். இரண்டு இலக்கிய கர்த்தாக் களின் இணைவு, இரண்டு மண்ணை நேசிக்கிற இதயங்களின் இணைவு ஒரு வரலாற்றை எழுதுமென்று அந்தக் காதலுக்குப் பலர் கௌரவ தூதர்களாக இருந்தது பெரிய கதை.

அந்தக் காதலன் புலியில்லை. புலிகளை நேசித்தவன். புலிகள் அமைப்பின் ஒரு பிரிவுக்கான முகவராகப் பணியாற்றியவன். பத்து ஆண்டுகள் முன் கைதாகி சிறையில் அடைபட்டவன்.

அந்தக் காதலி ஒரு பெண்புலி. பதினேழு வயதில் களம் சென்று பயிற்சியெடுத்துக் களங்களில் காவலிருந்து ஒரு காவியம் படைத்த சமரில் காயமுற்று ஊனமடைந்தவள். காவலரணில் நின்றபடி கவிதைகள் எழுதியவள்.

ஊனமுற்ற பின் களத்தைவிட்டு அரசியல்துறையில் இணைக்கப் பட்டாள். அரசியலில் இருந்தவளின் எழுத்தாற்றலை இனங்கண்டு அவளது எழுத்துகளை ஊக்குவித்தார்கள். அவள் எழுத்துகள் வானொலி, பத்திரிகைவரை வியாபிக்கத் தொடங்கியது. போராளிகள் ஓயாத இயங்கு சக்திகள் என்பதற்கு இலக்கணமாய் அவள் இயக்கம் ஒரு பிரமிப்புத்தான் வெளியாட்களுக்கு.

அது சமாதானக் கதவுகள் திறபட்டதாய் நம்பப்பட்ட யுத்த நிறுத்த காலம். சிறைகளில் உள்ளவர்களும் தொலைபேசும் வசதிகள் முதல் விஞ்ஞான வளர்ச்சியின் அத்தனை வசதிகளையும் வன்னிமண் பெற்றிருந்த காலம்.

சிறையில் இருந்தவர்களுடன் தொடர்பாடல்கள் ஏற்படுத்தப் பட்டிருந்தது. கம்பிகளின் பின் கண்ணீரோடு இருந்தவர்களுக்கு மனிதர்களோடு பேசக் கிடைத்த தருணங்களை அவர்கள் வரமாகவே எண்ணினர். அத்தகைய ஒரு அழைப்பில்தான் அவனுடன் பேசக்

கிடைத்தது அவளுக்கு. ஆரம்பம் அவன் எழுதிய எழுத்துகளை அவள் தட்டச்சுச்செய்து வெளியீடுகளுக்கு அனுப்பினாள். தனது நிகழ்ச்சிகளில் சேர்த்தாள். அவன் அக்கா என்றும் இவள் தம்பி யென்றும் உருவானது உறவு.

நாட்கள் போகப்போக அக்கா தம்பியுறவு அந்நியமாகியது. ஒருநாள் கதையோடு கதையாக அவன் அவளைக் காதலிப்பதாகத் தனது காதலை தொலைபேசியில் வெளிப்படுத்தினான். அதுவரை காதல் கல்யாணம் எவ்வித சிந்தனையும் அற்றிருந்தவள் திடுக்குற்றுப் போனாள்.

அடுத்த நாள் பொறுப்பாளர் அக்காவிடம் தனியே கதைக்க வேண்டி யிருப்பதாய் சந்திப்பு நேரம் கேட்டாள். ஏதோ கொடுக்கப்பட்ட பணிபற்றிக் கதைக்கப் போகிறாள் என்றுதான் பொறுப்பாளரும் நினைத்தார்.

"அக்கா, அவன் என்னைக் காதலிக்கிறானாம்..!"

பொறுப்பாளருக்குச் சிரிப்பை அடக்க முடியவில்லை.

"என்னடியாத்தை விளையாட்டுக்கும் அளவில்லையோ?"

"அக்கா சிரிக்காதையுங்கோ... உண்மையாத்தான் சொல்றன்... என்னட்டை முடிவு கேட்டிருக்கிறார்..."

"உங்கடை சம்மதம் வேணுமெனக்கு..."

"சரி அவனுக்கு உன்னில காதல்... உனக்கு...?"

"நானும் காதலிக்கிறேன்..." எடுத்த எடுப்பிலேயே அவள் சொன்னாள்.

"இதப்பாரம்மா, அவன் சிறையில... நீ வெளியில... மற்றது உனக்கும் அவனைத் தெரியாது, அவனுக்கும் உன்னைத் தெரியாது. இது சினிமா மாதிரியில்லையா..?"

"இது சாத்தியமாகுமொண்டு யோசிச்சீங்களோ?"

"நேரை பாத்து விரும்பிச் செய்த கலியாணங்களே எத்தினை தமிழீழ நீதிமன்றத்துக்கு வந்த கதையள் உங்களுக்குத் தெரியுமெல்லோ..?"

அவள் பொறுப்பாளரின் விளக்கம் விபரம் எதையும் கேட்க வில்லை. விடாப்பிடியாக நின்றாள். தங்கள் காதல் புனிதம், தூய்மை, தெய்வீகம், காவியம் என்றெல்லாம் கனக்க விளக்கம் சொன்னாள்.

அந்த முறுகலுக்குப் பின்னர் அந்தப் பிரிவை விட்டு அவள் வேறு பிரிவுக்கு மாறிப்போனாள். காரணம், முகம் தெரியாத குரல்கள் மட்டும் அறிமுகமான காதலைப் பிரிக்க நின்ற பாவம், பொறுப்பாளர் மேல் விழுந்தது. ஆனால், அவளது இலட்சியக் காதலுக்குப் பலரது ஆதரவு கிடைத்து அவளும் சிறையில் இருந்த அவனும் காதலர்கள் ஆனார்கள்.

சமாதானப் பறவை இரத்தத்தில் சிதைய, யுத்தம் ஆரம்பமாகி, பல்லாயிரம் உயிர்கள் இழப்பு காணமற்போனவை, கடைசியில் சிதைக்கப்பட்டவையென விடுதலைப் போராட்டத்தின் முடிவு மர்ம மாகியது.

2009ஆம் ஆண்டு மே மாதம், அவளும் ஆயிரமாயிரம் பேருடன் சரணடைந்தாள். ஆயிரமாயிரம் துயரங்கள் சுமந்து அவளுக்கும் புனர் வாழ்வு கிடைத்துச் சிறையிருந்து 2010ஆம் ஆண்டு விடுதலையாகி வெளியில் வந்தாள்.

இலட்சியக் காதலனின் தொடர்பைத் தேடிப்பெற்றுக் கொண்டு அவனுடன் தொடர்பு கொண்டாள். காவியக் காதல்கள் பற்றி புராண இதிகாசங்கள் தோற்றுப்போயிருக்குமென்றுதான் அவளது காதலுக்குத் துணைநின்ற பலர் நினைத்தார்கள்.

மீண்டும் புதுப்பிக்கப்பட்ட காதல் என்றென்றும் வாழும், சாகா தென்ற சத்தியத்தோடு உறவு புதுப்பிக்கப்பட்டது. அவன் வரும்வரை அவள் அவனுக்காகக் காத்திருப்பதாக மீண்டும் சபதமெடுத்தாள். அவனும் அப்படித்தான் அவளுக்குச் சொன்னான்.

2011ஆம் வருட ஆரம்பம். புதுப்பிக்கப்பட்ட உறவு மெல்ல மெல்லக் கருகுவது போலிருந்தது அவர்களது காதலுக்குப் பச்சைக் கொடியோடு நின்ற நண்பர்களுக்கு.

ஒருநாள் ஒரு வெளிநாட்டுத் தோழி அவளுடன் பேசிய பொழுது அவர்களது காதல்பற்றிக் கேட்டாள் தோழி. அதைப்பற்றி அவள் அக்கறையெடுக்கவில்லை.

"என்னை வெளிநாடு எடுக்க முடியுமெண்டா உதவி செய்தால் நலம். உதவ முடியுமா?" எனக் கேட்டாள்.

தோழிக்குப் பெரிய குழப்பமாகிவிட்டது. இலட்சியக் காதல் இதிகாசக் காதலென்ற தத்துவங்களையெல்லாம் நம்பியிருந்தவள். பச்சைக் கொடி மட்டுமில்லை அவர்களது திருமணத்துக்குக் கட்டாயம்

எங்கிருந்தாலும் போக வேண்டுமென்றிருந்தவளுக்கு ஆச்சரியம். அவள் சொன்ன காரணங்களுக்கான தனது தரப்புப் பதில்களைத் தோழி சொன்னாள். எதுவும் எடுபடவில்லை.

தகவல் பல மட்டங்களுக்குப் பரிமாறப்பட்டு இலட்சியக் காதலை வெல்ல வைக்கும் பிரயத்தனம் பல பக்கத்தால் நிகழ்ந்தது. எல்லாம் தோற்று கடைசிக் கட்டப் பேச்சுவார்த்தையை சிறையில் இருந்த அவளது காதலனுடன் ஒருவர் நிகழ்த்தினார். முடிவு சுபமாகுமென நம்பிய யாவரின் நம்பிக்கையும் தோல்வியானது.

அவளுக்குப் புதிய வெளிநாட்டு உறவுகள் உதவிகளாகக் கிடைத்தது. அவர்கள் பற்றி அவளது பழைய நட்புகளுக்குப் பெருமையாய்ச் சொன்னாள். ஆபத்தில் அவளுக்காக உதவியவர்களையெல்லாம் அவள் மறந்தாள் போலிருந்தது நிலைமை. உதவுகிறவர்கள் அவளை வெளிநாடு எடுப்பார்கள், அவளுக்கான புதிய நல்வாழ்வைக் கொடுப்பார்கள் என்றெல்லாம் அவள் கனவு காணுகிறாள் என்பதனை மட்டும் புரிய முடிந்தது.

2011ஆம் ஆண்டு இலத்திரனியல் அச்சு ஊடகங்களில் எல்லாம் அந்தச் செய்தி வந்தது. அது இலட்சியக் காதலனின் விடுதலைச் செய்தி. அந்தச் செய்தியை அவளது நட்புகள் பார்த்த போது உண்மையான காதல் தோற்காதென்று நம்பிக்கையை மீண்டும் வளர்த்தார்கள்.

2011ஆம் வருட இறுதியாகிவிட்டது. இலட்சியக் காதலன் வெளியில் வந்து ஐந்து மாதங்கள் ஓடிவிட்டது. காதல் புதுப்பிக்கப் படவுமில்லை முடிவு சுபமாகவுமில்லை. மர்மமானது அந்தக் காதலர்களின் காதல்.

அண்மையில் அந்தக் காதலனின் ஊரவன் ஒருவன் சொன்னான். அவனுக்குத் திருமணம் நடக்கவுள்ளதாக. பெண் யாரெனத் தோழி யொருத்தி கேட்டதற்கு, அவன் சொன்ன பெயர் அவன் வரும்வரை காத்திருப்பேன் என்று சொல்லிக் காத்திருந்த காதலியின் பெயரில்லை.

"அப்ப அவேடை காதலின்ரை முடிவு முள்ளிவாய்க்கால் முடிவு தான்" என்றாள் தோழி. அந்த நண்பனுக்குப் புரியவில்லை.

"என்னது? முள்ளிவாய்க்கால் முடிவு?"

"முள்ளிவாய்க்காலில என்ன நடந்ததெண்டது ஆருக்கேன் தெரியுமோ?"

"இல்ல... அது அதுதான் இந்தக் காதலின்ரை முடிவு."

"நான் கொஞ்சம் ரியூப்லைட் கொஞ்சம் விளக்கமாச் சொன்னால்..?" என அவன் இழுத்தான்.

"எட கேணைப்பயலே முள்ளிவாய்க்காலில அப்பிடி நடந்தது இப்பிடி நடந்தது என்று ஆளாளுக்கு அலசுறமெல்லோ ஆருக்காவது உண்மை தெரியுமோ? தெரியாதெல்லோ? முள்ளிவாய்க்கால் முடி வோடை சம்பந்தப்பட்டவையைத் தவிர மற்ற ஒரு குருவிக்கும் ஒரு நாசமும் தெரியாது. அது மாதிரித்தான் நாங்கள் நம்பியிருந்த இந்த இலட்சியக் காதல் சோடியைத் தவிர மற்ற ஒருதருக்கும் இலட்சியக் காதல் ஏன் தோற்றதெண்டது தெரியாது. அதுதான் சொன்னன் முள்ளிவாய்க்கால் முடிவு." •

19.12.2011

14. ஈழப்போராளிகளின் காதலும் குழந்தைகளும்

இன, மத, மொழி, பேதங்கள் தாண்டிய எங்கேயெல்லாமோ வாழ்கிற ஆயிரமாயிரமானவர்களின் தமிழ் ஈழக் கனவோடும் தாம் நேசித்தவர்களின் கனவுகளோடும் வாழ்கிற மனிதர்களோடு அவளும் ஒருத்திதான். உலகத்துப் பெண்களின் அம்மாக்களின் பிரதியாய் அவள் தனது குழந்தைகளின் வாழ்வை மேம்படுத்தவே இப்போது உழைக்கிறாள். நான்கு வயதில் ஆறு வயதெனப் பதிவுசெய்து ஆங்கிலப் பள்ளியில் அப்பா சேர்த்துவிட்டு அவளை வேகமாக முன்னேற வேண்டுமெனவே சொல்லியனுப்பினார். அன்று இரண்டு வயதால் மூப்படைய வைத்து முன்னேறென்று சொன்ன அப்பா இன்று இருந்தால் அவளுக்காகத் தற்கொலையே செய்துகொண்டிருப்பார். நான்கு வயதில் முன்னே ஓட வெளிக்கிட்டவள் இன்று 36 வயதாகியும் ஓட்டம் நிற்கவில்லையென்றே அலுத்துக்கொள்கிறாள்.

அவள் காதலின் பரிசாய் மூன்று குழந்தைகளும் அவள் கணவனின் ஞாபகமாய் அவனது சில நிழற்படங்களுமே இப்போது அவளுக்கான சொத்துகள். ஒரு பெரும் அமைப்பின் முக்கியமான சொத்தாயிருந்த அவனது மரணம் அவளோடும் அவளுடன் கூடிய சில பேருடன் இரண்டு வருடங்களின் முன்னர் அந்நிய நாடொன்றில் அவன் வேறொரு மதத்தின் பிள்ளையாய் அந்நிய மத சம்பிரதாய முறைப்படி நிகழ்ந்து முடிந்தது.

அவன் இறப்பதற்குச் சில மாதங்கள் முன் வரையும் அவனாலேயே வாழ்ந்த உறவுகள், நட்புகள் எவருமே அவனது மரணத்திலும் கலக்க வில்லை. அப்படியொருவன் இருந்ததையும் மறந்து போனார்கள். எல்லாத் தொடர்புகளும் அற்றுப்போய் மரணத்தின் வாசலில் நின்ற போதும் தன்னைப்பற்றி தனது பூர்வீகம் தனது சொந்தப் பெயரைக்கூட அவளுக்குச் சொல்லாமலே மௌனமாகினான்.

தேவையின் நிமித்தம் அவன் வாயில் ஒருகாலம் பொய்யைத் தவிர எதுவும் வந்ததில்லை. அவளுக்குக்கூட அவனொரு கணினித்துறை நுட்பவியலாளனாய்தான் அறிமுகமானான். கடமையின் கனம் போன இடத்தில் ஒரு காதலை, ஒரு குடும்பத்தை உருவாக்க வேண்டியிருந்தது. எல்லாம் தேசத்துக்காகவென்றே எல்லாவற்றையும் செய்தான்.

எல்லா முடிவுகளின் பின்னால் ஏதோவொரு நம்பிக்கை அவனில் ஒட்டியே இருந்தது. மீண்டும் துளிர்க்கும் ஈழக் கனவென்று நம்பியே இயங்கினான். ஒருநாள் அவனது கையிலிருந்து எல்லாவற்றையும் காலம் பறிக்க, கைதியாகி அவனது காதல் துணையும் அவனைப் பிரிந்து சிறு குழந்தைகளோடு அவள் மொழிதெரியாத ஊரொன்றில் ஒதுங்கினாள்.

சில காலங்களில் அவளும் கைதாகினாள். நீண்ட அலைவு துயரங் களின் பின்னர் இருவரும் இணைந்துகொள்ளும் வாய்ப்பை காலம் வழங்கியது. அவன் பற்றிய மர்மங்களை அவன் அப்போதும் சொல்ல வேயில்லை. உற்சாகமாய் இயங்கிக்கொண்டிருந்தவன் சோர்ந்து போகத் தொடங்கினான். இறுதியில் அவன் உயிர்கொல்லும் புற்று நோயால் பீடிக்கப்பட்டிருப்பதாய் மருத்துவர்கள் சொன்னார்கள்.

எல்லாம் இழந்த பின்னர் மனங்களை ஆற்றுப்படுத்தும் நிவாரணி இறுதியில் கடவுள் என்றாவது வளமை. அவன் கர்த்தரை துதிக்கத் தொடங்கினான். கர்த்தரின் மீட்பர்களே அவனைக் கடைசியில் கையிலேந்தியவர்கள். நாட்கள் ஒவ்வொன்றும் ஓடஓட அவன் உயிர் சொட்டுச் சொட்டாய் பிரியத் தொடங்கியது. அவனது உயிர் மீள்தலுக் காக அவள் அலைந்த அலைச்சலும் பட்ட துயரங்களும் அவனை மிகவும் வருத்தியது. அவனது கண்களிலிருந்து வழிந்த கண்ணீர்த் துளிகளுக்கான காரணங்களைச் சொல்ல முடியாத நிலைமைக்குப் போயிருந்தான்.

அவளுக்காக, அவன் அப்போது அழுதிருக்கக்கூடும் அனாதர வாகிவிடப் போகிற தனது குழந்தைகளுக்காக அதிகம் அந்தரித் திருக்கக் கூடும். எங்காவது தன்னோடிருந்த ஒரு நட்பெனினும் கைகொடுக்குமென்ற நம்பிக்கையோடு ஒரேயொரு தொலைபேசி இலக்கத்தை மட்டும் அவளிடம் ஒருநாள் எழுதிக் கொடுத்தான். அதற்குப் பிறகு அவன் கைகள் பேனாவைப் பிடித்ததில்லை. கடைசியில் அவன் பைபிளைப் படித்தபடியே மனிதர்கள் பிரார்த்திக்க மரணித்துப் போனான்.

O

எல்லாம் முடிந்து போன பின்னரே அவளை வறுமை துரத்தத் தொடங்கியது. சொந்த உறவுகள் பிறந்த ஊர் அவளை ஏதோ தப்பானவளாகவே கருதியது. தந்தையின் பெயர் தெரியாத பிள்ளை களைப் பெற்றுவிட்ட தாயாகவே அவளைப் பரிகசித்தது. அவளைப் பாவத்தின் மிச்சமாகவே ஒதுக்கியது.

பிள்ளைகளில் ஒன்றுக்கு உலக விஞ்ஞானி ஒருவரின் பெயரையும், மற்றைய இரு பிள்ளைகளுக்கும் கரும்புலி வீரர்களின் பெயரையும் வைத்திருந்தான். போகிற இடமெல்லாம் பிள்ளைகளின் பெயரை வைத்தே பெரிய உபத்திரவமாகியது. ஒரு சமயம் போதகர் ஒருவர் தங்கள் சமய முறைப்படியொரு பெயரை மாற்றுமாறு வேண்டினார்கள். அவன் வைத்த பெயர்களை மாற்ற விரும்பாமல் ஊரைவிட்டே விலகினாள். எல்லோரையும் விட்டு துரமாக ஒதுங்கினாள்.

அவனது இரத்த உறவுகளைத் தேடியழைத்தாள். எவரும் கை கொடுக்காமல் அவளை விலத்திக்கொண்டார்கள். ஆடை துவைக்கும் நிலையமொன்றில் வேலைக்குச் சேர்ந்தாள். மாதாந்தம் கிடைக்கிற சம்பளம் பத்து நாட்களுக்கு மேல் நகர முடியாத இறுக்கத்தைத் தந்தது. அயலில் கடனும் அதிகமாகியது.

செத்துப்போய்விட வேண்டும் போலிருந்த நேரங்களில் அவன் கண்ணுக்குள் வந்து நின்று காதுக்குள் கேட்கிற அவனது குரல் கண்ணீரோடு எல்லா நினைப்பையும் அழித்துச் செல்லும்.

அப்பாவைப் பற்றிக் கேட்கிற குழந்தைகளுக்கு, அப்பா வெளி நாட்டில் இருப்பதாகச் சொல்லிக்கொண்டாள். வெளிநாட்டில் உள்ள அப்பாக்களின் பிள்ளைகள் போல அவர்களால் எதனையும் அனு பவிக்க முடியவில்லை. போன ஊரில் அறிமுகமான ஒரு அக்காவிடம் குழந்தைகளைக் கொடுத்துவிட்டு நிரந்தரமாக வேலை செய்யத் தொடங்கினாள். சனிக்கிழமை மாலை வீடு வந்து ஞாயிறு மட்டும் குழந்தைகளோடு பொழுதைக் கழித்து மீண்டும் வேலை.

அம்மாவும் அருகிலில்லாமல் அப்பாவும் அருகிலில்லாமல் இன்னொருவரை அம்மாவாக்கிய, அம்மா வரும் வார இறுதி நாளுக்காகக் காத்திருக்கிற 5, 4, 3 வயதுப் பிள்ளைகளின் குழந்தைக் கனவுகளில் வெளிநாட்டிலிருக்கிற அப்பா, அத்தை வீட்டில் அவர் களுக்காக உழைத்துக்கொண்டிருப்பதாய் நம்புகிறார்கள்.

ஒரு விடுறையில் வீடு வந்த போது மகள் கேட்டாள். "அத்தைக்குப் போன் போட்டுக் கேளுங்கம்மா அப்பாவை பேசச் சொல்லி... எங்களையும் வெளிநாட்டுக்கு கூப்பிடச்சொல்லி..!"

அன்று ஏதோ அலுவலாக அவன் கையெடுத்துடனான டயறியைத் திறந்த போது ஒரு பக்கத்தில் அவன் எழுதிய சில வரிகளும் ஒருநாள் அவன் எழுதி வைத்த தொலைபேசி இலக்கமொன்றும் கண்ணில்பட்டது.

தான் இல்லாது போகிற காலத்தில் அந்த இலக்கத்தோடு தொடர்பைப் பேணுமாறு அவன் எழுதியிருந்த அந்த இலக்கத்தை எடுத்தாள். தொடர்பு கொள்ளவா விடவா என்று குழப்பமாயிருந்தது.

இரத்த உறவுகளே ஒதுக்கியிருக்க எங்கோ முகம் தெரியாத அவனது நட்பொன்று மட்டும் இவளுக்குக் கைகொடுக்குமா? என்ற சந்தேகத்தோடே ஒருநாள் அந்த இலக்கத்தை அழைத்தாள்.

அவள் எதிர்ப்பார்ப்புக்கு மாறாக மறுமுனையில் கேட்ட குரல். புது உறவு துளிர்த்ததாய் நம்பினாள். அவனைத் தேடிய அந்தத் தோழமை அவன் எங்கோ வாழ்வதாயே அன்றுவரை நம்பியிருந்தது. அவள் சொல்லியழுத கதைகள் அவனை அந்த நிலைமையில் இட்டுச் சென்ற விதியையே நோக வைத்தது.

"எனக்கு உதவி செய்யாட்டிலும் பரவாயில்லை, நீங்க கதைச்சாலே போதும்." அவள் தனது துயரங்களைச் சொல்லிச் சொல்லியழுதாள்.

உயிருடன் இருந்த போது ஒருநாள் அவன் தொடர்புகொண்டிருந்தாலும் அவன் உயிரைக் காத்திருக்கும் வாய்ப்புக்கூட வந்திருக்கலாம். குறைந்த பட்சம் அவனை மட்டுமே நம்பிய அவளுக்கும் குழந்தை களுக்குமான ஒரு வாழ்வையேனும் கொடுத்திருக்கலாம். எல்லாம் முடிந்து அவன் அநாதையாய் முடியும் வரையில் ஏனோ நட்பையும் அழைக்காமல் விட்டிருந்தான் என்பது தெரியாது.

வரவிருக்கிற நத்தார் தினத்தில் அப்பா வருவார் என நம்புகிற குழந்தைகளுக்கு இம்முறையும் அப்பா வர மாட்டார், வேலை கூட வென்று சொன்னாள். அப்பா வெளிநாட்டிலிருந்து அனுப்பியதாக கடந்த முறை அவள் தானே ஒரு பாசலை தனது முகவரிக்கு அனுப்பி, அப்பாவின் நத்தார் பரிசென்று பிள்ளைகளுக்குக் கொடுத்தாள். இம்முறையும் உடுப்புகளும் இனிப்புப் பண்டங்களையும் தயாரித்து வைத்திருக்கிறாள் நத்தார் பரிசு.

அப்பாவின் மரணத்தை இன்றும் அறியாத குழந்தைகளுக்காக, அப்பா பற்றிச் சொல்ல ஆயிரமாயிரம் வரலாறுகளை அவன் விட்டுச் சென்றிருக்கிறான். எனினும், எதையும் அவளால் வெளிப்படுத்தவோ வரலாறு ஆக்கவோ முடியாது. அவன் மரணமும் அவனது வாழ்வும் மர்மமாகவும் மௌனமாகவுமே புதைந்து போயிருக்கிறது.

நினைவுகள் தருகிற வலிகளை மறக்கவோ அவற்றை அழிக்கவோ இந்தக் கால விஞ்ஞானம் எதையாவது கண்டுபிடித்திருக்கலாம் போல. பழைய நினைவுகளில் மனசு கனக்கிற போதெல்லாம் இப்படித்தான் நினைப்பாள்.

தமிழ் ஈழம் தமிழர்களின் கனவாய் மட்டுமன்றி ஈழப்போராளிகள் பணிசெய்த நாடுகளில் அவர்களது காதலிகளாய், காதலர்களாய் வாழ்கிற பலரது கனவாகவும் ஆகிவிட்ட தமிழீழம் ஒருநாள் வருமென்று நம்புகிற ஆயிரக் கணக்கானவர்களில் அவளும் ஒருத்தியாக, அவனது குழந்தைகளுக்கு அவனது தாயகத்தைப் பற்றிச் சொல்லும் நாளுக்காகவும் காத்திருக்கிறாள். ●

19.12.2012

15. காலச் சூரியன்களும் சிறைக் கம்பிகளும்

சூரியனின் பெயர்களில் ஒன்று அவனுக்கானது. பெயருக்கு ஏற்ப சூரியனின் வேராகவே அவனிருந்தான். 1995ஆம் ஆண்டு சூரியக்கதிர் நடவடிக்கையின் போது யாழ்ப்பாணம் இடம்பெயர அவனும் வன்னிக்கு வீட்டோடு இடம்பெயர்ந்தான். சொந்த ஊரைப் பிரிந்த துயரும் அவனும் ஆயுதம் ஏந்த வேண்டிய அவசியத்தை அக்கால வீதிநாடகங்களும் பரப்புரைக் கூட்டங்களும் உணர்த்தியது. பதினான்கு வயதில் அவன் ஆயுதமேந்தி விடுதலைப் போராளி யானான்.

அடிப்படைப் பயிற்சி முடித்து சமர்க்களம் போனவனின் ஆற்றலும் திறமையும் அவனைப் புலனாய்வுப் பிரிவுக்குப் பணிமாற்றம் செய்தது. பகைகுகையில் இறங்கிப் பணி செய்ய அவனுக்குப் பயிற்றுவிக்கப்பட்டு வரியுடை மாற்றி சிவிலுடைக்கு மாற்றப்பட் டான். சீரியசான போராளி சிரித்துச் சமாளித்து சாதிக்கும் வல்ல மையை அவனது வசீகரம் மிக்க கதையும் அவனை நிரந்தரமாக வன்னியைவிட்டுப் பிரித்து பகைகுகையில் நிரந்தரமாக்கியது.

சாகசங்கள் செய்வதுபோல சாதனைகள் செய்தான். லட்சலட்சமாய் குறையாத பணவளம் வசதிகள் யாவையும் அமைப்பு அவனுக்கு வழங்கியது. தாய்மண் மீதான பற்று பணிகளுக்காக மட்டுமே நாட்டுக்காசைப் பயன்படுத்துவான் தனது தேவைகளுக்கும் தனது பணியைச் சந்தேகமின்றியும் சாதுரியமாகவும் வெல்ல கடைகளில் பணியாளனாய் விடுதிகளின் வேலைக்காரனாய் அவன் எடுத்த அவதாரங்கள் ஆயிரத்தையும் தாண்டும்.

பொறுப்பானவர்களைச் சந்திக்க இடையிடை தாண்டிக்குளம் தாண்டி ஓமந்தை சோதனைச்சாவடியில் அவனும் சாதாரணமான வனாகவே வரிசையில் நின்று அங்கே கடமையிலிருக்கிற காவல் துறையினர் சிலரின் பொறுப்பற்ற தன்மைகளையும் போட்டுக்குடுத்து திருத்தியிருக்கிறான். இறுக்கம் மிகுந்த சோதனைச்சாவடிக்காலும் உரியவர்களுக்கு வழங்க வேண்டியவற்றையும் ஏதோ வழியாகக் கொண்டுபோய்ச் சேர்ப்பான்.

பணியின் கனம் அவனுக்கு அதிகரிக்கப்பட்டது. பகை இனத்தி லேயே அவனை யாரையாவது காதலிக்குமாறு சொல்லப்பட்டது. வேலையாளாய் நின்ற விடுதியிலேயே வந்து போன ஒரு குடும் பத்தை நட்பாக்கி அவர்களது வீட்டுக்கு இவன் விருந்தாளியாய் ஏற்கப்பட்டான். அங்கே ஒரு அழகியிருந்தாள். அவன் வெல்ல, அவனது இலட்சியம் வெல்ல, அந்த அழகியை அவன் காதலித்தான். காதல் நெருக்கமாகி அவனில்லையென்றால் அவளில்லையென்ற நிலைக்கு அந்த அழகி வந்துவிட்டாள்.

அவனது பணியிடத்தில் அவன் நிரந்தரமான இருப்பிட அடை யாளத்தைப் பெற்றுக்கொள்ள அவளைத் திருமணம் செய்து கொண்டான். வேகவேகமாய் அவன் படைத்த வெற்றிகளின் தடயங் களையும் வெளித்தெரியாமல் மறைத்துவிடுகிற விவேகத்தையும் அவன் கற்று வந்த கற்பித்தலைவிட அதிவிசேடமாகவே செய்தான். அவனுக்கு மேலே இருந்தவர்களையும் மிஞ்சிய ஆற்றலும் ஆழுமையும் அவனை வசப்படுத்தி வைத்திருப்பதாகக் கடைசியாகப் புதுக்குடி யிருப்புக்குப் போய் திரும்பிய போது அவனது துறைக்குப் பொறுப் பானவர் தோழில் தட்டிச் சொன்னதைப் பலமுறை நினைத்துத் தன் மீதே பெருமைப்பட்டிருக்கிறான்.

ஒருபுறம் அவன் குடும்பத் தலைவன். ஒரு பெண் குழந்தைக்கு அப்பாவாயும் ஆகினான். மறுபுறம் அவனது தேசக்கனவை நன வாக்கும் பாதையில் தடைகள் அகற்றும் தடையகற்றியாக இயங்கிக் கொண்டிருந்தான். ஒருநாள் தானும் காற்றாகும் கனவோடு கடமையில் கலந்தான்.

ஒரு பெரும் தடையை அகற்ற அழிக்க அவனுக்குக் கட்டளை வந்தது. காற்றும் அந்தத் தடையைத் தாண்டுவதானால் ஒன்றுக்குப் பலமுறை பரிசோதனை செய்யப்படும் குகையது. ஆயினும் அவனது சாதுரியமும் கெட்டித்தனமும் அந்தக் குகையை உள்ளடைந்து வேவு பார்த்து இலக்கையடைய உயிராயுதத்தையும் தயார்படுத்தி அந்த இலக்கையடையும் நாளுக்காகக் காத்திருந்து எல்லா ஒழுங்கும் முடித்து தடையுடைக்கும் பொழுதுக்காய் காத்திருந்தான்.

அந்தக் கடைசி நாள் அவனே எல்லாவற்றையும் இரவுபகலாய் கவனித்து உயிராயுதத்தையும் தயார்செய்து கடைசி ஒத்திகையும் முடித்து வழியனுப்பிவிட்டு போகிற ஆயுதம் பிழைத்தால் அடுத்து தன்னையும் தணலாக்கத் தயார்படுத்திக்கொண்டு போயிருந்தான்.

வரிசையாக வந்துகொண்டிருந்த வாகன நெருக்கத்தில் உரிய இலக்கை அவன் தயார்படுத்தியனுப்பிய உயிராயுதம் சிதறடிக்கும் கனவோடு அந்தக் கண்ணில் தெரிந்த பிரகாசம் அன்றைய சூரியக்கதிர் ஒளியையும் மிஞ்சியது போலிருந்தது அவனுக்கு. அவனுக்குத் தொலைவாய் நின்ற உயிராயுதம் அவன் கண்முன்னே தீயாகித் தணலாகிப் பெருநெருப்பாகியெரிந்தது. அகற்ற நினைத்த தடையும் தொலைந்ததென்றே நினைத்தான். ஒரு கணம் எல்லாம் ஸ்தம்பித்து தீப்பிழம்பே அவனது கண்களையும் மறைத்தது.

அடைய நினைத்த வெற்றியும் அழிக்க நினைத்த தடையும் அன்று அழியவில்லை. அந்த வெற்றியை எதிர்பார்த்திருந்தவர்கள் அவன்மீது கோபமாயிருந்தனர். அவனது கவனக்குறைவே அந்தத் தோல்வியின் காரணம் எனப்பட்டது. உலகெங்கும் அந்தச் செய்தி பரவியது. உலக ஊடகங்களில் அவன் தயார்படுத்தியனுப்பிய உயிராயுதத்தின் உடற்கூறுகளை ஐரோப்பிய நிபுணர் குழு பரிசோதனை செய்யப் போவதாகவும் குற்றவாளிகள்மீது கடும் விமர்சனத்தையும் வைத்து பயங்கரவாதத் தாக்குதல் அதுவென்றும் சொல்லப்பட்டது.

பயங்கரமானவர்களாக நாங்கள் மாற யார் காரணமான பயங்கர வாதிகள் என்பதனை ஏனிந்த உலகம் புரிந்துகொள்ளாதிருக்கிறது. அவனும் வீட்டில் எல்லாருடனும் சேர்ந்து தொலைக்காட்சியைப் பார்த்தான். அந்த நெருப்பை அந்த இலக்கைச் சென்றடைய அவன் பட்ட வலிகள் கண்ணீராய்ப் பெருகியது. அவனது அழுகி சந்தேகப் படாதிருக்க சாதாரணமானவனாய் காட்டிக்கொண்டான். இரவுகளில் தூக்கத்தைத் தொலைத்தான். அடைய முடியாது போன இலக்கை இனித் தானே அழிப்பதென்ற ஓர்மத்தை நெஞ்சில் விதைத்தான். அந்தத் தோல்வியின் காரணத்தை ஆராய்ந்துகொண்டிருந்த அவனது ஆட்களுக்குத் தகவல் சொன்னான். அந்த இலக்கை நான் அடைவேன்.

ஒருநாளில் நெருப்புப் பற்றிய தெருவும் வாகனங்களும் அன்றைய பகைக்கான இழப்புகளையும் எண்ணியெண்ணி அதன் காரணமான வர்களைத் தேடும் நடவடிக்கையைப் பகைவன் தொடர்ந்து கொண்டிருந்தான்.

O

ஒருநாள் அவனது வீடு முற்றுகைக்கு உள்ளானது. எப்போதுமே தடயங்களை விட்டு வைக்காமல் அழித்துவிடுகிறவனின் வீட்டைச் சூழ்ந்தவர்கள் அவனையும் அவனது மனைவியையும் மகளையும் மாமியாரையும் கைது செய்தனர். அவனைக் காதலித்து அவனில்

எவ்வித சந்தேகமும் இல்லாமல் அவனை நம்பியவளுக்கும் அவளது குடும்பத்துக்கும் இருண்டது விடிஞ்சது எதுவும் தெரியாது. ஏதோ தங்கள் இனத்தவர் அவனை வீணாக சந்தேகித்துத்தான் அவனையும் தங்களையும் கைதுசெய்கின்றனர் எனவே நினைத்தார்கள்.

நாட்கள் வாரங்களாகி வாரங்கள் மாதங்களாகி மாதங்கள் வருட மொன்றை எட்டியபோதுதான் அவன் ஒரு விடுதலைப் போராளி யென்றது தெரிய வந்தது. அவனைக் கொன்று போட்டுவிடும் கோபம் அவளுக்கு.

சட்டத்தின் முன் அவளும் அவளது குடும்பமும் அவன் தங்களை ஏமாற்றியது தமக்கும் நடந்து முடிந்த சம்பவத்துக்கும் எவ்வித தொடர்பும் இல்லையென்று வாதாடினார்கள். இருந்த வசதிகளை யெல்லாம் விற்று அவளும் அவளது குடும்பமும் விடுதலையானது. மூன்று வயதில் பச்சைக் குழந்தையாக சிறையில் அவலப்பட்ட அவனது குழந்தை மீதும் அவளுக்கு வெறுப்பு அதிக மாகியது. அவனை உரித்து ஒட்டியது போலவே தமிழும் சிங்களமும் கலந்த பெயரால் அழைக்கப்பட்ட அந்தக் குழந்தையில் ஓடும் தமிழ் இரத்தம் அவளுக்கு எரிச்சலையும் வெறுப்பையுமே அதிகரித்தது.

O

என்றாவது ஒருநாள் எங்காவது தெருவிலோ வாகன நெரிசலிலோ காற்றாய்விடுகிறவனே தானென்று நினைத்திருந்தவனுக்குத் தனது குழந்தையின் மேல் சொல்லியளவிட முடியாத அன்பு. அவளோடு கழிகிற பொழுதுகளை அவன் அதிகம் விரும்பிய தருணங்கள் நிறைய. குழந்தை எதையெல்லாம் விரும்பும் என்பதனையெல்லாம் தானாகவே முடிவு செய்து வாங்கிக் கொடுப்பான். இரவுகளில் உறங்கப்போனால் குழந்தை நித்திரையாகும் வரை அவளோடிருப்பான், கதைகள் சொல்லுவான். எல்லாரும் உறங்கிய பின்னர் உறங்கச் செல்வான்.

பின்னிரவில் உறங்கப் போகிறவன் எல்லாருக்கும் முன்னம் முதல் ஆளாய் எழும்பிவிடுவான். காலை எழுந்ததும் யோகாசனம் முதல் உடற்பயற்சிகள் செய்து காலையுணவை மகளுக்கும் மனைவிக்கும் தயார்செய்து கொடுத்துவிட்டே வீட்டைவிட்டு வெளியேறுவான். அவனது நடமாட்டம் ஒவ்வொன்றும் இலக்குகள் தேடியதாகவே அமையும்.

ஒன்றாயிருந்து களமாடி உறங்கிப்போன ஒவ்வொருவரின் இறுதிக் கணங்களையும் திரும்பத்திரும்ப நினைவுகொள்ளும் அவனது

மனசுக்குள் மூண்டெரியும் தீயில் அவனது பணிகளை விரைவு படுத்துவான். பெயர், புகழ், முகம், முகவரி எதுவுமற்று ஒருநாள் எரிந்து போவதற்காயே அவன் கனவோடலைந்தான்.

கம்பிகளின் பின்னால் அடைபடக் காரணமாயிருந்த தாக்குதலைத் திட்டமிட்டு முடிக்க அவன் பட்ட சிரமங்கள் யாவையும் ஒரு தடயம் அழித்து இன்று அவன் செய்ய வேண்டிய எல்லாவற்றையும் முடக்கி சிறையில் அடைத்திருப்பது பற்றி அதிகம் சிந்தித்திருக்கிறான். எனினும் எல்லாம் விடுதலைக்கே என்ற நினைப்பில் கொடும் சித்திர வதைகளையும் மின்பாச்சிகளின் இரக்கமற்ற தாக்குதல் வரை அவன் அனுபவித்த சித்திரவதைகள் மாதக்கணக்காய் அவனைப் பிணமாய் போட்டது. எனினும் இலட்சிய நெருப்பு நெஞ்சுக்குள் சூரிய நெருப்பாய் கனன்றுகொண்டேயிருந்தது.

O

காலம் 2009ஆம் ஆண்டு மே, நம்பியவர்களும் அவன் நேசித் தவர்களும் துடைத்தளிக்கப்பட்டு அவன் அடைக்கப்பட்ட சிறையில் கடைசிக்களமாடியவர்கள் பலர் வந்தடைந்தனர். இழப்பதற்கு இனி யெதுவுமே இல்லை, உயிர்கள் தப்பினால் போதுமென்றதாக வந்திருந்தவர்கள் சொன்ன கதைகள் அவனையும் கலங்க வைத்தது.

தனியே போயிருந்து யோசித்துக்கொண்டிருப்பான். விடுதலை யாகிப் போன மனைவி அவனைப் பார்க்க வருவதில்லை. அவள் அவனால் ஏமாந்து போன கோபம், அவன் வெளியில் வந்தால் தன் கையாலேயே அவனுக்கான சாவு எழுதப்படுமென்று மிரட்டிக் கொண்டிருந்தாள். அவனது குழந்தையை அவனது உயிரை அவள் வேண்டாமென்று வெறுத்தாள். அவனைக் காண வருகிற அவன் அம்மா அவனது குழந்தை பற்றிச் சொல்லியழுவாள்.

வெளிநாட்டில் மூன்று உணவகங்களுக்குச் சொந்தமாயிருக்கிற வசதி படைத்த உடன்பிறப்புடன் தொடர்புகொண்டான். தனது பிள்ளைக்கும் தாய்க்கும் ஏதாவது உதவுமாறு கேட்டான். உடன் பிறந்தவளோ அவனது மைத்துனனோ அவனது குழந்தை சிங்களக் குழந்தையென்றும் அதற்குத் தங்களால் எதுவும் செய்ய இயலாதென்று மறுத்தார்கள்.

நாடுமில்லை நாடென்று வாழ்ந்தவர்களுமில்லை. அவனுக்காக யாருமில்லை. இருண்டுபோனது அவன் வாழ்வு மட்டுமல்ல, அவனது கனவுகளும்தான். முடிவற்று இழுபட்டுக்கொண்டிருந்த வழக்கு

உள்நீதி மன்றத்துக்கு நான்கு வாரத்துக்கு ஒருமுறை போய் வந்து கொண்டிருந்தவனின் வழக்கு உயர்நீதி மன்றம் வந்த போது மீண்டும் உடன்பிறந்த உறவுடன் தொடர்புகொண்டான்.

பணம் கொடுத்து சட்டத் தரணியை வைத்து அவனது வழக்கை வாதாடுவதென்றால் அதற்கான பணச் செலவு அதிகம். எதுவுமற்று எவருமற்றுப் போனவனைக் கட்டாயம் உடன்பிறப்பு காக்குமென்று நம்பிய அவனது நம்பிக்கையில் விழுந்தது பேரிடி.

சரி என்ரை பிள்ளைக்கெண்டாலும் மாதம் ஒரு ஆயிரம் ரூபா குடுத்தீங்களெண்டா அவள் படிக்க உதவியா இருக்கும். கடைசியாகத் தனது பிள்ளைக்கான கல்வியுதவியையாவது செய்யுமாறு கேட்டான். எதுவும் தம்மால் முடியாது இனிமேல் இப்படி தொடர்பு கொண்டு தம்மை தொந்தரவு பண்ணக் கூடாதென்று எச்சரித்துவிட்டார்கள்.

அவனது இரத்தத்தை, அவனது கனவின் தேவதையை, அவனது குழந்தையை, அவனது காதல் மனைவி உதறிவிட்டாள். அவனது வயதான அம்மாவே தன்னால் இயன்றதைக் கொடுத்து அவனது மகளை வளர்க்கும் பொறுப்பை எடுத்தார். இலட்சியம் தோற்று சிறையில் அடைபட்டு வாழ்வு இனி இருளென்டு ஆகியது.

O

அப்போதுதான் நேசக்கரம் அமைப்பின் தொடர்பு அவனுக்கு இன்னொரு சிறையிலிருக்கும் அவனோடு கூடவிருந்த தோழன் ஒருவனால் கிடைத்தது. ஒருநாள் இரவு அவனுடன் தொடர்பு கொண்டேன். நீண்ட காலம் அவன் சேர்த்து வைத்திருந்த சோகங்களை அன்று ஒன்றரை மணித்தியாலங்கள் அவனோடு கதைக்கக்கதைக்க கொட்டித் தீர்த்தான். கதைவாக்கில் கேட்டேன்.

"எந்த ஊர் நீங்கள்?"

அவன் தனது ஊரைச் சொன்னான். அவனது ஊரில் அவனது ஒழுங்கையில் எனது சயிக்கிள் ஓடியிருக்கிறது. அவனது உறவுகள் எனது நட்புகள் ஆகியிருக்கின்றனர். அவன் சொல்லச்சொல்ல சிறுவனாய் பார்த்த அவனது முகம் மெல்லமெல்ல மங்கலாய் ஞாபகம் வந்தது. எவனோ ஒருவனாய் அறிமுகமானவன் என்னோடு உறவான அவனது வீதியும் வீடும் அவனையும் என் குடும்பத்தில் ஒருவனாய் நிறுத்தியது.

சிறைக்கு வந்த பின்னர் தான் காணாத தனது மகளின் எதிர்காலம், அவளது வாழ்வு பற்றியே அவனுக்குள்ளிருந்த கற்பனைகளை

தடாகம் ❁ 123

எல்லாம் சொன்னான். ஒரு அப்பாவாக அவன் ஆசைகள், கனவுகள், அவனது மகள் பற்றியே எழுப்பியிருக்கிற கோட்டையில் ஒரு சதம் சேமிப்பும் இல்லாமல் மிகவும் பெரியதாய் உயர்ந்திருந்தது.

"என்ரை மகளுக்கு ஒரு ஆயிரத்து ஐநூறு ரூபாய் படிப்பு உதவியாக உதவினீங்களெண்டா அது பெரிய உதவியா இருக்கும். நான் ஒருநாள் வெளியில வருவன் எனக்கு நம்பிக்கையிருக்கு. எனக்கு உதவ மாட்ட மெண்ட என்ர சகோதரத்தின்ரை கண்ணுக்கு முன்னாலை நானும் உழைச்சு முன்னுக்கு வந்து காட்டுவன்" என அன்று சபதமுரைத்தான்.

அவன் கேட்டது போல அவனது மகளுக்கு மாதாந்தம் கல்வி உதவியாக 1500 ரூபாய் ஒழுங்கு செய்து, அந்த உதவி மாதம் போய்க் கொண்டிருக்கிறது. ஒருமுறை மகளின் படமும் தனது படமும் ஒருவர் மூலம் அனுப்பியிருந்தான். இடையிடை பேசக்கிடைக்கிற போது தொடர்பு கொண்டு கதைப்பேன். வழக்கின் நிலைமை பற்றி நல்ல முடிவொன்று கிடைக்குமென்றுதான் சொல்லுவான். தன் வசதிக்கு ஏற்ப இலவச சட்டத்தரணியொருவரையே அவனது வழக்கை வாதாட வைத்திருந்தான்.

O

கடந்த ஆறு மாதங்கள் அவனோடு பேசவும் முடியவில்லை. வழக்கு பற்றிய தகவல்களையும் அறியவில்லை. தொடர்பில் உள்ளவர்களுடன் கதைக்கிற போது வழக்கு நடக்கிறது என்றே சொல்லியிருந்தார்கள்.

அவனுடன் கூடவிருந்த ஒரு நண்பன் யாழ் சிறைக்குச் சென்றிருந்தான். அவனிடம் கதைத்த போது கேட்டேன்.

"அவன் என்ன மாதிரியிருக்கிறான்? வழக்குத் தெரியும்தான இலவச சட்டத்தரணியை வைச்சிருக்கு. ஆனால், அவன் நம்புகிறான் தனக்கு நல்ல முடிவு கிடைக்குமெண்டு. போன கிழமை வழக்குக்காக ஏத்தீட்டாங்கள்" என அந்த நண்பன் சொன்னான். தனது வழக்குக்கும் எவ்வித ஆதரவுமில்லாமல் இருப்பதாக அந்த நண்பன் வேதனைப்பட்டான்.

O

கனவுகளோடலைந்தவனுக்கு 35 வருடங்கள் கடும் சிறைத் தண்டனையென்பதை அண்மையில் ஊடகங்களில் வெளியான செய்தியொன்று எல்லா இணையங்களையும் நிறைத்தது. தான்

விடுதலையாவேன் உழைத்து முன்னேறிக்காட்டுவேன் என்றவனுக்கு வழங்கப்பட்ட தீர்ப்பை நம்பவே முடியவில்லை.

இன்னும் அவன்மீது 129 குற்றச்சாட்டுகள் சுமத்தப்பட்டுள்ளது. மீதக் குற்றச்சாட்டுகளுக்கும் தீர்ப்புகள் கொடுக்கப்பட்டால் அவன் காலம்! ஆயுள் முழுவதும் கொடுஞ்சிறையாகவே போகப்போகிறது. செய்திகள் அவனை இப்போது மறந்துவிட்டது.

சில நாட்கள் முன் வந்த அழைப்பொன்று அவனைப் பற்றி விசாரித்த போது சொன்ன சேதி.

"பாவம் சரியா உடைஞ்சு போயிருக்கிறான். காசிருந்திருந்தா அவனுக்கொரு நல்ல சட்டத்தரணியைப் பிடிச்சிருக்கலாம். எங்கை காசில்லாததில இப்பிடியே கிடக்கப்போறம்! ஒருக்கா கதையுங்கோ அவனோடை ஆறுதல் சொல்லுங்கோ!"

அவனது 35 வருட தண்டனைக்காக வேதனைப்பட்டு தகவலைச் சொன்னவனுக்கு, இம்மாதம் இறுதியில் வழக்குத் தவணை வருகிறது. சில லட்சங்கள் இருந்தால் இவன் வெளியில் வருவதற்கான விதி மாற்றம் இருக்கிறது. இவனுக்கும் இத்தகையதொரு கொடிய தீர்ப்பு வந்துவிடக் கூடாதென்று விதியைத்தான் வேண்டுகிறேன். ஆனால், விதியை மாற்ற எதிர்பார்க்கிய லட்சங்களை என்னால் வழங்க முடியாதுள்ளது.

இள வயதில் தங்கள் வாழ்வைத் தந்தவர்கள் சிறைகளின் பின்னால் ஒளியிழந்த சூரியன்களாய் தங்களது விடுதலைக்கான நாளை எதிர் பார்த்தபடியிருக்கிறார்கள். தங்கள் விடுதலைக்கான கதவுகள் திறபட காசுக்கடவுளர்களைத் தேடுகிறார்கள் காசுக்கடவுளர்களின் கண்கள் இவர்களுக்காய் திறக்காதா? •

28.10.2012

16. ஆமிக்காரர் போட்டுக்குடுத்த அம்மாவின் வீடு

ஆண்டு 2010, அம்மா நாட்டுக்காக நான்கு பிள்ளைகளைக் கொடுத்தாள். இன்று அம்மாவுக்காக ஒரு பிள்ளையும் அம்மாவோடு இல்லை. அம்மா உழைச்சுக் கட்டிய கனகபுரம் வீடும் போய் இப்ப பரந்தனில் அம்மாவின் முதிசமான அரை ஏக்கர் வயல் நிலத்தில் ஒரு குடிசைதான் அம்மாவின் வசந்த மாளிகை.

ஏழு தகரத்தோடும் ஒரு சின்ன உரப்பையோடும் இரண்டு நாட்களாக காணியில் போயிருந்தாள் அம்மா. ஆண் துணையும் இல்லை, ஆட்களின் துணையும் இல்லாமல் தன் கையே தனக்குதவி யென்ற முடிவில் புல்லைச் செருக்கி ஒரு பாயை விரித்துப் படுத்து உறங்கக்கூடிய அளவுக்குத்தான் நிலத்தைத் துப்பரவாக்கினாள். கதியால் இறுக்கிக் கிடைச்ச தகரங்களைப் போட்டு வீடாக்கி வாழக் கூடிய வல்லமையில்லாமல் கண்ணீரோடு யாராவது உதவுவார்களா? என அம்மா காத்திருந்த நேரம்தான் அது நிகழ்ந்தது.

“என்னம்மா? வீடு போடலயா?”

அம்மாவை வந்து பாத்த ஆமிக்காரங்கள் கேட்ட போது, அம்மா அழுதாள்.

“எனக்குப் பிள்ளையளுமில்லை புரிசனுமில்லைத் தம்பியவை நான் தனிய எனக்கொருதரும் உதவியில்லை...”

அம்மாவோடு பேசிய ஆமிக்காரன் நல்லவனா கெட்டவனா என்றெல்லாம் அம்மா யோசிக்கேல்ல. அந்த நேரத்தில் அம்மாவை ஒருவன் அக்கறையோடு விசாரிச்சதுதான் பெரிசாயிருந்தது.

கொஞ்ச நேரத்தில் அம்மாவின் காணிக்குள் ஆறு ஆமிக்காரர்கள் வந்தாங்கள். ஒரு கொட்டில் போடக்கூடியளவு தடியளும் சாமான் களும் கொண்டு வந்தாங்கள். அம்மா பாத்துக்கொண்டிருக்க, அம்மா வுக்குக் குடிசை போட்டு முடித்தார்கள். நடக்க இயலாத ஒற்றைக் காலை மடித்துக் குந்திருந்து வேலைகளைச் செய்ய முடியாத அம்மா நின்று சமைக்கவும் ஒரு ஒழுங்கு செய்து கொடுத்தார்கள். அம்மாவுக்கு அந்த உதவியைச் செய்த ஆமிக்காரருக்கு அம்மா நன்றி சொன்னாள்.

அவர்களில் ஒருவன் அம்மாவோடு சரளமாகத் தமிழில் கதைத்தான். அம்மாவின் பிள்ளைகள் பற்றி விசாரித்தான்.

தடுப்பில் இருக்கிற அம்மாவின் மகளைப் பற்றியும் மாவீரராகி விட்ட இரண்டு மகள்களைப் பற்றியும் காணாமல் போன கடைசி மகள் பற்றியும் சொன்னாள் அம்மா. அம்மாவுக்காக மிஞ்சியிருக்கிற தடுப்பிலிருக்கும் மகளை விடுதலை செய்ய அவனை உதவுமாறு கேட்டழுதாள். அம்மாவின் அழுகை அவனைச் சங்கடப்படுத்தி யிருக்க வேணும்.

"அம்மா, நான் ஒரு சிப்பாய்தானம்மா என்னாலை உங்கடை மகளை வெளியில எடுத்துத்தர ஏலாதம்மா. பெரிய இடங்களில தானம்மா முடிவெடுப்பாங்க" என்று அவன் தனது இயலாமையை அம்மாவுக்கு வெளிப்படுத்தினான். அப்பாவி அம்மா ஒரு சாதாரண சிப்பாயால் தனது மகளை மீட்டுத்தர முடியுமென்று நம்பி அவனிடம் கெஞ்சியழுதாள்.

O

மார்கழி 2011...

மண்ணிறுக்கி வெள்ளம் நுளையாமல் போடப்பட்ட குடிசையைச் சுற்றி இரண்டு மீற்றர் தூரத்திற்கப்பால் மழைவெள்ளக்காடாய் நிறைந்து கிடந்தது. மலசலம் கழிப்பதென்றாலும் அவ்வளவு நாளும் வெட்டைகளில் போயிருந்த அம்மாவால் இந்த வெள்ளத்துக்கால் எங்கேயும் போக முடியவில்லை. குடிசைத் தாழ்வாரத்தில்தான் மூன்று நாட்களாக அம்மாவின் இயற்கைக்கடன் கழிப்பும் நிகழ்ந்து கொண்டிருந்தது. ஐம்பது தரத்துக்கு மேலாக அலைந்து யூ.என். எச்.சி.ஆரிடம் வாங்கிய கட்டிலும் மெத்தையும் போர்வையும் அம்மாவைக் குளிரிலிருந்து காத்தது.

சுடுதண்ணி வைச்சுக் குடிக்கக்கூட முடியாமல் ஈரமான விறகை மூட்டிப் பார்த்தாள். கண்ணுக்குள் புகைமுட்டி கண் வீங்கினதே தவிர, சுடுதண்ணீர் வைக்க முடியேல்ல. ஈரமான விறகைத்தான் திட்டித்தீர்த்தாள். முந்தாநாள் வேண்டி வைச்ச பாணில் மிச்சத்தைச் சாப்பிட்டுத் தண்ணீரைக் குடித்தாள். தனிமையின் கொடுமை, பிள்ளைகள் இல்லாத வெறுமை, காரணமில்லாமல் அம்மாவின் கண்களை நனைத்துக்கொண்டேயிருந்தது.

அயலட்டைச் சனங்கள் கோயில்களை நாடிப்போய்க்கொண்டிருந் தார்கள். அம்மா அம்மளவையும் வாசலில் நின்று பாத்துக்

கொண்டிருந்தாள். முளங்காலுக்கு மேலை நிக்கிற தண்ணியாலை சாமான் சக்கட்டுகளோடை சனங்கள் போய்க்கொண்டிருந்தார்கள்.

"என்னனை நீயும் வாவன்? சனமெல்லாம் கோயிலுக்குப் போகுதுகள். இரவைக்கு வெள்ளம் கூடப்போகுதாமெண்டு கதைக்கு துகள்... அங்கினை ஒரு தேண்தண்ணியெண்டாலும் குடிக்கலாம் வாணை..." பக்கத்து வளவு புவனேசக்கா கேட்டா.

"நீ போணை நான் வரேல்ல. எனக்கென்னனை பிள்ளையோ குட்டியோ கொண்டு போற விதி வெள்ளத்தாலை வந்தா வரட்டு மணை... நீ பேரப்பிள்ளை பிள்ளையளென்டு சொந்தங்களோட இருக்கிறனீ போணை என்னைப் பாக்காதை..."

"ஏடியாத்தை வாடி வெள்ளத்தில அடிபட்டியெண்டா ஆனை யிறவுக்கைதான் மிதக்கப் போறாய்... சனத்தோடை சனமாப் போவம் வா..." என்ற புவனேசக்காவின் கெஞ்சலுக்கு அம்மா மசியேல்ல.

"நீ போணை..." என்று சொல்லீட்டு கட்டிலில ஏறிப்படுத்தாள். வாறவெள்ளம் அள்ளிக்கொண்டு போய் ஆனையிறவுக் கடலில போட்டாலும் போடட்டுமெனப் புறுபுறுத்துக்கொண்டு போர்வையை இழுத்துப் போர்த்திக்கொண்டு படுத்தாள் அம்மா.

இடி முழக்கம் மின்னல் காதைப் பிழக்குமாப்போலிருந்தது. மெல்லிய சங்கீதம் போலிருந்த மழை மேலும் பெலத்து ஊவென்ற பேரிரைச்சலோடு காற்றடித்துக்கொண்டிருந்தது. அம்மாவின் குடிசையின் தகரங்கள் மீது விழுகிற பெரிய மழைத்துளிகளின் சத்தம் துப்பாக்கிச் சத்தங்கள் போலிருந்தது.

இப்படித்தான் 1989ஆம் ஆண்டு ஒரு மழைக்காலத்தில் சிறு வயதிலேயே தந்தையை இழந்த தனது பிள்ளைகளின் கல்வி மட்டுமே தனது கடைசிக் கனவாக, பிள்ளைகளின் கல்விக்கனவில் மூழ்கியிருந்த அம்மாவின் கனவைக் கலைத்துக்கொண்டு போய்விட்டாள் மூத்தவள். வெள்ளைச் சட்டையுடன் காலமை போனவள் வீடு திரும்பவில்லை.

அவளும் அவளுடன் இன்னும் பல பிள்ளைகள் ஊரைவிட்டுக் காணாமற்போயினர். அவர்களோடு அம்மாவின் மூத்தவளும் காடுகள் நோக்கிப் போய்விட்டதாகத் தகவல் வந்தடைந்தது. எங்கை போய்? யாரைக் கேட்டு? அம்மாவுக்கு எதுவும் செய்யத் தெரியவில்லை. அவளை நினைத்து அம்மா தினமும் அழுதாள். அவளுக்காக இறைவனைப் பிரார்த்தித்தாள்.

O

ஒன்றரை வருடம் கழித்து வெள்ளைச்சட்டையுடன் போன மகள், வரிச்சீருடையில் வந்து சேர்ந்தாள். உள்ளுக்குள் பெருமிதமும் வெளியில் கோபத்தையும் காட்டி மகளை வரவேற்றாள் அம்மா. அம்மாவின் பேச்சுக்கு மறுகதை கதைக்காதவள் அம்மாவுக்கு அரசியல் சொல்லிக் கொடுத்தாள். போடி நீயும் உன்ரை அரசியலும்... அம்மா சினத்த போதும் அவள் அம்மாவின் மடியில் கிடந்து ஆயிரம் கதைகள் சொன்னாள்.

அந்த முன்னேற்றமில்லாத கிராமம், பெரிய உத்தியோகத்தில் இவள் வருவாளென்ற கற்பனை கலைந்தது. அம்மாவின் ஒவ்வொரு பேச்சிலும் ஒட்டியிருந்தது. வந்தவள் வந்தாள் வீட்டில் மிஞ்சியிருந்த பிள்ளைகளையும் தன் வழியில் வருமாறு கோரிக்கை விடுத்துவிட்டுப் போனாள்.

அதற்குப் பிறகு, அவள் தனது தோழிகளோடு சயிக்கிளில் வரத் தொடங்கினாள். சில காலங்களில் மோட்டார் வாகனத்தில் வரத் தொடங்கினாள். பின்னொரு நாள் அவளுக்குப் பாதுகாப்பணியோடு பிக்கப்பில் வந்திறங்கினாள். அம்மா அப்பாவி ஆனாலும், தனது மகள் பெரிய பொறுப்பாளரானது அம்மாவுக்குப் பெருமையாகத் தானிருந்தது. அவளைப் பற்றி எங்கும் கதைத்தார்கள்.

அவள் இப்போது தனியே வருவதில்லை. அவளுக்கான காவலாள ருடன்தான் வருவாள். அவளது திறமையால் அவள் ஒரு படை யணியையே தாங்குகிற வல்லமையைப் பெற்றுக்கொண்டாள். மேடைகளில் அவளது பேச்சைக் கேட்க ஆயிரமாயிரம் பேர் குவிந் தார்கள். அம்மாவின் மகள் பேரொளி பொருந்திய தலைவனின் கனவை மெய்யாக்கப் புறப்பட்ட மகளிரணியின் மாற்றங்களிலும் வளர்ச்சியிலும் பெரும்பங்காற்றிக்கொண்டிருந்தாள்.

காலம் தன் வேகத்தில் ஓடிக்கொண்டிருக்க, ஒருநாள் அம்மாவின் கடைசிச் செல்லம், அக்கா போன இடத்துக்குப் போய்விட்டாளென்று பள்ளிக்கூடத்திலிருந்து திரும்பிய மூன்றாமவள் சொன்னாள். அம்மாவுக்கு அழுகை வரவில்லை. தனது பிள்ளைகளின் தெரிவு சரியானதென்று நம்பினாள். அப்படியே அடுத்தடுத்து ஒவ்வொரு பிள்ளைகளும் அக்காவின் வழியில் போய்விட அம்மா தனித்துப் போனாள்.

ஆனாலும், தனக்கென்றொரு வீடு கட்ட வேணுமென்ற ஆசையை அம்மா தனித்து நிறைவேற்ற வேண்டுமென்ற முயற்சியில் சிறுகச் சிறுகச் சேர்த்த பணத்தில் இரண்டு அறையில் ஒரு வீடு கட்டி

முடித்துவிட்டு மகள்களைக் குடிபுக அழைத்தாள். மூத்தவளைத் தவிர மற்றவர்கள் அம்மாவின் குடிபுகுகைக்கு விடுமுறை கேட்டு வந்து அம்மாவின் சந்தோசத்தில் பங்கெடுத்துவிட்டுப் போனார்கள். மூத்தவள் மட்டும் வரவில்லை. உதிப்ப முக்கியமோணை உனக்கு? என ஒருமுறை கேட்டுவிட்டுப் போனாள்.

ஒருநாள் சின்னவள் வீட்டுக்கு வந்தாள். அம்மாவுடன் ஒரு கிழமை நிற்கப்போவதாகவும் சொன்னாள். அன்று அம்மா அடைந்த ஆனந்தத்தினை இப்போதும் நினைத்துப் பார்ப்பதுண்டு. அம்மாவைப் பிரியும் கடைசி விடையது என்றதை அம்மா அறிந்திருக்காத காலமது. அம்மாவை இருக்க வைத்து, வீட்டு வேலைகள் எல்லாம் செய்து அந்த ஒரு கிழமையும் அவள் அம்மாவை மகாராணியாகவே வாழ் வித்தாள். கடைசி நாள் அவளை அழைத்துப் போக வாகனம் வந்து நின்றது. மூத்தவளும் அந்த வாகனத்தில் வந்திருந்தாள்.

“என்னணை கடைக்குட்டியைக் கண்டோடனும் என்னை மறந் திட்டா போல..?” அம்மா சிரித்தாள். அன்றைக்கு அம்மாவுக்கு அவளுக்காக ஒரு பதிலும் சொல்லத் தெரியவில்லை. தங்கையை ஏற்றிக்கொண்டு போய்விட்டாள் மூத்தவள்.

ஒரு மாவீரர் வாரத்தில் வீட்டுக்கு வந்தார்கள் சில போராளிகள். அம்மாவின் கடைக்குட்டி அந்நியத் தெருவொன்றில் தன்னைப் பிச்செறிந்து காற்றாகிவிட்டதாய் அம்மாவுக்குச் சொல்லப்பட்டது. முதல் விழுந்த அடியும் இடியும் அது. செய்தியறிந்து அம்மாவை ஆறுதல்படுத்த வந்த மூத்தவள் சொன்னாள்... “அவள் பேர் சொல்ல முடியாத வேர்களோடை தன்னைக் கொடையாக்கீட்டுப் போயிற்றாளம்மா... அவளின்ரை உயிர் எங்களுக்குப் பெரிய வெற்றி யைத் தந்ததம்மா...”

அம்மாவின் கடைசிக் கனவு, கடைசிச் செல்லம் வாய்விட்டுப் பெயர் சொல்லியழ முடியாதவளாய் போய்விட்டாள். கருவறை தீப்பற்றியெரிவது போல அவளது ஞாபகங்கள் அம்மாவைச் சுற்றும் போதெல்லாம் உணர்வுகள் தீயாகும். அவளைப் பார்க்க வேண்டும் போல... அவளைக் கட்டியணைக்க வேணும் போல... எவ்வளவோ உணர்வுகள் அம்மாவின் உயிரை இறுக்கி அழுத்தும். அம்மா தொட முடியாத தூரத்தில் நின்று சிரிக்கிற அம்மாவின் கடைசிச் செல்லத்தின் குரல் மட்டும்தான் அம்மாவுக்கு மிச்சமாய் கேட்கும்.

ஐந்து பிள்ளைகளை நாட்டுக்காகக் கொடுத்துவிட்ட அம்மாவின் கொடையை ஊரில் பெருமையோடு சொல்லுவார்கள். ஆனால்,

ஒண்டெண்டாலும் என்னோடை இருக்கலாம் என்ற சின்ன வருத்தம் எப்போதும் இதய மூலையில் வலியைக் கொடுத்தபடியே இருந்தது.

O

2000ஆம் ஆண்டு அம்மாவும் பிள்ளைகள் போன வழியில் மெல்லத் தன்னையும் இணைத்துக்கொண்டாள். 2001ஆம் ஆண்டு சமாதானக் கதவுகள் திறக்கப்படும் அத்தியாயத்தை எழுதிய பெருஞ் சமரில் ஒன்றான வடமுனையை உலகெல்லாம் திரும்பிப் பார்க்க வைத்த தீச்சுவாலை நடவடிக்கையில் அம்மாவின் மூத்தவள் காயமடைந்தாள்.

விழுப்புண் அடைந்த மகளுக்கு மருத்துவம் பார்க்க அம்மாவும் போனாள். அங்கே அவள் போன்ற பல பிள்ளைகள் அம்மாவின் மகள்களாயினர். அம்மாவுக்கு அந்த உலகம் பிடித்திருந்தது. அம்மா செய்யாத, செய்யத் துணியாத எத்தனையோ வெற்றிகளைச் செய்து விட்டு அங்கே அம்மாவின் குழந்தைகள் இருந்தார்கள். அவர்களுக்குத் தனது காலங்கள் பற்றியெல்லாம் கதை சொல்லுவாள். ஒரு பெரிய பொறுப்பாளரின் அம்மாவென்ற எண்ணம் ஏதுமில்லாத ஒரு சாதாரண அம்மாவாய் அவர்களோடு அம்மா ஒன்றாகினாள்.

ஆடி 2001ஆம் ஆண்டு அன்று கொழும்பைத் தாக்கிய புலி களணியின் வெற்றி பற்றி அம்மாதான் பிள்ளைகளுக்கு ஓடியோடிச் செய்தி சொன்னாள். தானே கட்டுநாயக்காவில் நின்று தாக்குதல் செய்தது போலிருந்தது அம்மாவின் ஆரவாரம். அம்மாவின் கடைக் குட்டி கரைந்த தெருவில் ஒருநாள் காலாற நடந்து அவள் கடைசி மூச்சின் வாசனையை நுகர வேணுமென நினைத்துக்கொண்டாள்.

2002ஆம் ஆண்டு பெப்ரவரி சமாதான ஒப்பந்தம் எழுதப்பட்டது. எல்லா அம்மாக்களைப் போல அம்மாவும் நம்பினாள். இனிச் சண்டையில்லை சமாதானமென்று. ஒரு பொழுது அந்நியத் தெருவில் காற்றோடு காற்றாய் கலந்த சின்னவள் கடைசியாய் தன்னுயிரை வீசிய தெருவைப் பார்க்க ஆசைப்பட்டாள் அம்மா. அம்மாவின் ஆசையும் ஒருநாள் நிறைவேறியது. சின்னவளை கடைசியாக வழியனுப்பியவள் அம்மாவை அவள் கரைந்த தெருவுக்குக் கூட்டிப்போனான்.

அம்மாவின் செல்லக்குழந்தை கரைந்த தெருவில் அந்நிய மொழியும் அந்நியப் பழக்கவழக்கங்களும் சிந்திக் கிடந்தது. ஒரு தடையை உடைத்து வெற்றியைக் கொடுத்து பேருமில்லை கல்லறையும் இல்லாமல் கரைந்தவளின் நினைவில் கரைந்து ஊர் திரும்பிய திலிருந்து சின்னவள் கலந்த தெருவே அம்மாவை இடைஞ்சல்

படுத்திக்கொண்டிருந்தது. அந்த நினைவுகளிலிருந்து விடுபட அம்மா வுக்குப் பல மாதங்கள் சென்றது.

சின்னவள் கரைந்த நாளைக் கேட்டு அவளுக்காக அம்மா விளக் கெரிக்கத் தொடங்கினாள். ஊமையாய் அம்மா இரவுகளில் வடித்த கண்ணீர் பகலில் பெண் போராளிகளுடன் புன்னகைத்தபடி வேலையில் நிற்பாள்.

போராளிகளுடனான அம்மாவின் வாழ்வு முள்ளிவாய்க்கால் வரையாகி 18.05.2009 அன்று ஓய்ந்துபோனது. கண்ணீரோடு கடைசி விடை பெற்றுப் போன, அம்மா நேசித்த பிள்ளைகளின் பிரிவோடும் துயரோடும் அம்மா அந்தரித்தாள்.

"மோனை, வாணை நாங்களும் போவம்..."

"நான் வரேல்ல நான் குப்பிடியடிக்கப்போறன்... இவ்வளவு பேரையும் சாகக்குடுத்திட்டு எங்கேயணை வரச்சொல்றீங்கள்?" மூத்தவள் அம்மாவுடன் இப்படித்தான் முரண்டுபிடித்தாள்.

"என்ரை குஞ்சு அம்மாக்கு நீ மட்டும்தானணை மிச்சம்... வா ராசாத்தி எல்லாரும் தான போகினம் நாங்களும் போவம்..."

அம்மாவின் கண்ணீரும் அம்மா நேசித்த அம்மாவின் மூத்தவள் வளர்த்த பிள்ளைகளின் கண்ணீரும் அம்மாவின் மூத்தவளை உயிர் காத்து ஓமந்தையில் நிறுத்தியது.

ஒருகாலம் மூத்தவளை அக்காவென்றவர்கள். அவள் பெயரைச் சொல்லியழைத்து தலையாட்டிகளாய் அவளைச் சிறைக்கனுப்பிய துயரம் அம்மாவால் மறக்க முடியாத துயரமாய்த் தொடர்கிறது.

ஓமந்தையில் கைது செய்யப்பட்டு சிறையில் அடைக்கப்பட்ட மூத்தவள்தான் இப்போது அம்மாவை அதிகம் வாட்டுகிற துயர மாகிப்போனாள். மகள் சிறைவாசம் முடித்து வர அவளுக்கொரு கலியாணம் கட்டி வைக்க வேணுமெண்டது அம்மாவின் கனவு. ஒவ்வொரு முறையும் மூத்தவளைக் காண கொழும்பு போகிற போதெல்லாம் விடைபெறச் சில நிமிடங்கள் திருமணம் பற்றித்தான் சொல்லியழுதுவிட்டு வருவாள்.

அம்மாவின் மகள், தன் சகபோராளிகள் எத்தனையோ பேருக்கு திருமணம் செய்து வைத்தாள். ஆனால், தனக்கொரு துணையை அவள் தேடாமல்விட்டது பற்றி அம்மாவுக்குச் சரியான கவலை.

எணயம்மா நாற்பது வயதாகீட்டுதெணை இந்தா பாரணை எத்தின நரைமுடி இனி எனக்கொரு மாப்பிள்ளை தேடி நான் கலியாணங் கட்டி... சும்மா போணை... அம்மாவின் திருமணக் கதை கேட்டால் இப்படித்தான் அலுத்துக்கொள்வாள் மூத்தவள். ஆயினும் மூத்த வளுக்குத் திருமணம் முடித்துவைத்துவிட்டே தான் கண்மூடுவே னெண்ட வைராக்கியத்தோடு அம்மா காத்திருக்கிறாள்.

O

அன்று சனிக்கிழமை. வெளியில் மழை ஓயாது பேயடையாகப் பெய்துகொண்டிருந்தது. அம்மாவின் வசந்த மாளிகையையும் அள்ளிக் கொண்டு போய்விடுமோ என்ற கணக்கில் வெளியில் வெள்ளக் காடாயிருந்தது.

அம்மாவை மாதம் இருமுறை தொலைபேசியில் அழைத்து சுகம் விசாரிக்கும் மூத்தவளின் தோழி அழைத்திருந்தாள்.

'அம்மா!' என்ற அவளது அழைப்புக்கு முன்னம், "அம்மாச்சி சொல்லணை" என்று அவளை அடையாளம் கண்டுவிட்ட பெருமை யில் அம்மா அவளை அழைத்தாள்.

"என்னம்மா எப்பிடியிருக்கிறீங்கள்?"

"இருக்கிறன் செல்லம்."

"என்னம்மா, ஒரே மழையாம் உங்கடை பக்கம்?"

"ஓமடா செல்லம் தெரியும்தான பிள்ளைக்கு அம்மான்ரை நிலைமை. ஊத்திற மழை அம்மாவையும் பரந்தனுக்காலை ஆனை யிறவிலை கரை சேர்க்குதோ தெரியாது..! ஏன் குஞ்சு கனநாள் எடுக் கேல்ல? அம்மாவோடை மாதம் ஒருக் கால் கதை மோன... என்ரை செல்லம் கதைச்சியெண்டா எனக்கும் ஆறுதலாயிருக்குமெல்லே..."

"எங்கை ஒரே வேலையம்மா. அதான் கனநாள் கதைக்கேல்ல. அவளெப்பிடியம்மா இருக்கிறாள்?"

"ரெண்டு கிழமை முன்னம் போனனான். இருக்கிறாள். சரியா மனசுடைஞ்சு போயிருக்கிறாள். அவளுக்கு என்ர கவலைதானணை. நான் கிழவி, இண்டைக்கோ நாளைக்கோ போயிருவன். ஆனா, என்ர பிள்ளைதானம்மா தனிக்கப்போறாள். அவளை நினைச்சாமல் தண்ணி வென்னியும் இறங்காதாம் மோன. என்ரை பிள்ளையைக் கைவிட்டிராதையணை" என அழத் தொடங்கினாள் அம்மா.

"அவ்வளவு கெதியில நீங்க போகேலாதம்மா. அவளுக்குக் கலியாணங்கட்டி வைச்சு பேரப்பிள்ளையளெல்லாத்தையும் வளத்து விட்டிட்டுத்தான் நீங்கள் போகலாம்." அம்மாவின் கண்ணீருக்கு இப்படித்தான் ஒவ்வொரு முறையும் அம்மாவின் வயிற்றில் பிறக்காத மகள் சொல்லிச் சமாளிப்பாள்.

மழை பெலத்துக்கொண்டிருந்தது. அம்மா இரண்டு வாரம் சேர்த்து வைத்து அவளுக்குச் சொல்லியாற நினைச்ச எல்லாவற்றையும் சொல்லத் தொடங்கினாள். அம்மா கதைத்தவைத் துண்டம் துண்டமாய் முறிந்துமுறிந்து கேட்டுக்கொண்டிருந்தது.

"அம்மா நீங்கள் கதைக்கிறது விளங்கேல்ல. பொறுங்கோ கட் பண்ணியெடுக்கிறன்." மூத்தவளின் தோழியின் தொடர்பு அறுபடுகிறது. தனது கதைகளை அவள் கேட்டுக்கொண்டிருக்கிறாள் என்ற நினைப்பில் அம்மா தொடர்ந்து கதைத்துக்கொண்டிருந்தாள்...

அம்மாவின் குடிசையின் கூரைத் தகரம், ஒரு கரையால் அடித்த காற்றில் எத்துப்பட்டு அம்மா படுத்திருந்த கட்டிலிலை மழைத்துளிகள் நனைத்துக்கொண்டிருந்தது. சுடுதண்ணி வைக்க அம்மா சேமித்து வைத்திருந்த சுள்ளி விறகுகள் ஈரமாகிக்கொண்டிருந்தது. இடியும் மின்னலும் யுத்த முனைபோல சத்தமும் கண்ணைப் பறித்தெடுக்கும் ஒளியாயும் மாறிமாறிக் கேட்டுக்கொண்டிருந்தது.

அம்மாவுக்கு ஆமிக்காரர் போட்டுக்கொடுத்திருந்த வசந்தமாளி கையை மழைகொண்டு போகத் தொடங்க, வெள்ளம் உள்ளே புகுந்தது. அம்மாவின் மிச்சமாய் இருந்த சில பாத்திரங்களும் தேநீர் கேற்றிலும் மிதந்தது. அம்மா தலையிலடித்து அழத் தொடங்கினாள்..

06.01.2012

17. நம்பிக்கையும் காசில்லாமல் கனவாகிறது

அண்ணை இப்பத்தான் அண்மையில தடுப்பிலயிருந்து வெளியில வந்தவர். 25 வரியம் இயக்கத்தில இருந்தவர். ஒரு நல்ல களமுனைச் சண்டைக்காரனும்கூட. அவருக்குத் தெரிஞ்சதெல்லாம் சுடுகலனும், கனரகமும் அதுகளை இயக்கிற வகையளுமே.

ஆயுதங்களோடை அண்ணை காடுகளெல்லாம் நடந்து திரிஞ்சவர். தாயகக் கனவை நெஞ்சில சுமந்தபடி அண்ணை உருவாக்கிய போராளிகள் அண்ணையின் கையிலை வீரச்சாவான நேரங்களில் யெல்லாம் அண்ணை தன்ரை கண்ணீரை மறைச்சு இலட்சியத்தை இறுக்கமாகவே வரிச்சுக்கொண்டு இயங்கின மனிசன்.

2006ஆம் ஆண்டு மாவிலாற்றில சண்டை துவங்கினோடனும் மாவிலாற்றில சண்டைக்களத்தில நிண்டார். பிறகு சம்பூர், மூதூர், கொக்கட்டிச்சோலை, தொப்பிகல எண்டு கிழக்க மாகாணத்தில அண்ணை நிக்காக களங்களில்லை. அண்ணைக்குப் பின்னாலை அவற்றை மனைவியும், குழந்தையும் அலைச்சல்தான் அவைக்கும்.

கிழக்கை படைகள் கைப்பற்றி முடிய கிழக்கின்ரை இழப்புகளில அண்ணையும் இழந்தது நிறைய. களத்தில காயங்களாகியும் மனசில ஈ(வீ)ரம் காயாமல் தான் விதைச்ச, தான் வளத்த போராளிகள் மாவீரர்களைத்தான் நினைச்சுநினைச்சு உழைச்சவர். ஒரு நாளும் குடும்பம், குழந்தை, வீட்டைப்பற்றி நினைச்சதேயில்லை. அவற்றை மனசைப்புரிஞ்ச மனைவி அவரோடை வாழக் கிடைச்சதுக்காகப் பெருமைப்பட்ட காலங்கள் அது.

கிழக்கை இழந்த பிறகு வடக்குக்கு அண்ணையின்ரை அணி காடு கள் கடந்து நீண்ட நடைப்பயணம் செய்து வன்னிக்களமுனைக்குப் போய்ச்சினம். தான் போன வன்னிக்குத் தன்ரை குடும்பத்தையும் இடம்பெயர வைச்சு அவையளுக்கும் தொடர் அகதி வாழ்வையே குடுத்த மனிசன். இப்ப கேட்டாலும் அது குற்றமெண்டு ஒத்துக்கொள்ள மாட்டார். கடினங்களோடை வாழப் பழகின தன்னைக் காதலிச்ச மனைவி அதையெல்லாம் அனுபவிச்சது பிழையில்லையெண்டு நாண்டுபிடிப்பார்.

கடைசியில 2009ஆம் ஆண்டு அண்ணையும் சரணடைஞ்சார். இப்பவும் அதெல்லாம் ஒரு கனவு மாதிரியே அவருக்குக் கனவுகளில வருகிறது. எந்த நம்பிக்கையில சரணடைஞ்சாரெண்டது இப்பவும் ஞாபகத்தில வருவதில்லை. ஆனால், சரணடைஞ்சு சித்திரவதையள் அனுபவிச்சு நோஞ்சானாகி விடுதலையாகியிருக்கிற மனிசன் இன்றும் நல்லவனவாகவும், நேர்மையானவனாகவும் வாழ நினைச்சு கஸ்ரப் படுறதைப் பாக்கிற ஊர்ச்சனம் இப்பிடித்தான் சொல்லுது...

“உலகத்தோடை ஒத்துவாழப் பழகுங்கோ. யாரிட்டையும் உதவி கேப்பம், எத்தினை நாளைக்கு இப்பிடி கஞ்சியும் வறுமையும் எங்களை வாழ வைக்கப்போகுது..?” என்று சலிக்கிற மனைவிக்கு “வா நஞ்சைக்குடிச்சுச் செத்துப்போவம்” எண்டு சொல்லி வாயை மூடப்பண்ணிடுவர்.

எத்தினை பேரை வாழ வைச்ச மனிசன், எத்தினையோ பேருக்கு வாழ வழிசெய்த மனிசன், தினக்கூலி வேலைக்கும் உரிய ஊதியம் கிடைக்காமறபோயும் வரம்பு கட்டியும் கரைவலைக்குப் போயும் தான் குடும்பச் சீவியத்தைக் காவாந்து பண்ணிக்கொண்டிருக்கிறார்.

எத்தனையோ வலிகளும் கடினங்களும் தாங்கிய உடல் வதை களால் பாதிப்புற்று வலிமையும் இழந்துபோய், இப்ப ஒரு நோயாளி. ரெண்டு நாள் வேலை மூண்டாம் நாள் படுக்கையிலென இதுதான் இப்ப மனிசன்ரை வாழ்க்கை.

வாழறதுக்கு சொந்த வீடில்லை, தகரக்குடில் அதுதான் அண்ணை யின்ரை வசந்த மாளிகை. வெப்பத்தைச் சேகரிச்சு வைச்சிருக்கிற தகரக்குடிலின் வெப்பியாரம் தாங்காமல்,

“எப்பப்பா நாங்க வீடு கட்டுவம்?” என அழுகிற மகனுக்கு, “என்ரை குஞ்சுக்குத்தான இந்த வீட்டை எழுதித்தாறது” எனச் சொல்லுவார். எட்டு வயசுப் பிள்ளையும் ஏதோ அப்பா பெரிய வில்லாவைத் தனக்கு முதிசமாத்தரப்போறாரெண்டு வில்லாக் கனவில் இருக்கிறான்.

வரப்பு கட்டப்போறதிலும் வருவாயில்லாமல் போய்விட, இப்ப ஆத்தில மீன் பிடிக்க இரவலுக்கு வலைவேண்டி மீன்பிடிக்கப் போய் வாறார். இப்ப மீன்படுற காலமாம், அதிலை ஏதும் முன்னேறிட லாமெண்ட கனவில பின்னேரம் ஐந்து மணிக்கு வீட்டைவிட்டு வெளிக்கிட்டுவிடுவார். மறுநாள் மதியம் ஒரு மணிக்குத்தான் வீட்டை வருவார். சில நேரம் நித்திரை முளிப்புக்கும் 10 மைல் சயிக்கிள் ஓடிப்

போனதுக்கும் பயனில்லாமல் வெறுங்கையோடு திரும்பி வருவார். இப்போது தண்ணீர் வற்றுக்காலம் என்பதால் முதலைகள் அவர்கள் மீன்பிடிக்கும் ஆற்றில் வாழ்க்கையை ஆரம்பித்துள்ள காலமிது.

மீன்கள்பட்டதும் முதலைகள் வலைகளை அறுத்துவிடுகிறது. அறுபட்ட வலையை மீளக்கட்டி மீண்டும் தொழிலுக்குத் தயாராகக் கிடைக்கிற கொஞ்ச ஓய்வும் போய்விடுகிறது. முதலைகளைத் துரத்த இரவிரவாய் நித்திரை முளித்து ஆற்றங்கரையில் காவலிருக்கிறதே இப்போது வாழ்வாகிப் போயிருக்கிறது.

வலையும் சொந்தமாயில்லை, ஆளம் மிகுந்த ஆற்றில் தொழில் செய்ய தோணியும் இல்லை. இந்த மீன்படும் காலத்தைப் பயன்படுத்த விரும்புகிற மனிசனுக்கு நாற்பதாயிரம் ரூபா கையிலிருந்தால் இருண்ட வாழ்க்கையை வெளிச்சமாக்க முடியுமென்ற நம்பிக்கையும் காசில்லாமல் கனவாகிறது.

"உங்கடை கௌரவமும் நீங்களும் போங்கோ..." என்று அண்ணையின் கௌரவத்தை விட்டிட்டு அண்ணையின் மனைவி காயத்திரியக்கா எழுதிய கடிதம் அவர்களுக்காக எதையாவது செய்து விட வேண்டுமென்றதைச் சொல்கிறது. •

26.06.2012

18. இது கதையில்லை

“அக்கா வணக்கம்! நான் இந்தியாவிலயிருந்து கதைக்கிறன். ஆதவன் உங்களோடை கதைக்கச் சொன்னவர். என்னெண்டா அக்கா இங்கை ஒருத்தர் கால்காயம் பிரச்சினையாகி ராமச்சந்திராவில ஒப்பிறேசன் செய்திருக்கிறார். லண்டனிலயிருந்து ஓராள் உதவி செய்யிறனெண்டு கனமுறை கதைச்சு ஒப்பிறேசனை செய்யுங்கோ காசனுப்பிறனெண்டு சொன்னதை நம்பி ஆளும் செய்திட்டார். உதவிறனெண்டவர் ஒளிச்சிட்டாரக்கா. ஒரு தொடர்புமில்லை. பாவம் இந்தாள் படுக்கையில கிடக்குது. தெரிஞ்சாக்களிட்டை கடன் வாங்கி காசைக்கட்டீட்டு வீட்டை வந்து கிடக்கிறார். கடன் குடுத்தவை பொலீஸில குடுத்திருவமெண்டு நிக்கினமக்கா. ஏதும் உதவேலு மோக்கா..?”

வியாழ மாற்றம் எனக்கும் சரியில்லப்போல... கடந்த நாலு நாளா இப்படித்தான் ஆசுப்பத்திரி மருந்தெண்டு வந்த அழைப்புகளில பதினாறாவது அழைப்பு இது. முகம் தெரியாத அந்தத் தம்பி உடனடியாக உதவி தேவைப்படுகிற போராளியின் மருத்துவச் சான்றிதழ், செலுத்தப்பட்ட பணத்துக்கான ரசீதுகள், அத்தோடு இரத்தம் கசிந்தபடி அவனது கால்கள் பஞ்சையும் சிவப்பாக்கியிருந்த பஞ்சுகளால் சுற்றப்பட்ட அந்தப் போராளியின் படம், சத்திரசிகிச்சை உடையோடு ஒரு பொம்மைபோல கட்டிலில் கிடக்கிற கோலத்தைப் படம் பிடித்து எல்லாவற்றையும் மின்னஞ்சல் செய்திருந்தான்.

“அக்கா, அவன் இந்தியாவில தண்ணீர் விநியோகம் செய்யிற வேலைதான் செய்தவன். அன்றாட கூலிதான் குடும்பத்துக்கான வருமானம். இரண்டு பிள்ளைகள் மனைவியும் இவனைத்தான் நம்பி யிருக்கினம். கடைசி முயற்சியென்ற வரையும் முயன்றுவிட்டோம். ஆளைப்பாக்கேலாம இருக்குதக்கா” என்று அடிக்குறிப்பும் இட்டிருந் தான்.

அறுபது ஆயிரம் ரூபா இந்தியப் பணம் கிட்டத்தட்ட 900€. யாரிட்டையும் உடனடியாகத் திரட்ட முடியாது என்பதனை அவனுக்கு அஞ்சலிட்ட கையோடு ஸ்கைப்பில் ஓடிவந்தான் அவன். ஏதாவது முயற்சி செய்யுங்கோக்கா... சரியான பாவமாயிருக்கு... கடன் குடுக்காட்டி பொலீஸில குடுத்திருவாங்களக்கா... வெளிநாட்டு உதவியளோ சொந்தங்களோ ஒருதருமில்லையக்கா..." என்று கெஞ்சினான் அவன். சத்திரசிகிச்சை செய்யப்பட்டு கட்டிலில் சுருண்டு போனவனின் மனைவியின் தொலைபேசி இலக்கத்தையும் எழுதிவிட்டு, ஒருக்கா எடுத்துக் கதையுங்கோ என அவர்களுக்காக மன்றாடினான் தொடர்பில் வந்த சக போராளி.

சிகிச்சை முடிந்து இரத்தக் கறையோடு கிடந்த அந்தத் தம்பியின் மருத்துவச் சான்றிதழை பிரிண்ட் எடுத்தேன். 32 வயது அவனுக்கு. செய்யப்பட்ட சிகிச்சைக்கான ஒவ்வொரு செலவுகளும் அட்டவணைப் படுத்தப்பட்டு கணக்கு போடப்பட்டிருந்தது. அவனது படத்தைப் பார்க்க அந்தரமாயிருந்தது. அவனது முகத்தைப் பார்த்த பின்னர் எதுவும் செய்ய முடியாதென்று ஒதுங்கவும் முடியாமல் அவன் கண்ணுக்குள் நின்றான்.

அவனது மனைவியின் தொலைபேசியை அழைத்தேன். "சொல்லுங்க அக்கா," அவள் அழ ஆரம்பித்தாள். "நாங்கள் எங்களுக் கெண்டு ஒண்டையும் கொண்டுவரேல்லையக்கா... ஏதோ உயிரைக் காப்பாற்றுவமெண்டு மட்டும்தான் நினைச்சு இந்தியா வந்தனாங்கள். இவர் கடைசியாத்தான் காயம்பட்டவர். வந்தோடனும் ஒரு வேலையும் கிடைக்கேல்ல. தண்ணி சப்ளை வேலையும் வீடுகளுக்கு பெயின்ற் அடிக்கிற வேலையும் தெரிஞ்சாக்களைப் பிடிச்சு எடுத்தவர். டொக்ரர்மார் சொன்னவை கனக்க நடக்கப் படாது நிக்கப்படாதெண்டு, ஆனா, அப்பிடியிருந்தா பிள்ளையளுக்கு ஒரு நேரச் சோறும் குடுக்கேலாதெண்டு வேதவனையோடைதானக்கா வேலைக்குப் போனவர். கால் ஏலாம வந்த பிறகுதான் வெளிநாட்டுக்காறாள் ஒருதரின்ரை தொடர்பு கிடைச்சோடணும் ஒப்பிரேசனுக்கு உதவி கேட்டம். ஓமெண்டு நம்ப வைச்சிட்டு இப்ப எங்களை ஏமாத் தீட்டினமக்கா" என்று சொல்லி அவள் அழுதாள்.

உதவி செய்வேனென வாக்குறுதி கொடுத்தவரின் இலக்கத்தை வாங்கி அழைத்தேன். அது லைகா இலக்கம். தொடர்பு நிறுத்தப் பட்டிருந்தது. ஒவ்வொரு முறையும் அழைக்க வொயிஸ் மெயிலுக்குப்

போய்க்கொண்டிருந்தது. பல லைகா இலக்கங்கள் ஏற்கெனவே உதவுகிறோம் என பொழுது போக்காட்டிய அனுபவம் போல இதுவுமொரு லைகா போல...

இந்தியா, இந்தோனேசியா, தாய்லாந்து, பர்மா, நேபாளம், ஆபிரிக்கா வரை எத்தனையோ போராளிகள் தெருத்தெருவாய் ஊனங்களோடும் உயிர்வாழ முடியாத வறுமையோடும் அவதிப்பட அந்த உயிர்களுக்கு உதவுகிறோம் என்று நம்பிக்கை கொடுத்து ஏமாற்றுவதில் என்ன நிம்மதியைப் பலர் காண்கிறார்களோ தெரியவில்லை..?

தன்னுடைய இனத்தை நம்பி தன்னுடைய வாழ்வையும் இழந்து ஊனமாக அந்நிய நாடுகளில் அலைகிற போராளிகளுக்கு மறுவாழ்வை அல்லது மன நிம்மதியை யார் கொடுக்கப்போகிறோம்..?

விழுந்தவர்களை எழ தோழ் கொடுக்காமல் விடுதலையை யாருக்காக வெல்லப்போகிறோம்..?

03.06.2012

19. நீங்கேனம்மா இயக்கமானீங்க?

"அம்மோய்... எப்பம்மா உடுப்பு வாங்குவீங்க?" மூத்தவன் நச்சரித்துக்கொண்டிருந்தான்.

"அம்மாட்டைக் காசில்லத் தம்பி! கொஞ்சம் பொறய்யா அம்மாக்கு வேலை கிடைச்சதும் வாங்கித்தாறன்!"

"நீங்க பொய் சொல்றீங்க..." என்று சிணுங்கினான்.

இப்படித்தான் தீபாவழிக்கும் சொல்லிச் சமாளித்தாள். தீபாவழி போகட்டும், புது வருசத்துக்கு என்ற வாக்குறுதியும் பொய்யாகி, இன்று சின்னவனும் அடம்பிடித்துக்கொண்டிருந்தான்.

கத்தியழுதாலும் காயம் ஆறாத வலியாகப் பிள்ளையின் கெஞ்சல் அவளைக் கொன்று கொண்டிருந்தது. ஒவ்வொரு நேரச் சோற்றுக்கும் அந்தரிக்கிற அவலத்தை எப்படித்தான் புரிவிப்பதோ என்ற பெரிய துயர் அவளுக்கு.

"எல்லாம் உங்களாலையும் அம்மாவாலையும்தான்..! நீங்க மட்டுமேன் இயக்கமானீங்க..? நாங்க அநாதையாகவா..? நீங்க வேண்டா மெங்களுக்கு..!" மாலையோடு அந்தக் குடிசையில் தொங்கிய தகப்பனின் படத்தை எடுத்து முற்றத்தில் எறிந்தாள் மகள் காவியா.

மகனைச் சமாளிப்பதில் கவனமாயிருந்தவளுக்கு ஏதோ உடைகிற சத்தம் கேட்டு முற்றத்துக்கு வந்த போது மூச்சே நின்றது போலிருந்தது.

"மகள் என்னம்மா செய்றீங்க? அப்பான்ரை படமெல்லம்மா! எங் கட்டை மிஞ்சியிருக்கிறது இதுமட்டுமெல்ல மகள்!" அவள் அழுத படி உடைந்த கண்ணாடித் துண்டுகளை விலக்கி தனது மாவீரனான கணவனின் படத்தைக் கையில் எடுத்தாள்.

"நீங்கேனம்மா இயக்கமானீங்க? அப்பா ஏனம்மா இயக்க மானவர்? நீங்க ரெண்டு பேரும் இயக்கமாகாட்டிக்கி நாங்க நல்லா

இருந்திருப்பம்!" பன்னிரண்டு வயதான அந்தக் குழந்தையின் கேள்விகளுக்கும் கோபத்துக்கும் அவளால் எதையும் சொல்ல முடியாது போனது.

"அம்மாவும் அப்பா மாதிரிச் செத்துப்போறன் நீங்க இருங்கோ" அழுதழுது கணவனின் படத்தை சாமிப்படங்களோடு வைத்து மாலையையும் கொழுவிவிட்டு முற்றத்தில் வந்திருந்து அழுதாள்.

"கடவுளே, சாமி, உனக்குக்கூட கண்ணில்லையா? விழுந்த செல்லொண்டு என்ரை தலையிலயும் விழுந்திருக்காம ஏன் உயிரோடை வாழ வைச்சியோ? முள்ளிவாய்க்காலில எத்தினை உயிருகள் போச்சுது, எங்களையும் அதில சாகடிக்காம, ஏன் கடவுளே என்னை வாழ வைச்சா?"

சின்னவன் ஓடிவந்து அவளோடு ஒட்டிக்கொண்டான். மூத்தவனும் மகளும் திண்ணையில் இருந்து அவளைப் பார்த்துக்கொண்டிருந்தார்கள்.

கண்களுக்குள் கூடுகட்டிய நீர்த்துளிகளைச் சின்னவன் துடைத்துவிட்டான். அவளின் கண்ணீரையும் கடவுளர்கள் மீதான கோபத்தையும் புரிந்துகொள்ள முடியாத மூன்று வயதுக் குழந்தையான அவனின் கைகளே அவளை அப்போது ஆறுதல்படுத்திய பெரிய கையாகியது. அவளைப் பார்ப்பதும் அண்ணனையும் அக்காளையும் முறைப்பதுமாக அவனது சின்ன விழிகளையும் கோபம் முட்டிக்கொண்டது. அம்மாவின் கண்ணீருக்கு முழுக்காரணமும் அவர்கள் போல அவர்கள் மீதான தனது கோபத்தையும் தனது பார்வையால் தெரிவித்தான்.

O

பதின்மூன்று வயதில் பருவமடையும் முன்னமே போராளியாகிப் போனவள். பயிற்சிக் களத்திலிருந்து பயிற்சி முடித்து சண்டைக் களம் போனது முதல் பொறுப்பாளர்கள் வரையும் சின்னவளென்ற அடைமொழியோடு நேசிக்கப்பட்டவள். அவளுக்கு எழுதப்பட்ட காதல் கடிதங்களை நேரே கொண்டு போய் பொறுப்பாளரிடம் கொடுத்துவிடுகிற அவளது நேர்மையை நம்பிய பொறுப்பாளர்களுக்கும் சகபோராளிகளுக்கும் அவள் மீதான நம்பிக்கையையும் மதிப்பையும் உயர்த்தியது.

அப்போது அவளுக்கு பதினேழு வயது நடந்துகொண்டிருந்தது. அவளுக்கெல்லாம் காதல் வராதென்று ஆழமாகவே நம்பினார்கள்.

அந்த நம்பிக்கையில் அவளே முன்னுக்கு எல்லா வேலைகளுக்கும் அனுப்பப்படுவது வளமை.

அதுவரையில் அவளுக்காக எழுதப்பட்ட கடிதங்களையெல்லாம் பொறுப்பாளரிடம் கொண்டு போய்க்கொடுத்த அசட்டுப்பிள்ளையான அவளுக்கு, பயிற்சியாசிரியனாயிருந்த ஒரு போராளி அவள் மீதான தனது காதலைக் கடிதமாக்கி எழுதிக் கொடுத்தான். அந்தப் பதினேழாவது வயதில் அவளுக்கு எழுதப்பட்ட அந்த ஒரு கடிதத்தை அவள் மறைத்தேவிட்டாள்.

“உங்கடை விருப்பத்தைச் சொல்லுங்கோ பிரச்சினையில்லை, நான் பொறுப்பாளரோடை கதைக்கிறன்.”

“பச்சைமட்டையடி விழுந்தா?”

“அப்பிடியொண்டும் நடவாது என்னை நம்புங்கோ...” என்ற அவனது வாக்கில் நம்பிக்கை வைத்து கடிதத்தோடு தனது சம்மதத் தையும் தெரிவித்தாள்.

“அண்ணையாக்களுக்கு பச்சைமட்டையடி விழுறேல்லயோ?” என்று கேட்டவளுக்குச் சொன்னான்.

“உங்கடை அக்காக்கள் போல, எங்கடை அண்ணாக்கள் பொல் லாதவங்களில்லை. அப்ப எனக்கு அடி விழாதுதான. இல்ல. நானிருக் கிறன்...” என்றவனில் நம்பிக்கை வைத்து அவனைக் கனவுகளில் ஏற்றிக்கொண்டாள்.

அவளது விருப்பத்தை அறிந்துகொண்டவன் மேலிடத்துக்குத் தனது விருப்பையறிவித்தான். இவளது பொறுப்பாளருக்கு விடயம் அறிவிக்கப்பட்டு இவள் பொறுப்பாளர் அக்காவின் முன் அழைக்கப் பட்டாள்.

“காதலோ?”

“ஓமக்கா..? அவர்தான் கடிதம்...” சொல்லி முடிக்க முதல் வாயைப் பொத்தி விழுந்த அடியில் மீதிச் சொற்கள் வரவேயில்லை. காதலுக்கான தண்டனைகள் ஏற்கெனவே அறிந்திருந்தும் அந்த நிமிடம்வரை அதன் வலியை அவள் உணரவேயில்லை.

காதலுக்காகப் பத்து பச்சைப்பனம் மட்டைகள் முறியும்வரை பொறுப்பாளர் அக்கா அடித்த அடிக்காயம் ஆறமுதல் காதலித்த

குற்றத்துக்காக களமுனைக்கு அனுப்பப்பட்டாள். அவள் களத்துக்குச் செல்லப் பின்னடிக்காமல் தானாகவே போகிறேன் எனப் போனாள். களமுனை போன நான்காவது நாளில் காலொன்றில் காயமடைந்து பதுங்குகுளி வாசலில் விழுந்து கிடந்தது மட்டுமே ஞாபகம். பின்னர் கண்விழித்த போது மருத்துவமனையில் இருந்தாள்.

ஒரு வெள்ளிக்கிழமை அவளுக்குக் காதல் சொல்லி பச்சை மட்டையடி வாங்க வைத்தவன் வந்திருந்தான். விழுந்த பச்சை மட்டையடிதான் நினைவுக்கு வந்தது. வாங்கிய அடிகூட அவனைக் கண்ட போது வலிக்கவில்லைப் போல சிரித்தாள்.

"ஐயோ திரும்பியும் பத்து பச்சைமட்டையடி வாங்க என்னாலை ஏலாது. இடத்தைக் காலிபண்ணுங்கோ, பனம் மட்டையைக் கண்டாலே காச்சல் வரும்போலையிருக்கு."

"இனி அப்பிடியெல்லாம் நடக்காது, ஆனா, ஒரு சின்ன மாற்றம்..." என இழுத்தான்.

"என்ன..?"

"உங்களுக்கு அரசியல் வகுப்பெடுத்த ஆளைத் தெரியுமா?"

"ஓம் புகழண்ணா..."

"ம்... அவன் உங்களைக் கனநாளா விரும்பியிருக்கிறான்... நான் அவனுக்கு உங்களை விட்டுக்குடுக்கிறன்... அவனைக் கலியாணம் செய்யுங்கோ. நல்ல பெடியன்." என இன்னொருவனுக்கு சான்றிதழ் வழங்கிச் சிரித்தான்.

"என்ன நான் சின்னப் பிள்ளையெண்டோடனும் ஆளாளுக்கு விளையாடுறீங்களா?" உண்மையிலேயே கோபித்தாள்.

"நான் உங்களைத்தான் விரும்பினான். புகழண்ணாட்டை போய்ச் சொல்லுங்கோ" எனச் சினந்தாள். அவன் சொல்ல முயற்சித்த சமாதான மெல்லாவற்றையும் மறுத்து முகத்தை மூடிக்கொண்டு படுத்தாள்.

என்னடா இது... வில்லங்கத்துக்குக் காதலெண்டாங்கள் பிறகு இன்னொருத்தனுக்காக விட்டுக்குடுக்கிறதெண்டு. சிலவேளை அவன் விளையாட்டாகத்தான் தன்னைக் காதலித்தானோ என நினைத்தாள். கொஞ்சம் குழப்பமாகவும் இருந்தது.

அன்றைய பின்னேரமே புகழ் வந்திருந்தான். புகழோடு, அவள் காதலித்து, காதலித்ததற்காகக் பச்சைமட்டையடி வாங்க காரண மாயிருந்த பயிற்சியாசிரியனும் அவளது பொறுப்பாளரும் வந்திருந் தார்கள். புகழை அவள் திருமணம் செய்வதே பொருத்தமென தீர்ப்பு இறுதி முடிவாகியது.

"நான் மாட்டன் என்னாலை ஏலாது..." மறுத்தாள். இறுதி முயற்சி யாக புகழ் அவளோடு தனியே கதைக்க வழிவிட்டு இருவரும் ஒதுங்கினார்கள். போதகர்களின் ஓதல் போல புகழின் பேச்சு... அவள் மீதான தனது காதலை வெளிப்படுத்த அவன் எடுத்த முயற்சிகள் பற்றியெல்லாம் புகழ் கதைகளாய் சொன்னான். ஆனால், அவளது முடிவு புகழ் வேண்டாமென்றதாகவே அமைந்தது.

O

அவள் நேசித்தவன் அவளை ஒருதரம் சந்தித்த போது சொன்னான்.

"புகழை நீங்க கட்டாட்டி நானும் கட்ட மாட்டன்..!"

"அப்ப நீங்கள் முடிவெடுத்திட்டீங்களா?"

"ஓம்... புகழ் பாவம்... அவனும் நானும் பயிற்சியெடுத்தது இயக் கத்துக்கு வந்தது எல்லாம் ஒண்டாத்தான்... அவனுக்காக இல்லாட் டியும் எனக்காக ஓமெண்டு சொல்லுங்கோ..." கடைசி முயற்சியாக இப்படித்தான் சொல்லிவிட்டுப் போனவன் பிறகு அவளைச் சந்திக்க வில்லை.

சில மாதங்கள் இடைவெளி முடிந்து காயம் மாறி திரும்பியும் சண்டைக்குப் போகப்போவதாக அடம்பிடித்து, பொறுப்பாளரின் முன் போய் நின்றாள். அவளைச் சந்திப்பதற்கான காரணங்களை ஏற்படுத்திக்கொண்டு அவளது இடத்துக்கு புகழ் போய்வரத் தொடங் கினாள். களமுனைக்கு செல்லவும் அனுமதி மறுக்கப்பட்டு அரசியல் பணிக்கு அனுப்பப்பட்டாள்.

மெல்லெனப் பாயும் நதியாய் புகழ் கல்லாயிருந்த அவளைக் கரையச் செய்தான். ஒரு வருட முடிவில் புகழுக்கும் அவளுக்கும் திருமணம் நிகழ்ந்தது. திருமணத்துக்கு அவள் நேசித்தவனும் வந்திருந் தான். எதுவும் நடக்காத மாதிரியே அவனது கதைகள் இருந்தது. அவனைக் கண்டதும் நெஞ்சுக்குள் ஒரு வலி. அவளைத் தாக்கிச் சென்றது பொய்யில்லை.

தடாகம் ❖ 145

எனக்குக் கலியாணம் பேச வேணும் ரெண்டு பேரும்தான். புதிய குண்டொன்றை இருவருக்கும் போட்டுவிட்டுப் போனான் அவள் முதல் நேசிப்புக்கு உரியவன்.

O

புகழோடு வாழத் தொடங்கி, முதல் குழந்தை பிறந்திருந்த நேரம் குழந்தையைப் பார்க்க அவன் போயிருந்தான். அவனே எதிர்பார்க்காத ஆச்சரியம் அவனுக்காக புகழும் அவளும் செய்திருந்தார்கள். முதற் குழந்தை ஆண் குழந்தையாகியதால் அவனது பெயரையே பிள்ளைக்கும் சூட்டியிருந்தனர்.

எனக்குக் கலியாணம் பேசுகினம்..! சொன்னான். பிடிச்சா சொல்லுங்கோ கட்டிறன் என அவனுக்காகக் கேட்டுவந்த பெண் போராளியின் படத்தை அவளிடம் நீட்டினான். மறுநாள் வரை அவகாசம் கொடுத்துவிட்டுப் போனான். அவள் முடிவுக்காக.

மறுநாள் பின்னேரம் போனான். "என்ன பிடிச்சுதோ? நீங்க சொன்னா கட்டிறன்…"

"அந்தப் பிள்ளைக்கு உங்களை விரும்பமோ?" கேட்டாள்.

"வாழ்ந்தா நானெண்டு பிள்ளை நிக்குது…" எனச் சிரித்தான்.

"எனக்கும் பிடிச்சிருக்கு கட்டுங்கோ…"

அவனது திருமணத்துக்கு இவளும் புகழும் குழந்தையும் போயிருந்தார்கள். தனது மனைவிக்கு அவளைப் பற்றி எல்லாமே சொல்லியிருந்தான். அவளே அவளைத் தெரிவு செய்ததாகவும் சொல்லியிருந்தான்.

காதல் பிரிவு இன்னொருவருக்காக விட்டுக்கொடுத்தமையென அவையெல்லாம் பெரிய பிரச்சினையாக இல்லாமல் இரு குடும்பத்துக்குள்ளும் நல்ல நட்பும் வளர்ந்திருந்தது.

நாட்டு நிலைமையின் மாற்றம் களமாகியபோது இரண்டு வீட்டு ஆண்களும் களத்தில் நின்றார்கள். 2008இல் அவள் காதலித்தவன் வீரச்சாவென வானொலியில் செய்தியும் ஈழநாதத்தில் அஞ்சலியும் வந்திருந்தது. இவர்கள் இருந்த இடத்திலிருந்து அஞ்சலி நிகழ்ந்த இடத்துக்குப் போக முடியாத தூரமும் அவள் மூன்றாவது குழந்தையைக் கருவில் சுமந்துகொண்டிருந்தாள்.

2009ஆம் ஆண்டு மாசி மாதம் ஒருநாள் நிகழ்ந்த எறிகணைத் தாக்குதல் அவர்கள் வாழ்ந்த தறப்பாளின் அருகருகாயும் விழுந்து வெடித்துக்கொண்டிருந்தது. பதுங்குகுளிக்குள் இறங்கும் அவசரத்தில் ஏழாவது மாதக் கர்ப்பிணியாய் இருந்த அவளை யாரோ அவசரத்தில் தள்ளிவிட பதுங்குகுளியில் விழுந்துவிட்டாள். என்ன நடந்ததோ அன்றே அவள் குழந்தையைப் பெற்றுக்கொண்டாள்.

ஒருவகையாக அவளது குழந்தை உயிர்காக்கப்பட்டு முள்ளி வாய்க்கால் போய்ச் சேர்ந்தார்கள். புகழ் களத்தில் அவள் மூன்று குழந்தைகளோடும் பதுங்குகுளியும் பட்டினியுமாக எல்லாரோடும் போய்க்கொண்டிருந்தாள். கடைசிக் குழந்தையின் உயிர் போய்விடும் போன்ற நிலைமையிலும் நம்பிக்கையோடு குழந்தையைக் காப்பாற்றிக் கொண்டு போனாள்.

மே மாதம் 12ஆம் திகதி புகழ் அவள் இருந்த இடத்தைக் கண்டு பிடித்து வந்திருந்தான். அவனைக் கண்ட நேரம் அழுகையாலே அவனை வரவேற்றாள். வந்தவன் சரணடையும் முடிவைச் சொன்னான். கடைசியாய் கழுத்திலிருந்து குப்பியையும் எறிந்துவிட்டதாகச் சொன்னான். அவரவர் தங்களது முடிவுகளைத் தேடிக்கொள்ள புகழும் அவளும் மூன்று பிள்ளைகளோடும் மே 16ஆம் திகதி எதிரியிடம் சரணடைந்தார்கள். அவள் போராளியென்றது மறைக்கப்பட்டு அவன் மட்டுமே போராளியென அடையாளம் காட்டப்பட்டான்.

அவளும் பிள்ளைகளும் முகாமுக்குப் போக அவன் தனியாகக் கொண்டு செல்லப்பட்டான். பிள்ளைகளோடு முகாமில் அவள் பட்ட வலிகளைச் சொல்ல வார்த்தைகளில்லை. ஒருநாள் உணவுக்கு வரிசையில் நின்ற போது எதிர்பாராத வகையில் அவள் காதலித்தவனின் மனைவியைக் கண்டாள். இவளைக் கண்டதும் அவள் அழுதாள். கையில் ஒரு பெண் குழந்தையோடு வரிசையில் நின்றாள். இவளும் அழுதாள். பின்னர் இருவரும் சுகநலம் விசாரித்தார்கள் எல்லோருக்கும் பொதுவான கண்ணீரும் துயரமும் இருவரிடமும் சொல்ல முடியாத துயரங்கள் நிறைந்திருந்தது.

O

மீள்குடியேற்றம் என்ற போது வன்னிக்குள் போயிருக்க அவளுக்கு யாருமில்லாது போனதால் தனது ஊருக்குப் போக பதிவு செய்தாள். சட்டம் பதிவு விசாரணையென எல்லாக் கதவுகளையும் தாண்டி ஊருக்குப் போய் உடன் தாயிடம்தான் போனாள்.

எல்லாவற்றையும் இழந்து போய் வருகிற மகளை, அம்மாவும் சகோதரர்களும் ஓடிவந்து அணைப்பார்கள் என்று நம்பியவளுக்கு, எல்லாம் தலைகீழாக நிகழ்ந்தது. அவள் சொத்தாக கொண்டு வந்த சில உடுப்புகளையும் அள்ளியெறிந்தாள் அம்மா.

"எங்க வாறா இப்ப..? எங்களை விட்டிட்டு பதிமூணு வயசில போகேக்க அம்மா, அப்பா தெரியேல்ல இப்ப வாறாவாம்..." தாயின் வாயில் வந்த பேச்சும், அண்ணன்களின் அண்ணிமாரின் ஆற்ற முடியாத திட்டும் அவளைத் தெருவில் நிறுத்தியது.

தன்னோடு கூடவிருந்த ஒரு போராளியின் வீட்டில் போய் தனது ஏமாற்றம், இயலாமை, அழுகை எல்லாவற்றையும் கொட்டியழுதாள். சில நாட்கள் அந்தப் போராளியே இவளுக்கான தங்குமிடம், உணவு யாவற்றையும் கொடுத்து அடைக்கலமாதாவானாள்.

தனது காணியில் இவளுக்கொரு துண்டை எழுதியும் கொடுத்தாள். வரும் போது மிஞ்சிய மகளின் தோடும் ஒரு சங்கிலியையும் விற்று பிள்ளைகளுக்காகவும் தனக்காகவும் 30ஆயிரம் ரூபாவுக்கு ஒரு குடிசை போட்டாள். இயலாத தனது காலோடு தானே எல்லா வற்றையும் செய்து குடிசையை அமைத்தாள்.

உதவி வேண்டி அந்த மாவட்டத்திலிருந்த பல நிறுவனங்களுக்கு ஏறியிறங்கினாள். தனது பிள்ளைகளுக்குப் படிப்பையேனும் வழங்க உதவிகள் வேண்டினாள். எதுவும் கிடைக்கவில்லை. இறுதியாக கிறிஸ்தவ திருச்சபையொன்றில் போய் தனது கவலைகளையெல்லாம் மதகுரு ஒருவரிடம் கொட்டியழுதாள்.

"என்னாலை படிக்க முடியாமப்போட்டுது.என்னாலை இப்ப ஒரு தொழிலையும் செய்ய முடியாம இருக்கு, என்ரை பிள்ளையளைத் தத்தெடுங்கோ பாதர்..." என மண்டியிட்டு அழுதாள்.

"அம்மா, அப்பா, ரெண்டு பேரும் இல்லாத பிள்ளைகளைத் தானம்மா நாங்க பொறுப்பெடுக்கலாம். அம்மா நீங்கள் உயிரோடை இருக்க அதை நாங்க செய்யேலாதம்மா..."

"அப்ப நான் செத்துப்போறன் பாதர் என்ரை பிள்ளையளை எடுங்கோ... என்ரை பிள்ளையளைப் படிப்பிச்சு விடுங்கோ பாதர்..." என அழுதவள் அந்த மதகுருவின் காலில் விழுந்து கெஞ்சினாள்.

அவ்வளவு நேர மன்றாட்டையும்விட அவள் காலில் விழுந்தது அந்த மதுகுருவையும் கரைத்துவிட்டதோ என்னவோ பிள்ளைகளை

மாணவர் விடுதியொன்றில் சேர்த்துவிடுவதாக ஒத்துக்கொண்டார். ஆனால், பிள்ளைகளுக்கான சவர்க்காரம், உடுப்பு, கல்வியுபகரணங்கள் யாவும் இவள் வாங்கிக்கொடுக்க வேண்டுமென்ற ஒப்புதலைப் பெற்றுக்கொண்டு மூத்தவனையும் மகளையும் அந்த மதகுருவிடம் பொறுப்புக் கொடுத்தாள்.

தன் சிறிய பிள்ளைகள் இரண்டையும் பிரிய மனமில்லாத வேதனை ஒளித்துக்கொண்டு பிள்ளைகள் இரண்டும் அழஅழ மாணவர் விடுதியில் விட்டுப்போனாள். மாதம் ஒருமுறை போய்ப் பார்த்துவருவாள். பிள்ளைகள் இரண்டும் வீட்டுக்குக் கொண்டு போகச் சொல்லி ஒவ்வொரு முறையும் அழுகிற கண்ணீரைத் தாங்க முடியாது வீட்டில் வந்து தன்னை நெருப்பால் சுட்டு அழுது ஆற்ற முடியாத துயரில் கரைவாள்.

பிள்ளைகளின் பிரிவு, அவளாலும் தாங்க முடியாத கட்டம் வந்த போது மாதத்தில் இரண்டு வார இறுதி நாட்களில் பிள்ளைகளை வீட்டுக்குக் கொண்டுவந்து திங்கள் திருப்பியனுப்புவாள். வீட்டுக்கு வந்து திரும்புகிற ஒவ்வொரு முறையும் வீடு மரண வீடு போலிருக்கும். பதின்மூன்று வயதில் தாயை உறவுகளைப் பிரிந்த பாவமோ தன்னையும் பிள்ளைகளிடமிருந்து பிரிக்கக் காரணமோ எனவும் கனதரம் யோசித்திருக்கிறாள்.

பிள்ளைகளைப் பிரிதல் துயராயினும் அவர்கள் படித்து முன்னேறிவிட வேண்டுமென்ற கனவில் பிரிவின் துயரையும் வெளிக்காட்டாமல் மனசைக் கல்லாக்கினாள். மாதம் இருமுறை பிள்ளைகளைக் கொண்டு வந்து திருப்பியனுப்பும் போதும் அவர்களுக்குத் தேவையான சவர்க்காரம் முதற்கொண்டு யாவும் வாங்கிக் கொடுக்க வேண்டும். எல்லாவற்றையும் நிறைவேற்ற பணமே முன்னுக்குத் தேவை. கிடைத்த நிவாரணத்தை விற்றும் தெரிந்தவர்களிடம் கையேந்தியும் சமுர்த்தி வேலைக்குப் போய் கிடைக்கிற அரிசி, மா, சீனியை விற்றும் சமாளித்தாள்.

அப்போதுதான் வெளிநாட்டுத் தொடர்பொன்று கிடைத்தது. தொடர்பில் வந்தவன் அக்கா அக்காவென தினமும் இலங்கை நேரம் ஆறு மணிக்கு அவளைத் தொலைபேசியில் தொடர்பு கொள்வான். அவளுக்குச் சுயதொழிலாகக் கடையொன்று போட்டுத் தருவதாகவும் சயிக்கிள் எடுத்துத் தருவதாகவும் பிள்ளைகளின் கல்விக்கு உதவுவதாகவும் வாக்குறுதி கொடுத்தான். மூன்று வாரம் கதைத்து முடிய ஐந்தாயிரம் ரூபா அவளது வங்கிக்கு அனுப்பி வைத்தான்.

ஐந்தாயிரம் ரூபா அனுப்பிவிட்டு தினமும் தொலைபேசியில் பேசி நம்பிக்கையை விதைத்தான். இரண்டு மாதங்கள் தொடர்ந்து அழைப்பதும், இதோ கடை திறப்பதற்கு ஒரு லட்ச ரூபா வருகிறதென கதை சொல்லிக்கொண்டிருந்தவன் தொடர்பையறுத்துக்கொண்டான். அவன் கொடுத்த தொலைபேசி இலக்கத்துக்கு அழைத்தும் பதிலில்லை. நான்கு மாதம் முடிந்தது. தொலைபேசியும் இல்லை உதவியும் இல்லை. உதவுகிறேன் என வந்தவனும் பொழுது போக கதைத்திருக்கிறான் போல. ஒரு கட்டத்தில் சலிப்பும் வெறுப்பும் ஒன்றாகி ஏனடா வாழ்க்கையென்ற நிலைமையாகிவிட்டது.

கையில் முதல் இல்லாமல் எதையும் செய்ய முடியாத நிலைமை. நாளுக்கு நாள் ஏறிப்போகிற விலைவாசியில் சம்பலும் சோறும் கொடுக்கவே பெரிய திண்டாட்டமாக வாழ்க்கையை எப்படிக் கொண்டு போவதென்று சொல்ல முடியாத துயரை இந்தப் பிள்ளைகளுக்கு எப்படிப் புரிய வைப்பதென்று தெரியவில்லை. ஒன்றாய் பிள்ளைகளையும் அழித்துத் தானும் செத்துப்போய்விட வேணும் போலவுமிருந்தது. •

01.06.2012

20. காலத்தால் கைவிடப்பட்டவனை வரலாறு எங்கே வாழவைக்கப்போகிறது..?

இரண்டு வாரங்கள் முன்னொரு ஞாயிற்றுக்கிழமை விடிய அவனது தொலைபேசிதான் அவளை நித்திரையிலிருந்து எழுப்பியது. "அக்கா நான் மாதுளன் கதைக்கிறன். எனக்கு ஒரு உதவி வேணும் அதான் எடுத்தனான். ஸ்கைப் வருவியளோ கதைக்க?" அத்தோடு தொடர்பறுந்தது.

ஆசிய நாடுகளுக்குள்ளே ஐக்கிய நாடுகள் சபையில் அகதி அந்தஸ்துக்குப் பதிந்துவிட்டு சிறைகளில் இருக்கிற பலர் இப்படித் தான் வந்திருக்கிறார்கள். ஒன்றில் சிறையிருக்கும் நாடுகளில் தமக்கான உதவிகோரல் அல்லது இலங்கை போகிறோம் உதவியென்றே பல அழைப்புகள் வந்திருக்கிறது. அப்படியான ஒன்றாயே இவனது அழைப்பையும் நினைத்தாள். ஸ்கைப் போனாலும் ஓயாத தொடர்புகள் வந்து நிறைந்துவிடுவதால் அவனை மறந்துபோயிருந்தாள்.

நேற்று ஸ்கைப்பில் வந்தவன் ஒரு தகவலை எழுதியிருந்தான்.

'அக்கா எனக்கு இலங்கைக்குப் போக அனுமதி கிடைச்சிருக்கு... ஆனா, எயாப்போட்டாலை தப்பி வெளியில போட்டா நீங்கள்தான் உதவ வேணுமக்கா. அதாலை தப்பீட்டா இந்தியா இல்லாட்டி மலேசியாப்பக்கம் போகலாமெண்டு யோசிக்கிறன்!' என்று ஸ்கைப் பில் எழுத ஆரம்பித்தவனின் எழுத்தை நீள விடாமல் அவள் தனது பதிலை எழுதினாள்.

'இந்தியா மலேசியாவுக்கெல்லாம் உதவிற அளவுக்கு எங்கடை யாக்கள் முன்வராயினம்!'

'அக்கா என்னுடன் தொலைபேசியில் பேசுங்கள். உங்களுடன் நிறையக் கதைக்க வேணும். எனது குடும்பம் மூன்று மாவீரர்களையும் நாட்டுக்குக் கொடுத்தது. நானும் எனது மூன்று தம்பிமாரும் நாட்டுக் காக 18 வருடங்கள் உழைத்தோம். நாங்கள் போராட வெளிக் கிட்டதிலிருந்து துயரங்களைத்தான் சுமந்தோம். அதுவே இன்றும்

தொடர்கிறது. உதவாவிட்டாலும் பரவாயில்லை' ஒருதரம் பேசுங்கள் என்றதோடு ஸ்கைப் தொடர்பும் அறுந்தது.

இன்று, அவன் கொடுத்த இலக்கங்களுடன் தொடர்பை ஏற்படுத்தினாள். அவன்தான் மறுமுனையில் பதில் கொடுத்தான். முகமறியாத இருவருக்குள்ளுமான சுகவிசாரிப்புகளின் பின்னர் அவன் தனது கதைகளைச் சொல்லத் தொடங்கினான்.

O

அவன் பிறந்தது வடமராட்சி. கடற்தொழிலால் வசதிகளோடும் நல்ல வாழ்வோடும் இருந்த குடும்பத்தின் பிள்ளைகளை நாடு தன தாக்கிக்கொள்ள உயர்தரம் படித்துக்கொண்டிருந்த அவனும் தனது கடமைகளுக்காகப் புறப்பட்டான். தம்பிகள் களத்தில் நிற்க, அவன் கடல்கடந்து சர்வதேச வலையமைப்பில் பணிக்குச் சென்றான். முகவரி பெறாத, வெளித்தெரியாத முகத்தைத் தனக்கானதாய் ஆக்கியவன் பன்னிரண்டு வருடங்கள் தாய் நிலம் காணாமல் சர்வதேசமெங்கும் அளந்து திரிந்தான். அலைவின் பெரும்பகுதி முழுவதும் கடலோடுதான் அவன் வாழ்வு போய்த்தொலைந்தது.

நிலம்விட்டுப் பல்லாயிரமாய் புலம்பெயர்ந்த தமிழர்கள் வாழும் தேசமெங்கும் தாயகக் கடமைக்காய் தலைமறைவாய் பணிக்காய் திரிந்தான். வசதியான வாழ்வும் வருமானமும் பெற்றுவிடக்கூடிய லட்சங்கள் கையில் தவழ்ந்த போதும் தனக்காய் எதையுமே அனுபவிக்கவோ ஆசைப்படவோ இல்லை எல்லாம் மண்ணுக்காய் எல்லாவற்றையும் அர்ப்பணித்தான்.

ஜெயசிக்குறு வெற்றிக்காய் பணியாற்றிய அவனதும் அவன் போன்ற பலரதும் உழைப்பில் ஜெயசிக்குறு வெற்றிவாகை சூடிக் கொள்ள அவனது இரண்டு தம்பிகளும் கண்டி வீதியின் காற்றோடு தங்கள் மூச்சை நிறுத்திய சேதியும், அவன் அதிகம் நேசித்த அவனது கடைசித் தம்பி ஆனையிறவில் வேவுப்பணியில் வீரச்சாவடைந்த செய்தியைக்கூட வருடம் போன பின்னாலேயே அறிந்து, தனக்குள் அழுதான். ஆயினும் தனது பணியில் வீச்சாய் உயர்ந்தான். விழவிழ எழுவோம் என்ற வார்த்தைகளை அவன் தினமும் உச்சரித்தபடியே தாயக விடுதலைக்காய் உழைத்தான்.

சமாதான காலம் சர்வதேச வலைப்பின்னலில் புதிய நிர்வாகப் புகுதல் அவனையும் பிரித்தது. கடலோடும் அந்நிய தேசங்களோடும் அலைந்தவன் சமாதான காலத்தில் தாயகம் போனான். மண்ணுக்

குள்ளிருந்து மறைமுகப்பணிகள் அவனுக்காய் காத்திருந்தது. நிர்வாக மாற்றத்தில் ஏற்பட்ட மனச்சோர்வுகள் நம்பிக்கைத் துரோகங்களை மறந்துவிட்டு சலிக்காமல் மீண்டும் பணிகளில் இறங்கினான்.

2003ஆம் ஆண்டு திருமண பந்தத்தில் இணைந்தவன் தொடர்ந்தும் தன் பணிகளோடே தன்னை இணைத்தான். 2004ஆம் ஆண்டு அவனது உலகத்தைப் புதுப்பித்துப் பிறந்தாள் அவனது செல்லமகள். உரிமையுடன் அப்பாவென்றழைக்கவும் அவனை மகிழ்ச்சியில் கட்டிப் போடவும் வீட்டில் அவனது குழந்தை அவனுக்காகக் காத்திருந்தது. கிடைக்கிற ஓய்வுகளைக் குழந்தையோடு கழித்தான்.

நிலைமைகள் மாற்றமடைந்து காலம் எல்லாரையும் களம் வாவென்ற போது தானே முன்னின்று தங்கையின் பிள்ளைகளையும் வாவென்றழைத்துக் களம் போனவன். 'அண்ணை கேக்கிறார்' வீட்டுக்கொரு பிள்ளையைத் தாங்கோவன் என சொந்தங்களையும் அழைத்து நிலம் மீட்கும் பணிக்காய் நின்று பணிசெய்தான்.

அவன் வீட்டிலிருந்து அம்மா, அப்பா எல்லாரும் தமக்கேயான பணிகளை ஒன்றாயே சேர்ந்து செய்துகொண்டிருந்தார்கள். அங்குலம் அங்குலமாய் அவர்கள் நேசித்த பூமியை அதிகாரம் ஆயுத பலத்தால் வென்றுகொண்டிருக்க கடைசிக் காலக் களமுனையில் மாற்றங்களும் ஆளாளுக்கானதாய் ஆனது.

அவன் நேசித்த 'அண்ணை'க்குத் தெரியாமலே பல அக்கிரமங்கள் நிகழத் தொடங்கியது. மக்களின் மனங்களை வென்ற மக்களின் தலைவனுக்கும் மக்களுக்குமான தொடர்புகளும் அறுந்துபோனது. கட்டாய ஆட்பிடியும் அநியாயங்களும் அவனதும் அவன் போன்ற ஆயிரமாயிரம் பேரின் உழைப்பையெல்லாம் அரசியல் பிரிவு அநியாயமாக்கிக்கொண்டிருந்தது.

கட்டாயப்பிடி வேண்டாம் கடைசிவரையும் நாங்கள் போராடு வோம் என பலருடன் முரண்பட்டுத் தோற்றுப்போனார்கள் மக்களை நேசித்தவர்கள். அத்தகையோருடன் அவனும் அமைதியானான். எங்கெங்கோ சிலரிடம் அதிகாரம் பகிரப்பட்டு உண்மையானவர் களையே போட்டுத்தள்ளும் நிலைமையில் களம் மாறியது. அங்கே மனசால் அழுதபடி தாங்கள் நேசித்த தலைவனுக்கும் மக்களுக்குமாய் பல்லாயிரம் போராளிகள் தங்கள் பணிகளைச் செய்தார்கள்.

முடிவுகள் தலைகீழாய் நம்ப முடியாதவனாய் மாறிய போது மிஞ்சிய உயிரையும் மண்ணுக்குள் பலர் புதைத்து வெடித்துச்

சிதைக்க இவனால் மட்டும் அப்படியே அழிந்து போக முடியாது போனது. அவனது செல்லமகளும் அவனது காதல் மனைவியும் கைகளில் விலங்கில்லாமல் அவனைச் சிறையிட்டனர். மண்ணுக்காய் கடலோடே காலத்தை அழித்தவன் கடமைக்காய் உலகமெங்கும் திரிந்தவன் தனது மகளுக்காகக் கடைசியாய் மிஞ்சிய குப்பியையும் கழற்றியெறிந்துவிட்டுக் கடல்கடந்தான்.

வெளிநாடு போகலாமென்று நம்பி ஆசிய நாடொன்றில் சிறையில் அடைபட்டு வருடம் இரண்டு முடிந்துவிட்டது. கடைசி நேர முடிவோடு காணாமற்போன தம்பி உயிருடன் இருப்பதற்கான அடையாளங்களும் இல்லை. மூன்றாவது தம்பி மட்டும் தடுப்பிலிருந்து விடுபட்டு அம்மாவுக்கும் அப்பாவுக்கும் மிஞ்சியிருக்கிறான். அப்பா பழையபடி கடற்தொழிலுக்குப் போய்வருகிறார். களத்தில் பதினாறு வருடங்கள் வாழ்ந்த மூன்றாவது தம்பி உடலால் பாதிப்புற்று உழைக்க முடியாத நிலைமையில் அப்பாவை நம்பியிருக்கிறான்.

ஊருக்குத் தொடர்பு கொண்டு உதவி கேட்டான். “தம்பி ஆரிட்டையும் கடமைப்படாதை வெளிக்கிட்டு வா பாப்பம்... இவ்வளவு காலமும் ஒருதரிட்டையும் நாங்க கையேந்தேல்ல... இனியேனப்பு கையேந்துவான்... உயிருகளைக் குடுத்தம், உடமைகளைக் குடுத்தம், என்ரை பிள்ளையளையும் நாட்டுக்காக நான்தான ராசா ஓமெண்டு குடுத்தனான், பிடிச்சா சிறையில போடுவினம். போடட்டும். ஆனா மானத்தைவிட்டு கடமைப்பட வேண்டாம் ராசா” என அம்மா முடிவாகச் சொல்லிவிட்டா. ஆரிடமாவது கையேந்தினால் உனது மகன் உயிர் பிழைக்க வாய்ப்புண்டென்று சொல்ல வேணும் போலிருந்த விருப்பை அம்மாவுக்குச் சொல்லாமல் மௌனமானான்.

அவனை நம்பிய அவனது மனைவியும் மகளும் அவனுக்காகத் தாயகத்தில் கடலோரக் கிராமமொன்றில் காத்திருக்கிறார்கள். அடைபட்ட சிறைவாழ்வின் கொடுமையும் ஒன்றுமேயில்லாத வெறுமையும் துரத்த இறுதி முடிவாய் இலங்கை போக எழுதிக்கொடுத்துவிட்டு அனுமதியும் பெற்றுவிட்டிருக்கிறான்.

“இலங்கை போறது ஆபத்தெல்லோ அண்ணா?” என்று கேட்டவளுக்குச் சொன்னான். “வேறை வழியில்லை. இங்கினை எங்கேயும் ஒரு மாற்றத்தைச் செய்து தப்பிறதெண்டாலும் நாட்டுக் காசு குறைஞ்சது மூன்று லட்சம் வேணும். என்னிட்டை அப்பிடியெல்லாம் வசதியில்லை. நடக்கிறதைக் காண்பமெண்ட முடிவோடை எழுதிக் குடுத்திட்டன்.”

தன் வழிச்செலவுக்குக்கூடக் கையில் காசில்லாதவனுக்கு மூன்று லட்சத்தை யார் கொடுப்பார்.? அவன் உயிரை எவர் காப்பார்? தாய்நாட்டுக்காகத் தங்களை இழந்து ஆயிரமாயிரமாய் ஆசிய நாடு களிலும் ஆபிரிக்க நாடுகளிலும் சிறைகளிலும் வாழு(டு)கிற போராளிகளுக்காக அனைத்துலகத் தமிழினம் என்னத்தைக் கை மாறாய் செய்யப்போகிறது? அவள் தனக்குள் கேட்டுக்கொண்டாள்.

அக்காவென்று அவளுக்கு அறிமுகமானவன் இப்போ அவளுக்கு அண்ணணாகியுள்ளான். அவனை வெளிச்சொல்லி அவனுக்காய் உதவி கேட்க முடியாத துயரம். அவர்கள் நெடுகலுமே உச்சரிக்கும் ‘அண்ணை’ வளர்த்து வெளிநாடனுப்பி வைத்த பண முதலைகள் மீதும் கோபம் வருகிறது.

இத்தகைய தியாகங்களின் மீது குளிர்காய்கிற சொத்துகளுக்கும் வருமானங்களுக்கும் சொந்தமான சுயநலங்கள் மனம் வைத்தால் எத்தனை உயிர்கள் காக்கப்படலாம்? என்று நினைத்தாள்.

02.05.2012 அன்று அவளது அண்ணனிடமிருந்து ஒரு தகவல் வந்திருந்தது.

‘தங்கையே நான் தொடர்பில்லாமல் போய்விட்டால் எனது எட்டு வயது மகளுக்கான கல்வியையாவது கொடுத்து உதவுங்கள். கட்டு நாயக்கா தாண்டி தப்பித்தால் என்னிடம் 250ரூபா காசிருந்தால் உங்களுடன் தொடர்புகொள்வேன்.’

தனது கடைசி விருப்பைத் தட்டச்சி செய்து மெயிலிட்டிருந்தான். அவனுக்காய் எதையும் செய்ய முடியாது போகிற இயலாமையையும் தாங்க முடியாத வலியையும் வெளிப்படுத்தியது கண்கள். கணினித் திரை மங்கலாகக் கண்ணீரால் நிறைந்தது கண்கள். யாருமற்ற கணினி அறையில் கண்ணீர் விட்டழுதாள் அந்த அண்ணனுக்காய்.

பெயர் பொறிக்கப்படாத வரலாற்றுக்குள் அவனது பெயரைக் காலம் எழுதி வைத்தது. ஆயினும் காலத்தால் கைவிடப்பட்டவனை வரலாறு எங்கே வாழவைக்கப்போகிறது?

எங்காவது ஒரு அதிர்ஷ்டம் கிடைத்தால் அவனுக்கான மூன்று லட்சம் கிடைத்தால் எப்படியிருக்கும்? எண்ணிக்கொள்கிறாள். •

03.05.2012

21. அப்பாவைக் கூட்டிவர காசு தருவீங்களா சித்தி..!

"அம்மா..! தர்சன் மாமா, சுகன் மாவெல்லாம் தடுப்பிலயிருந்து வந்திட்டாங்களாம்..! ஏனம்மா எங்கடை அப்பாவைக் கூட்டியர நீங்கள் போறீங்களில்லை..!" இன்று முழுவதும் மகிழன் அபிராவை இப்படித்தான் தொல்லைப்படுத்திக்கொண்டிருந்தான்.

"மகன் அம்மாட்டைக் காசில்லை... அதான அப்பாவைக் கூட்டியரப் போகேலா..!"

தாயின் சமாதானத்தில் அமைதியடையாதவன் மேசையில் இருந்த கொப்பி புத்தகங்களை நிலத்தில் எறிந்தான்.

கன்னத்தைப் பொத்தி அறைந்தாள் அபிரா. "என்னடா..! என்ன வேணுமிப்ப..!" பொறுமையின் எல்லை கடந்த நிலையில் அபிராவின் கைகள் அவனைத் தாக்கின.

அடியின் நோவில் அவன் நீண்ட நேரம் அழுதுகொண்டேயிருந்தான். எப்போதும் போலன்றிய அவனது அடம்பிடித்தல் இன்று எல்லை மீறியதும் அவளது அடியையும் நினைக்க அவளுக்கும் அழுகை வந்தது.

"மகன், அம்மா எவ்வள கஸ்ரப்படுறனெண்டது உங்களுக்குத் தெரியுமெல்ல..." அவனை அணைத்து அழுதாள் அபிரா.

"நீங்க போங்கோ..! அப்பா வரட்டுமன் எல்லாம் சொல்லுவன்..!" அவளை உதறிக்கொண்டு முற்றத்தில் போயிருந்து அழுதான்.

"சரி நீங்க போங்க தம்பி அம்மா செத்துப்போறன்..!" வாசல்வரை அழுதுகொண்டு போனவளை ஓடிப்போய் கையில் பிடித்தான்.

"இல்லம்மா நான் கோவிக்கேல்ல... வாங்கம்மா..!"

அவளைப் பிடித்து இழுத்து வீட்டுக்குள் கொண்டுபோனான். அத்தோடு அம்மாவுக்கும் மகனுக்குமான கோபம் முடிந்து நிலைமை வளமைக்குத் திரும்பியது.

முற்றத்தில் நின்ற வாழையொன்று குலைபோட்டிருந்தது. வாழைப் பொத்தியை வெட்டியெடுத்தாள். இன்றைய சோற்றுக்கு வாழைப்

பொத்தி வறையே இன்றைய கறி. அபிரா சமைக்கத் தொடங்க அவளது மகிழன் வெங்காயம் உரித்துக்கொண்டிருந்தான்.

"அம்மா..."

"என்ன மகன்!"

"சித்தி, அப்பாவைக் கூட்டிவர காசு தர மாட்டாவோ..?"

"சித்தி பிள்ளைக்குப் புது வருசத்துக்கு உடுப்பு வாங்கச் சொல்லி காசனுப்பினவ. நாங்க நாளைக்குக் கடைக்குப் போய் புதுவருசத்துக்கு உடுப்பு வாங்குவமென்ன..."

அவனது அப்போதைய கதையை மாற்ற புது வருடத்தை ஞாபகப் படுத்தினாள். புது வருடம் பற்றிச் சொன்னதும் ஓடிப்போய் தோழில் கட்டி முத்தமிட்டான் மகிழன்.

"என்ரை செல்லம்..!" அபிராவும் அவனைக் கட்டி முத்தமிட்டாள்.

"தம்பி போய் விளையாடுங்கோ அம்மா சமைச்சிட்டுக் கூப்பிடுறன்."

O

வெறுமையான தேங்காய்ச் சிரட்டைகளையும் உரித்துப்போட்ட வாழைப்பொத்தித் தோலையும் எடுத்துக்கொண்டு முற்றத்துக்குப் போனான் மகிழன். அரிசிப்பானை கொதித்துக்கொண்டிருந்தது.

நேற்றுப்போல எல்லாத் துயரங்களும் ஒன்றும் மறக்காமல் நெஞ்சுக்குள் கனலாக எரிந்துகொண்டிருந்தது. காணாமற்போன கணவன் தொடங்கி கடைசிக் கள முடிவு வரை எல்லாமே தலையைக் குடைந்துகொண்டிருந்தது.

ஒரு போராளியாக அவள் நிமிர்ந்த காலங்களும் அவளது சாதனைகளும் போய் இப்போ சாமானியப் பெண்ணிலும் பார்க்க மோசமானவளாகக் காலம் அவளது வாழ்வைத் துவைத்துப் போட்டிருக்கிறது. ஒரு சமூகத்தின் மாற்றத்தின் எடுகோளாகவும் அடையாளமாகவும் எழுதப்பட்ட பெண்ணின் மாற்றமும் ஏற்றமும் அவளையும் வைத்தே வேலுப்பிள்ளை பிரபாகரன் அவர்களால் எழுதப்பட்டது. இன்று அவள்? அவளது மாற்றம்? அவளுக்கே அவள் மீது வெறுப்பாயிருந்தது.

அபிரா இன்னும் மாறுதில்லை... அப்பிடியே இருக்குது...

ஊரில் பலர் அவளை தற்போதைய நிலைமைக்கு ஏற்ப மாறாமல் அவளே தனது வாழ்வை வதம் செய்வதாய் கதைத்துக்கொள்ளும்

அளவு அவள் இன்னும் தனது எழுச்சியை இன்றும் மறக்காமல் யாருக்காகவும் மாறாமல் இருக்கிறாள் என்றது அவளது குறையாகவே எல்லாரும் கதைப்பார்கள்.

அவளது மாற்றமின்மையே அவளது வீட்டில் வறுமையை தாராள மாக ஏற்றி வைத்திருக்கிறது என்பதும் பலரது குற்றச்சாட்டு. தன்னை வளர்த்த வாழ்வித்தவர்களின் நினைவுகள் உள்ளவரை தனது வாழ்வு இதுதான் என்றே நினைத்துக்கொள்வாள்.

பதினைந்து வயதில் அபிரா தனது ஊரைவிட்டுக் காணாமல் போனவள். மூன்றாவது பயிற்சிப் பாசறையின் மாணவியாய் பயிற்சி முடித்து, 24ஆவது பாசறைவரை பயிற்சியாசிரியையாயிருந்து அவள் கண்ட களங்களும் அவள் படைத்த சாதனைகளும் எங்கேயும் பதியப்படாத பக்கங்கள். பதிவுகளுக்குள்ளே வரையறுக்க முடியாத அதிசயங்களையெல்லாம் சாதித்த மகளிரணியின் வெற்றிகள் யாவிலும் அடையாளங்கள் யாவிலும் அவளும் எங்கோ ஒரு புள்ளியில் இருந் திருக்கிறாள்.

காதல் திருமணமென்றாகி இரண்டு குழந்தைகள் பிறந்து குடும் பமும் போராட்ட வாழ்வுமென அவள் வாழ்க்கை தளம்பலில்லாத நதிபோல் ஓடிக்கொண்டிருந்தது.

2004ஆம் ஆண்டு டிசம்பர் அவளது காதல் கணவன் கடமையின் நிமித்தம் தலைமையைச் சந்திக்கப்போயிருந்தான். 26.12.2004 அன்று தமிழர்களின் கரையோரங்களை அலைகளால் அள்ளிச்சுருட்டிப் போன அலைகள் அபிராவின் வீட்டையும் அவளையும் அவளது குழந்தைகள் இரண்டையும் அள்ளிக்கொண்டு போய் அவளை மரமொன்றில் செருகிவிட்டுத் திரும்பவும் கடலோடு அலைகள் கரைந்தது. அவள் காப்பாற்றப்பட்டு உயிர் மீட்கப்பட்டாள். அவளது சின்னஞ்சிறு குழந்தைகள் இரண்டையும் சுனாமியலைகள் கொன்று தின்று பிணமாக்கிப்போட்டது.

தலைமையைச் சந்திக்கப் போன கணவன் சுனாமியடித்த பகுதி களில் ஒன்றான வடமராட்சியில் சுனாமி கொன்ற இடங்களில் மக்களுக்கு ஆதரவாகப் பணி செய்துகொண்டிருந்தான். பணியில் நின்றவனுக்கு அடுத்த தொங்கலில் அவனது குழந்தைகளும் அலை யோடு அள்ளுப்பட்ட துயரத்தைச் சொல்லவே ஆட்களில்லாது போனது.

விடயமறிந்து ஊர் வந்தவன் அபிராவை மட்டும்தான் உயிரோடு பெற்றான். அவனது அன்பு குழந்தைச் செல்வங்கள் இரண்டும்

அலைகளோடு அள்ளுப்பட்டுப்போயிருந்தனர். தன் குழந்தைகளைக் கொண்டு போன அலைகளைச் சபித்து அழுது புலம்பி அபிரா ஆறுதற்பட ஆண்டுகள் சில எடுத்தது.

குழந்தைகள் இல்லாத காலங்களின் கண்ணீரை மறைக்கவும் மறக்கவும் வைக்க 2006இல் மகிழன் வந்து பிறந்தான். அவன் பிறந்த தோடு அபிரா அரசியல்துறையில் பணிகளுக்காய் புறப்பட்டாள். தளிர் சிறுவர் காப்பகத்தில் மகிழனைக் காலையில் விட்டுவிட்டு, மக்கள் பணிக்காய் மாலைவரை இயங்கிக்கொண்டிருந்தாள். அவளோடு வளர்ந்ததைவிட மகிழன் வளர்ந்தது தளிரில்தான். தாயக விடுதலைப் போராட்டத்தில் குடும்பம், குழந்தைகள் தடைகளாக இருக்கக் கூடாதென்ற எண்ணமும் தானில்லாது போனால் தன் குழந்தையைத் தாயகம் காக்குமென்ற தைரியமுமே அவளை அவ்வாறெல்லாம் இயக்கியது.

விடிவு வருவதாகக் காட்டப்பட்ட நம்பிக்கைகள் சிதைவுற்று முடிவு முள்ளிவாய்க்காலில் எழுதும்வரை அவள் வன்னிக்கள முனையில் தான் வாழ்ந்தாள். கடைசிச் சரணடைதல் என்றதும் அவளது காதல் கணவன் அவளையும் மகிழனையும் உள்ளே போகுமாறு அனுப்பி வைத்தான்.

‘நான் வருவன் நீ போ... பிள்ளையைக் கவனமாப் பார்..!’ என்று சொல்லியே அவளை வலுக்கட்டாயமாக அனுப்பி வைத்தான். முகாம் போய், தடுப்பில் இருந்து வெளியேறி இன்று மூன்று வருடங்களாகியும் வருவேன் என்றவன் வரவேயில்லை... கொழும்பு ஈறாக மனுவோடு அவள் திரிந்து அவனைத் தேடி ஓய்ந்துபோனாள்.

வறுமையும் வாழ்வைக் கேள்வியாக்குகிற அவன் பற்றிய செய்தி களும் மனசைக் குலைத்துப் போட்டாலும் அவள் விதவையாகாமல் இன்னும் பொட்டும் தாலியும் சுமந்துகொண்டு அவன் வருவான் என்று நம்புகிறாள்.

O

அவளது நிலைமையை அறிந்த வெளிநாட்டில் இருக்கும் அவளது கணவனின் நண்பன் மூலம் ஒரு தொடர்பு கிடைத்தது. அந்த உறவு அவளுக்கு மிக அருகாமையில் உரையாடி உறவாடி அவளது மனச் சுமைகளைத் தாங்கிக்கொண்ட போது கருகிய வாழ்வைப் புதுப் பிக்கவும் பழைய கதைகளைப் பகிரவும் பழைய வாழ்வை நினைக் கவும் ஒரு தோழமைக் கிடைத்ததாய் உணர்ந்தாள் அபிரா. கிடைத்த

புது உறவுக்குத் தனதும் தனது மகிழனிதும் படங்களை அனுப்பி வைத்தாள்.

"அக்கா நீங்க அபிராக்காவெல்லோ? நீங்க றெயினிங் மாஸ்ரரா இருந்தனீங்கஎெல்லோ?" அந்தப் புது உறவு அவளை இனங்கண்டு கொண்டது. அவள் பற்றி அந்த உறவு விசாரித்த விசாரணைகள் தேடல்கள் முதல் முதலில் கேட்ட போது அபிரா அழுதேவிட்டாள்.

"ஆரம்மா..? ஏனம்மா அழுறீங்க..? இது பிள்ளேன்ரை சித்தி யடா..! நானும் கதைக்கத் தாங்கம்மா..." அவளிடமிருந்து டெலி போனைப் பிடுங்கி அவளுக்கு ஆறுதலாய் கிடைத்த உறவைச் சித்தியென்று உரிமை கொண்டாடினான் மகிழன்.

"சித்தி சுகமாயிருக்கிறீங்களே..? சித்தி சாப்பிட்டீங்களே..?" அவ ளோடு கூடப்பிறக்காத உறவை அவன் தனக்குச் சித்தியாக்கிக் கொண்டு சித்திக்கு தனது சின்னக் கைகளால் கடிதம் எழுதத் தொடங்கியதில் ஆரம்பித்த சித்தியுறவுதான் அபிராவின் இப்போதைய ஆதாரம்.

ஏதோ வாழ்வோம் என்றிருந்தவளுக்கு இல்லை நீ வாழ வேண்டு மென்று நம்பிக்கை கொடுத்து அவளுக்குத் தங்கையாய் கிடைத் தவளிடம் தனது குறைகளையெல்லாம் கொட்டித் தீர்த்தாள்.

"ஏன்னக்காச்சி வருமானம்..? 2500 ரூபாய்க்கு ஒரு இடத்தில வேலைசெய்யிறன். துப்பரவாக்கிற வேலையொண்டு. பிள்ளேன்ரை படிப்புக்கு அதுதான் உதவி. ஆற்றையேன் வீடுகளில மா இடிக்கிறது உடுப்புத் தோய்க்கிறதெண்டு செய்யிறன் அதுதான் சாப்பாடு செலவு களுக்குக் காணாதுதான், ஆனால், கெளரவமா வாழ வேணுமே..!

இந்த மூன்று வரிசத்தில நான் பட்ட துன்பங்கள் இருக்கே அது களைவிட இந்த வேலை பெரிய கஸ்ரமேயில்லை. அவர் வந்தா நானும் பிள்ளையும் முன்னேறிடுவம்தான. இந்தா இப்ப நீங்க கிடைச்ச மாதிரி அவரும் திரும்பிக் கிடைப்பாரெண்ட நம்பிக்கையிருக்கு!" அபிராவின் நம்பிக்கையைச் சிதைக்க விரும்பாத புதிய உறவும் சொல்லுவாள், "அண்ணை வருவரக்காச்சி..! யோசிக்காதையுங்கோ!"

அபிராவின் வாழ்வாதாரத்தை மேம்படுத்த அவளது உடன் பிறவாத தங்கை அவளுக்கொரு உதவியைப் புலம்பெயர் உறவுகளிடமிருந்து பெற்றுக்கொடுத்தாள். களத்தில் நின்ற கால்கள் விளைநிலத்தில் விவசாயத்தில் கால்பதிக்கத் தொடங்கியது. அபிராவின் கனவு மகிழனின் எதிர்காலம் நோக்கியதாக உழைக்கத் தொடங்குகிறாள்.

30.03.2012 அன்று அபிராவின் தங்கையும் மகிழனின் சித்தியும் தொலைபேசியில் தொடர்பு கொண்டாள்.

"அக்காச்சி..! என்னேயிறீங்க..?"

"வாழைப்பொத்தி வறை செய்து சாப்பிட்டிட்டு இருக்கிறன்..!"

மகிழன் ஓடிவந்து தொலைபேசியைப் பறித்தான்.

"சித்தி..! சித்தி..! சுகமாயிருக்கிறீங்களோ? சித்தி அம்மா எனக்கு அடிச்சவ இண்டைக்கு..."

"நீங்கென்ன குழப்படி செய்தீங்கள்?" அவன் அழத் தொடங்கினான்.

"தர்சன் மாமா, சுகன் மாவெல்லாம் தடுப்பிலயிருந்து வந்திட்டாங்கள்..! அம்மாட்டைக் காசில்லையாம், அதான் எனக்கு அடிச்சவ... அப்பாவைக் கூட்டிவர காசு தருவீங்களா சித்தி..!"

"வாறன் பொறுங்கோ! ஆரைக்கேட்டு பிள்ளைக்கு அடிச்சவா! அம்மாட்டைக் குடுங்கோ அவக்கு நல்ல பேச்சுக் குடுக்கிறன்..."

அந்தக் குழந்தை தொலைபேசியைத் தாயிடம் கொடுத்துவிட்டுச் சிரித்தான்.

அபிரா கட்டி வைத்திருந்த கண்ணீர் தொலைபேசிக்கால் உடைந்தது.

"நேற்றைக்கு விடுதலையானவங்கள் ஊருக்கு வந்திருக்கிறாங்கள். இவரைப் பற்றி ஒண்டும் தெரியுதில்ல. இவன் ஒரே கேட்டுக் கொண்டிருக்கிறான். எங்க தேடுறதெண்டு தெரியேல்ல. காலம் போகப்போக பயமாக்கிடக்கு. தாங்கேலாமப் புள்ளைக்கு அடிச்சப் போட்டன்."

அபிராவின் அழுகை யேர்மனிவரையும் ஒலித்துக்கொண்டிருந்தது. "என்னக்காச்சி செய்யேலும் பொறுமையா இருங்கோ. அவன் குழந்தை அவனுக்கென்ன தெரியும். அண்ணை கட்டாயம் வருவாரக்கா." அண்ணை இனித் திரும்ப மாட்டாரென்றதை அறிந்தும் அபிராவைச் சமாதானப்படுத்த அண்ணை வருவர் எனப் பொய் சொன்னாள் அபிராவின் உடன்பிறவாத் தங்கை.

புள்ளையளைக் கொண்டு போன சுனாமி என்னையும் கொண்டு போயிருக்கலாம்! முதல் முதலாய் அவளது நம்பிக்கைகள் சிதைந்து கொண்டதன் அடையாளமாக அபிரா சத்தமிட்டு அழுத் தொடங்கினாள்.

•

30.03.2012

22. யெகோவாவின் குழந்தையாகிவிட்ட விடுதலைப் போராளி

"அக்கா..!" அவ்வப்போது தொலைந்துபோகிறவன் இடை யிடை இப்படித்தான் அழைப்பான். கிட்டத்தட்ட மூன்று மாதங்கள் தொடர்பறுந்து போனவன் நேற்று மீண்டும் அழைத்திருந்தான்.

"எங்கை சாமீ ஒளிச்சிருந்தனீங்கள்..? ஒரு எஸ்.எம்.எஸ். கூடப் போட நேரம் கிடைக்கேல்லயோ??

"நாய்க்கென்ன வேலை அது ஓடிக்கொண்டுதானேயக்கா இருக்கும்."

"அப்ப நாய் வாழ்க்கை இன்னும் முடியேல்லெயென்றீங்களோ..?"

"அதெங்கக்கா முடியுறது..?"

எவ்வளவோ துயரங்களையும் வலிகளையும் மனசுமுட்டச் சுமந்து கொண்டிருந்தாலும் தொடர்பில் வருகிற நேரங்களில் எல்லாவற்றையும் மறந்துவிட்டவன் போல கதைக்க ஆரம்பித்துவிடுவான்.

வளமையான சுகநல விசாரிப்புகள்... குடும்பம், குழந்தைகளில் ஆரம்பித்து வளமைபோல நேற்றும் தாயகத்தில் போய் நின்றது.

"நேற்றைய நமது கதையில் பவி பற்றிய கதை எப்படி வந்த தென்று தெரியாமல் வந்துவிட்டது. நினைச்சா நெஞ்சு வெடிச்சிடும் மாதிரியிருக்கு... கடைசியா அந்தாள் என்னிட்டை கேட்டது ஒண்டு தான். தன்ரை பிள்ளையள் மூண்டையும் படிப்பிச்சு விடச்சொன்னது மட்டும்தானக்கா."

அவன் பவியின் கணவனான ஒரு தளபதியின் கடைசி ஆசையைப் பற்றி கிட்டத்தட்ட 47 நிமிடங்கள் சொல்லிக்கொண்டிருந்தான். ஒவ் வொரு வார்த்தைகளுக்குள்ளும் அவனது இயலாமை அவனைக் குற்றவாளியாய் வரைந்து அவனை வருத்திக்கொண்டிருப்பதை உணர முடிந்தது.

"என்ன செய்றது..? யார் நினைச்சம் இப்பிடியெல்லாம் வரு மெண்டு.?

"என்னக்கா சொல்றியள். இந்தக் கட்டமைப்புகள் செயலகங்கள் நினைச்சிருந்தா எல்லாருக்கும் எல்லாம் செய்திருக்கலாமக்கா..."

நாங்கெல்லாம் ஊரிலை நிக்கேக்க இங்கை அரசியல் வேலை நல்லா நடக்குது எங்களுக்குத்தான் வெற்றியெண்டு சாவுக்கை நிண்டம். இஞ்சை வந்தப்பிறகுதான தெரியுது, நாங்கெல்லாம் முட்டாளுகளா இருந்திட்டமெண்டது. இவனுகளின்ரை வெளிநாட்டரசியலின்ரை விறுத்தத்தை சத்தியமா இஞ்சை வந்தப்பிறகு தானக்கா முழுசாப் புரிஞ்சன். ஒருநாள்கூட களமறியாதவனெல்லாம் இப்ப கடைசீல நடந்ததென்னெண்டு கதைவிடுறாங்கள். அது போதாதைக்கு நம்மை யெல்லாம் துரோகியுமெல்லோ ஆக்கீட்டாங்கள். 22 வருசம் இந்த இனத்துக்காக எல்லாத்தையும் இழந்து இண்டைக்கு சொந்தக் குடும் பத்தையே காண முடியாம கடைசியில 22 வருசம் போராடின குற்றத்துக்குத் துரோகிப் பட்டமும் தந்திட்டாங்கள். இந்த விதியை நினைச்சாத்தான் வலிக்குதக்கா."

அவனுக்கு எப்படி ஆறுதல் சொல்வதென்று தெரியவில்லை. அவனது கதைகளுக்கு நடுவில் சின்னச்சின்னப் பகிடிகள் விட்டு அவனை அந்தச் சில நிமிடங்கள் சிரிக்க வைக்க மட்டுமே முடிந்தது.

O

16 வயதில் தனது சுயவிருப்போடு விடுதலைப் புலியானவன். எத்தனையோ சமர்கள், களங்கள் அவனது கள அனுபவங்கள் ஒவ்வொன்றும் ஒவ்வொரு வரலாறு. ஜெயந்தன் படையணியின் சிறந்த சண்டைக்காரர்களில் அவனும் ஒருவன். ஜெயசிக்குறுவே அவனது கடைசிக் களமாகத் தொடர் காயங்கள் கால்களையும் கை விரல்களையும் ஊனமாக்கும் வரை அவன் ஒரு சிறந்த சண்டைக் காரனாகவே திகழ்ந்தான்.

சிறந்த சண்டைக்காரனே சிறந்த அரசியல்காரனாகுவான் என்பது அவன் விடயத்தில் உண்மையாக, அவன் களத்திலிருந்து நீக்கப்பட்டு மாவட்ட அரசியல் பொறுப்பைத் தலைமை வழங்கியது. அரசியல் பிரிவுக்காரர்கள் ஆடை மடிப்புக் கலங்காமல் பணி செய்யும் இலகுப் பணிக்காரர்கள் என்ற களப்போராளிகள் பலரது கருத்தே இவனுக்கும் இருந்தது. தானும் அரசியல் பிரிவில் அதுவும் மாவட்டங்களைக் கட்டி நிர்வகிக்கும் பொறுப்பு வரும்வரை அரசியல் பிரிவில் உள்ள கடினங்களை அறிந்துகொள்ளவேயில்லை.

சண்டையில நிண்டுகொண்டு அரசியல்காரரை ஏதோ பெரிய வாழ்க்கை வாழிறாங்களெண்டு கதைச்ச கதைக்குத்தான் காலமெனக்கு இந்தத் தண்டனையைத் தந்திருக்கெண்டு நினைப்பான்.

சண்டைக் களங்களில் இருந்த முகம்போய், அரசியல் பிரிவுக்குரிய முகத்தை வரவழைத்துக் கொண்டான். மக்கள் தொடர்பு முதல் அனைத்தையும் செய்யத் தொடங்கிய போது வரியுடைக்கு ஓய்வு கொடுத்து, பொது உடைக்கு மாறினான். விளையாட்டுத்தனங்கள் போய் சீரியசான அரசியல் போராளியாய் பொறுப்பு மிக்கவனாகிப் போனான். ஆயினும் பலமுறை களம்காண விரும்பும் தனது கனவைத் தலைமையைச் சந்திக்கிற பொழுதுகளில் சொல்லி வைக்கத் தவறுவதில்லை. ஏதோ இனி அரசியல் பணியே உனது பணியென்பது போல தலைமையின் பதில் சிரிப்போடும் கண்டிப்போடும் வருகிற போது வாய் மூடிவிடுவான்.

கடைசிக்கள நிலைமை மாறிப்போய் வன்னியை விட்டு விலகி நின்ற வெளி மாவட்டப் போராளிகள் நிலைமை துடுப்பிழந்து போகு மென்று கனவில்கூட எண்ணாமல் தனக்குப் பணியாகத் தரப்பட்ட மாவட்டத்திலிருந்து பணிகளோடு கவனமாகினான்.

வாழ்வும் மரணமும் முள்ளிவாய்க்காலில் எழுதப்பட்டுக்கொண் டிருக்க அங்கே சென்றுவிட இவனும் இவனது மாவட்டத்திலிருந்த பலரும் முயற்சித்த முயற்சியும் தோற்றுவிட்ட போது முடிவுகள் அவரவரின் சுயவிருப்பங்களாகியது.

எவ்வளவோ குழப்பங்கள் விரக்தியின் மத்தியில்தான் நாட்டை விட்டு வெளியேறும் முடிவுக்கு வந்தான். அவனது ஆயுளின் நீளமோ அல்லது அதிர்ஷ்டமோ தெரியாது, ஐரோப்பிய நாடொன்றில் வந்திறங்கச் சிலர் உதவி செய்து ஐரோப்பாவில் வந்திறங்கினான். வந்த பின்னர் தான் ஐரோப்பாவின் தாயகம் தேசியம் தன்னாட்சி குழு மோதல் முதல் புரிந்துகொண்டான்.

தன் கையால் மண்போட்டு விதைத்தவர்களைத் தன் கையால் வளர்ந்தவர்களைக் களத்தில் இழந்தவர்களைத் தன்னோடு ஒன்றாய் உறவாடி வாழ்ந்து ஒரே களத்தில் மடிந்தவர்களின் தியாகங்கள் ஆளாளுக்குக் கூறுபோட்டு மாவீரர்களின் தியாகங்கள் துண்டாடப் படுவதனை எதிர்த்து ஒற்றுமைப்பாடொன்றை உருவாக்குமாறு எங்கும் வேண்டினான்.

ஒற்றுமையை வேண்டியதற்கான பலன் அவன் பெரிய துரோகி யாக்கப்பட்டு இணையங்களில் கிழித்தெறியப்பட்டான். எத்தனையோ நாட்கள் தனக்குக் கிடைத்த துரோகிப் பட்டத்தை நினைத்து அழுதிருக்கிறான். 22 வருடங்கள் தமிழினத்துக்காக வாழ்ந்தவனை அவன் போராட்ட வாழ்க்கையின் வயதுகூட இல்லாததெல்லாம்

அவனைத் துரோகியாக்கி தேசியம் பேசியது கூடப் பொறுக்க முடிந்தது. ஆனால், அவன் பிறந்த மாவட்டமே துரோகிகளின் மாவட்டமென்று பிரதேசப் பாகுபாட்டைப் புலத்தில் வளர்ப்பது போன்ற பெரிய கனவான்களின் பிரிவினைவாதக் கருத்துகள் எழுத்து களை மட்டும் அவனால் தாங்கவே முடியவில்லை.

வெளியில் வெளிக்கிட்டால் துரோகி, மாவீர் நாளுக்குப் போனால் துரோகி... எங்கும் துரோகி எதிலும் துரோகி... இப்போது எங்கும் போவதில்லை. ஒரு அறைக்குள் வாழ்க்கையாகிப் போய்விட்டது. வாரத்தில் மூன்று நாட்கள் மிகவும் குறைந்த சம்பளத்துக்குச் செய்யும் வேலையைக்கூடச் செய்ய முடியாது போனது.

உணர்விழந்த வலக்கையின் மூன்று விரல்களையும் பார்த்த மக்டோனால்ஸ் முதலாளி அவனால் வேகமாக வேலைசெய்ய முடியாதென்று வேலையை நிறுத்திவிட புதிய ரெஸ்ரோரண்ட் ஒன்றில் கிடைத்த ஐந்து நாள் வேலையிலும் சம்பளம் மிகக் குறைவு. ஆனாலும் அரச வேதனத்தில் இருப்பதை விரும்பாமல் தனது சுய உழைப்பில் வாழ வேண்டுமென்ற வைராக்கியம் 12 கிலோமீற்றர் தினமும் வேலைக்கு நடந்துபோய்வருகிறான். கேட்டால் இதென்ன கஸ்ரமக்கா..? என சிரிக்கிற அவன் மனசுக்குள் எரிகிற துயரத் தீயையும் துரோகமாக்கிவிடுகிற தியாகிகள் நடுவில் அவனுக்காக ஆறுதல் வார்த்தைகளை மட்டுமே சொல்ல முடிகிறது.

மற்றவர்களுக்காக வாழ்ந்தவன் இப்போதும் தன்னுடன் வாழ்ந் தவர்களின் குடும்பங்களின் வாழ்வை உயர்த்த ஏதாவது செய்துவிட வேண்டுமென்ற ஆவலில் தனது உழைப்பில் முடிந்ததைச் செய்கிற தோடு நின்றுவிடாமல் என்னிடமும் பல குடும்பங்களின் தொடர்பு களைத் தந்து அவர்களுக்கு உதவும்படி அடிக்கடி அன்புத் தொல்லை தந்துகொண்டிருப்பான். அந்த வரிசையில்தான் பவிபற்றி இன்று சொல்லத் தொடங்கினான்.

O

“பவிக்கு ஏதும் ஒழுங்கு செய்யேலுமேயக்கா? பாவம் சரியாக் கஸ்ரப்படுறாளாமக்கா... பிள்ளையளும் அதோடை அவளும் சண்டையில காயப்பட்டு காலொண்டும் ஏலாதவள். எங்கினையோ வீடொண்டில வேலை செய்யிறாளாம். பெரிசா செய்யேலாட்டிலும் அந்தப் பிள்ளையளுக்குப் படிக்க மாதமொரு ரெண்டாயிரம் குடுத் தாலும் அது பெரிய உதவியா இருக்குமக்கா.”

"சரி நம்பறைத் தாங்கோ..." என பவியின் தொடர்பிலக்கத்தைப் பெற்றுக்கொண்டேன். பவியைக் கண்டிருந்த காலங்களில் ஒரு தள பதியின் மனைவி, ஒரு போர்க்களத்தின் போராளியென்ற மதிப்பும் சின்னப் பயமும் இருந்தது. அதனால், சந்தித்த காலங்களில் புன்னகையால் மட்டுமே பவியுடன் விடைபெற்றிருக்கிறேன். இப்போ அவளுடன் கதைக்க வேண்டி வந்தது சற்று சங்கடமாகவே இருந்தது.

08.03.2012 அன்று மதியம் அவளை அழைத்தேன்.

"சொல்லுங்கக்கா..!" என ஆரம்பித்தவள் சொன்ன கதைகளைக் கேட்கக்கேட்க ஐயோ எனக் கத்த வேணும்போலிருந்தது.

"பிள்ளையள் எப்பிடியிருக்கினம்..?"

"இருக்கினமக்கா, மூத்தவன் என்னோடை இல்லக்கா. சின்னவை ரெண்டு பேரும்தான் என்னோடை, அதுவும் மகள் மட்டும்தான் இப்ப என்னோடை ரெண்டாவது அம்மா வைச்சிருக்கிறா...

மூத்தவனுக்கு இருதய வருத்தம் தெரியும்தானேயக்கா... கடைசி நேரம் முகாமுக்கு வந்தாப்போல பிள்ளைக்கும் சரியா ஏலாமப் போட்டுது. அவனை ஒரு தெரிஞ்சாக்கள் தாங்கள் பாக்கிறமெண்டு கேட்டினம். எனக்கும் அந்த நேரம் வேறை வழி தெரியேல்ல பிள்ளையை அவேட்டைக் குடுத்திட்டன். இந்தச் சமூகத்தோடை எப்பிடி ஒட்டி வாழப்போறனெண்ட பயம் ஒருபக்கம், பிள்ளையெண்டாலும் எங் கினையும் வாழட்டுமெண்டு குடுத்திட்டனக்கா" என்று மகனின் கதையைச் சொல்லிக்கொண்டிந்தவள் இப்போது அழ ஆரம்பித்தாள்.

"ஊருக்கை வந்தா ஒருத்தரும் மதிக்கினமில்லை. அம்மா மட்டும் தான் ஆறுதல். அவற்றையாக்களிட்டையும் போய்ப்பாத்தன் ஒருதரும் என்னையோ என்ர பிள்ளையளையோ பாக்கிற மாதிரியில்லை. எங்கினையுமொரு வேலையைத் தேடுவமெண்டா எங்கை போனா லும் குறைஞ்சது ஓலெவல் தகுதி கேக்கினம். 15 இயக்கத்துக்குப் போன நானெங்கை ஓலெவல் படிச்சனக்கா. அதுவும் புலியில இருந்து வந்துமெண்டா வாசலோடை வெளியில விடாத குறையா கதைக்கிறாங்களக்கா.

கடைசியா ஒரு வீட்டில வேலைக்கு ஆள் தேடினாங்கள் அதை யாவது செய்து இந்த ரெண்டையும் பாப்பமெண்டு இந்த வீட்டு வேலையைச் செய்ய வந்திருக்கிறன். மகளையும் என்னோடை வைச் சிருக்கக் கேட்டன், அவை ஓமெண்டினம். தனியவெண்டா மாதம் 5 ஆயிரம் ரூபா தாறமெண்டினம். இப்ப பிள்ளையுமெண்டதும்

நான்காயிரம்தான் தருவினமாம். சாப்பாடு தருகினம். அப்ப ஓமெண் டிட்டன்.

எனக்கு யெகோவா ஆண்டவர்தான் துணையக்கா. அவரைத்தான் இப்ப நம்பிறன். ஆனால் யெகோவாக்காறரெண்டா பெரிசா ஏதோ அள்ளித்தருவினமெண்டு எங்கடையாக்கள் சொல்லுவினமக்கா. எனக்குப் பணம் பொருள் ஒண்டையும் யெகோவா சபை தரேல்ல யக்கா. ஆனால், என்ரை மனதை வழிப்படுத்தி செத்துப்போற நிலைமையில இருந்த என்னை வாழ வைச்சிருக்கு யொகோவா ஆண்டவர். வெளியில காணேக்க எங்கடையாக்கள் நக்கலடிக்கின மக்கா யெகொவாக்காறர் எனக்கு வசதியைத் தந்திருக்கினமெண்டு. சத்தியமா நான் யெகோவா திருச்சபையிட்ட ஒரு சதத்தையும் வாங் கேல்லயக்கா.

முகாமிலயிருந்து ஊருக்கை வரேக்க நான் ஒரு பிணம் மாதிரித் தானக்கா வந்தனான். கடைசீல அவர் சொல்லிவிட்டது எங்கடை பிள்ளையளைக் கைவிட்டிராத எண்டதுதான். ஆனா என்னாலை ஒண்டுமே செய்யேலாமப் போச்சக்கா. மனநலம் பாதிக்கிற நிலைமை யிலதானக்கா இருந்தனான், அப்பதானக்கா யெகோவா ஆண்டவ ரிட்டைப் போனனான். நானிப்ப ஓரளவு மனத்தைரியத்தோடை வாழுறனெண்டா நான் தேடின யெகோவா ஆண்டவற்றை கிருபை தான் காரணமக்கா."

அவள் யெகோவா ஆண்டவர் பற்றி நிறையச் சொல்லிக்கொண் டிருந்தாள். யெகோவா ஆண்டவர் பற்றிய புத்தங்களோடு வந்து வாசலைத் தட்டுகிற எல்லாரையும் துரத்திவிடுகிற என்னால் பவியைத் தொடர்பறுக்க முடியவில்லை. அவளது தேர்வு பிழையென்று வாதாட எனக்கு எவ்வித தகுதியும் இல்லையென்பதனை மனசார ஒப்புக் கொண்டேன். வாழ வழியற்றுப்போன நேரம் அவளை ஆற்றுப் படுத்தியது யெகோவா ஆண்டவரென்று அவள் நம்பியதால் இன்று தனது பிள்ளைகளுக்காக வாழும் தைரியத்தைப் பெற்றிருக்கிறவளோடு விவாதித்து எனது பெருமையை வெளிப்படுத்தவில்லை.

"எனக்கு ஆடம்பரமா வாழ வேணும், சம்பாரிக்க வேணும், பகட்டா திரிய வேணுமெண்டெல்லாம் ஆசையில்லையக்கா! என்ரை பிள்ளையள் படிக்க வேணும், அது போதுமக்கா" என்றவள் உறுதியாய் சொன்னது இதுதான்:-

தன்னை வழிப்படுத்திய ஆண்டவருக்கு ஊழியம் செய்கிற பிள்ளைகளாகத் தனது பிள்ளைகளை ஆன்மீகக் குழந்தைகளாக வளர்க்க வேணுமெண்டதே தனது கனவென்றாள்.

“உங்களுக்கு, உங்களை ஆற்றுப்படுத்த என்ன வழி சரியெண்டு நினைக்கிறீங்களோ அதை நீங்கள் தெரிவு செய்ததில பிழையில்லை. அது உங்கடை சுதந்திரம்” என அவளது யெகோவா ஆண்டவரின் கதைக்கு முற்றுப்புள்ளி வைத்தேன்.

“அவர் கடைசியா ஆசைப்பட்டது பிள்ளையளைக் கவனமாப் படிப்பிக்க வேணுமெண்டதுதானக்கா. என்ரை பிள்ளையள் படிக்க ஏதாவது உதவ ஏலுமெண்டா பாருங்கோக்கா. உங்காளலை உதவே லாமல் போனாலும் பரவாயில்லை. இடைக்கிடை எடுத்துக் கதை யுங்கோக்கா. அதே எனக்கு பெரிய ஆறுதலா இருக்குமக்கா. இஞ்சை எங்கடை முகத்தைப் பாக்க எங்களோடை கதைக்கவே சனம் தயாரில்லையக்கா. நாட்டைவிட்டுத் தூரத்தில இருந்தாலும் ஞாபகம் வைச்சு எடுத்திருக்கிறீங்களக்கா, அதுக்கு நன்றி” என்றாள்.

அவளோடு கதைக்கச் சொல்லி தொடர்பைத் தந்த தோழனைப் பற்றிச் சொன்னேன். அவனுக்கே இந்த நன்றிகளைச் சொல்லச் சொன்னேன். அவள் அழுதாள். அண்ணனிட்டைச் சொல்லுங்கக்கா நாங்கள் உங்களை மறக்கேல்லயெண்டு, எங்கேயெண்டாலும் அண்ணன் நல்லாயிருக்கட்டுமென்று வாழ்த்தினாள்.

பவியின் கண்ணீர் தன்னை மேலும் துன்புறுத்தும் என்ற பயத் திலேயே அவளுடன் தொடர்பெடுக்க மறுத்திருக்கிற தோழனின் இக்கட்டை அவளுக்குச் சொல்ல முடியவில்லை.

“நான் சொல்றன் எடுத்துக் கதைக்கச் சொல்லி” என்றேன்.

“சொல்லுங்கக்கா நாங்களிஞ்சை செல்லாக்காசுகளாப் போன மெண்டு” அவள் அழுதுகொண்டிருந்தாள்.

“சரி பவி நான் ஆறுதலா இன்னொரு நாள் கதைக்கிறனே! என்ரை நம்பர் இதுதான் எழுதுங்கோ” என்றேன். பவி அழுதழுது எனக்கு விடை தந்தாள்.

பவியின் வாழ்வுக்கு ஏதாவதொரு மறுமலர்ச்சியை ஏற்படுத்த வேணும். ஆற்றை காலைப்பிடிச்செண்டாலும் அவளுக்கும் அவளது குழந்தைகளுக்கும் ஏதாவது செய்தாக வேணுமென்ற சிந்தனை மனசுக்குள் வலம்வருகிறது.

அவள் சொன்ன யாவற்றையும் சொல்லிவிட வேண்டுமென்ற முடிவில் புவியின் தொடர்பைத் தந்த தோழனின் தொலைபேசி இலக்கங்களை அழுத்துகிறேன். •

08.03.2012

23. அக்காவுக்கும் பொதுமன்னிப்பு கிடைக்கும்

19 ஆவது வருடத்தை இவ்வருடத்தோடு நிறைக்கிறது காலம். மகனுக்கு இப்போது 18 வயது ஆரம்பமாகப் போகிறது. அவன் எப்படியிருப்பான் என்னென்ன கனவுகளுடன் பறந்துதிரிவான் என்ற தெல்லாம் அறிய வேணும் போலும், அவனைப் பார்க்க வேணும் போலையும் இருக்கும். எல்லா அம்மாக்களைப் போலவும் அவளது குழந்தையைப் பற்றி ஆயிரமாயிரம் ஆசைகள். ஆனால், எல்லா ஆசைகளும் உள்மனசுக்குள் சுனாமியலையாய் அடிக்க, கண்ணீரால் நனையும் அவளது கனவுகளை யாராலும் புரிந்துகொள்ள முடிவ தில்லை.

இத்தனை வருடங்களிலும் எத்தனையோ பேர் உள்ளே வந்தார்கள், போனார்கள். அவளும் தனக்கும் ஒருநாள் விடியுமென்றுதான் காத் திருந்தாள். தீர்ப்பு ஆயள்தண்டனையென்றாகிய பின்னர் எல்லாக் கனவுகளும் ஒரேயடியாய் சாம்பலாகிப்போச்சு. இருளுக்குள் இனி உலகம் என்ற பின் அவள் கருவில் காத்துப் பெற்றெடுத்த மகனை இனிப் பார்க்க ஆசைப்படுவதெல்லாம் அபத்தம் என நினைத்தாள்.

19 வயதில் மனசுக்குள் துளிர்விட்ட காதலும் காதலனும் அவளை ஏமாற்றிப் பச்சைத் துரோகம் செய்துவிட்டதாகவே பல தரம் கோபித் திருக்கிறாள். காதலையும் காதலனையும் கனகாலம் சிறையில் அடை பட்ட பின்னரும் சுமந்திருக்கிறாள். அவள் பெற்ற குழந்தையை அவள் காண முடியாத பிரிவின் பின்னர் காதலையும் காதலனையும் அவள் சுமந்த புனித உலகத்தை விட்டுத் நிரந்தரமாக விலக்கி வைத்துவிட்டாள். தானாகத் தேடிய வினையின் பரிசு தன் காதல் என்ற முடிவுக்கே வந்துவிட்டாள்.

1992..! அவளது இலட்சியக் கனவின் ஒரு கட்டம் முழுமை யடைந்து பல்கலைக்கழகம் தெரிவானாள். அடுத்ததாய் அவள் ஒரு பொறியியலாளராகும் கனவோடு வடக்கிலிருந்து தெற்குக்குப் பயண மானாள். அவள் அதுவரை காலமும் வாழ்ந்த வாழ்வுக்கும் இப் போதைய புதிய வாழ்வுக்கும் இடையிலான பெரும் மாற்றம் ஆச்சரியம் தான். ஆனாலும், அந்தச் சூழலுக்குள் தன்னை இசைவாக்கிக் கொண்டாள்.

மாலை நேரங்களில் பல்கலைக்கழக நட்புகளுடன் கடற்கரைக்குச் செல்லுதல், சனி, ஞாயிறுகளில் விக்ரோறியாப்பாக் தெகிவளை மிருகக்காட்சிச்சாலையெனப் பொழுது கழிக்கக் குறைவில்லாத அழகான இடங்களுக்கெல்லாம் போய்வருவாள். அப்படிப் போய் வருகிற ஒரு கடற்கரையில்தான் அவன் அறிமுகமானான்.

'உன் பார்வையில் ஓராயிரம் கவிதை நான் எழுதுவேன்...' என்ற கணக்கில் அவனது கண்களில் அவள் கவிதையானாள். அவனைச் சந்திப்பதற்காகவே அவன் வரும் நேரங்களைக் கணிப்பிட்டு அவனைச் சந்திக்கத் தொடங்கினாள். தூரத்தூரப் பார்வைகளால் எழுதப்பட்ட காதல் அருகருகாய் சந்திப்புகள் நெருக்கமாகி அவர்கள் காதலர்கள் ஆனார்கள்.

தோழிகள் தேவையற்றுப் போக, அவளது உலகம் எல்லாம் அவனாகினான். ஊர் ஒழுங்கைகளுக்குள் ஆரம்பமாகிற காதல்கள் போலல்லாமல் கொழும்புக் காதல் சற்று முன்னேற்றமாக அருகருகான சந்திப்பு நெருக்கமாகி உடலுறவு வரையும் வளர்ந்தது காதல். தொழில்நுட்பவியலாளராகும் கனவோடு ரயிலேறியவள் அவனுக்காக எல்லாவற்றையும் இழந்துவிடவும் அவனுக்காகச் செத்துப்போகவும் தயாராகினாள்.

வளமை போன்ற ஒரு விடுமுறை மாலை நேரம். அன்றும் கடற்கரையில் சந்திப்பு. இருளும்வரை அவன் தோழில் சாய்ந்து, கடலைக் கொறித்தபடி மாலைச் சூரியனின் இறுதிச் சங்கமத்தை ரசித்தபடியிருந்தாள். அவன் மட்டும் ஏதோ தொலைத்துவிட்டதான உணர்வோடு ஒரு புயலை எதிர்கொள்கிறவன் போல கடும் யோசனையில்.

அவளை அடிக்கடி பார்த்தான். காரணம் கேட்டவளுக்கு ஒன்றுமில்லையென்ற ஒற்றைத் தலையாட்டலோடு மீண்டும் யோசனையில். நாக்குநுனி வரையும் உந்திக்கொண்டு வருகிற வார்த்தைகளைத் திரும்பியும் தொண்டைக்குளிக்குள் மென்று விழுங்கினான். உப்பும் மிளகாய்த்தூளும் தூவிய அன்னாசித் துண்டுகளை விற்றுக் கொண்டிருந்த அன்னாசி வியாபாரியைக் கூப்பிட்டு 4 அன்னாசித் துண்டுகளை வாங்கினான். நிறைவேற்ற வேண்டிய விடயத்தை அன்னாசி சாப்பிட்டு முடித்த கையோடு சொல்லிவிடுகிற தைரியத்தோடு அன்னாசியை அவளிடம் கொடுத்தான்.

ஆளையாள் அடையாளம் தெரியும், வெளிச்ச நிழலில் அவளது கண்களைப் பார்த்தான். மெல்லிய கடற்கரைக் காற்றின் குளிரில்

குளிர்ந்த அவளது கைகளை எடுத்துத் தனது கையோடு சேர்த்து அழுத்தினான். நெஞ்சில் தலைசாய்த்து அவனோடு ஒட்டிக் கொண்டாள். கடலில் சென்று கொண்டிருந்த கப்பல்களிலிருந்து தூரத்தே தெரிந்த சின்னச்சின்ன ஒளிப்பொட்டு அவர்களை நெருங்கி வருவதுபோலிருந்தது.

இடம், பொருள், காலமறிந்து அவன் தனது திட்டத்தை அவள் காதுக்கு மட்டும் கேட்கும்படியாகச் சொல்லத் தொடங்கினான். அவனது அருகாமையை விட்டெழுந்து ஓயாமல் கரைகளைத் தொட்டுக்கொண்டிருந்த அலைகளில் கால் புதைத்தாள். அவளுக்குள் பல்லாயிரம் கிலோமீற்றர் வேகத்தில் அலையடிக்கத் தொடங்கியது. கண்ணுக்குள் முட்டிய கண்ணீரைக் கைலேஞ்சிக்குள் ஒற்றிக்கொண்டு திரும்பிப் பார்த்தாள். அவன் இருந்த இடத்தைவிட்டு அசையவில்லை. அந்த நேரம்கூட அவனில் கோபம் வரவில்லை அவளுக்கு.

எத்தனைதான் கரையில் மோதினாலும் திரும்பியும் கடலுக்குள் ஓடியொளிகிற அலைகள் போல திரும்பி அவனிடம் வந்தாள். அவன் ஒரு கடவுள்போலத் தெரிந்தான். அவள் கால்களை நனைத்த அலைகளில் அவனது தோழர்கள் வாழ்வதாகச் சொன்னான். அவர்களது கனவுகளோடு கரைந்து போகவே இவனும் காத்திருப்பதாகச் சொன்னான். மற்றைய நாட்களைவிடவும் இன்றைய நாள் அவன் அவளுக்கு மேன்மையானவானாகத் தெரிந்தான்.

O

அவன் சொன்னபடி ஊரில் உறவொன்று மரணமடைந்ததாகவும் ஊர்போய் வருவதற்காக ஒருவாரம் விடுமுறை எழுதிக்கொடுத்து விட்டு அடுத்த 2ஆவது நாள் அவனோடு போனாள். அந்த இரவு பணக்காரர்களால் நிறைகிற ஒரு விடுதியில் அறையெடுத்துக் கொண்டார்கள். முதல் முதலாக அத்தகையதொரு ஆடம்பர விடுதியில் அன்றுதான் அவள் காலடி வைத்தாள். அந்த வாழ்வையே தினமும் அனுபவிப்பவன் போல் அங்கே அவளை அழைத்துக்கொண்டு போனான். தனது முகத்தை அந்த விடுதியின் நிலத்தில் பார்த்து வியந்துபோனாள்.

அங்கே அவனுக்கு அறிமுகமான பல பெரும் புள்ளிகளை இவளுக்கும் அறிமுகம் செய்து வைத்தான். அவர்களில் சிலர் இராணுவ அதிகாரிகள், புலனாய்வு அதிகாரிகள் எனப் பலரது அறிமுகம் அவளுக்கும் அன்று அவனால் அறிமுகப்படுத்தப்பட்டது. அவர்களுக்கு அவளைத் தனது காதலியெனவும் விரைவில் திருமணம்

செய்துகொள்ளப் போவதாகவும் அடையாளப்படுத்தினான். அவர்களுடன் சேர்ந்து அவனும் விலையுயர்ந்த மது வகைகளை அருந்தினான். நிதானத்தை இழக்காத நிலைமையில் தானிருப்பதை அவளுக்கு ஞாபகப்படுத்திக்கொண்டேயிருந்தான். நள்ளிரவு தாண்ட தங்களுக்காக ஒழுங்கு செய்த அறைக்கு அவளை அழைத்துப் போனான்.

மறுநாள் அவன் சொன்னபடி அவள் தயாரானாள். இரவு கொண்டு வந்த சில்லுப்போட்ட உடுப்புப் பெட்டியை அவள் உருட்டிக் கொண்டுவர அவன் ஒரு இராசகுமாரனின் மிடுக்கோடு வந்து கொண்டிருந்தான். காவலுக்கு நின்றவர்கள் அவனுக்குத் தலை குனிந்து நிமிர்ந்து விடைகொடுக்க அந்த அதிசயம் மிக்க உலகத்தை விட்டு வாசலுக்கு வந்தார்கள். சற்று நேரத்தில் சொகுசு வாகனமொன்று அவனையும் அவளையும் ஏற்றிப்போக வந்தது. அவள் உருட்டி வந்த பெட்டியை அவன் தூக்கி வாகனத்தில் ஏற்றினான்.

நாளை நீ விரும்பியபடி ஊருக்குப் போகலாம். பிறகு நானுன்னைத் திருமணம் செய்து கொள்வேன். நீ விரும்பியடி நானும் நீயும் வாழுவோம் என்ற அவனது வார்த்தைகள் திரும்பத்திரும்ப அவளது காதுக்குள் மீள் ஒலிபரப்பாகிக்கொண்டிருந்தது. எல்லாளமன்னன், பண்டாரவன்னியன், சங்கிலியன் பற்றி நேற்றைய இரவு அவன் சொன்ன கதைகளை இன்று நினைத்துப் பார்த்தாள். அந்த மன்னர்கள் எல்லாரும் அவன் வடிவாய் அவளுக்கு முன் தோன்றித்தோன்றி மறைந்தார்கள்.

மது அருந்தினால் மதிமயங்குமென்றுதான் அவள் அறிந்திருந்தாள். ஆனால், அவன் அதற்கெல்லாம் விதிவிலக்கானவன் என்பதனை அன்று அவனது செயற்பாட்டில் அறிந்துகொண்டாள். அவளால் செய்து முடிக்க வேண்டிய காரியத்தையே அவளுக்குத் திரும்பத்திரும்ப நினைவுபடுத்திக்கொண்டிருந்தான்.

அது பிரதான ரயில் நிலையம். காலியாகச் செல்லும் ரயிலில் அவளை ஏற்றி சில்லுப்பூட்டிய பெட்டியையும் அவளோடு சேர்த்து ஏற்றிவிட்டு அவன் இறங்கினான். ரயில் புறப்பட்டது. அவன் சொன்ன படி சொன்ன இடம் வரை விடயம் பிசகாமல் அவள் பயணித்துக் கொண்டிருந்தாள். அவள் இறங்க வேண்டிய இடம் நெருங்கிக் கொண்டிருந்தது. எவ்வித படபடப்புமின்றி கவனமாக அவனால் சொல்லிக்கொடுக்கப்பட்ட காரியத்தைச் செய்துவிட்டு இறங்குவதற் காகக் காத்து நின்றாள். இன்னும் சில நிமிடங்களில் அவள் அவனிடம்

திரும்பிச் செல்லும் ரயிலில் ஏறினால் அவளது காதலும் அவளது காதலனும் அவளும் காதலை வென்றுவிடுவார்கள்.

ரயில் தரித்தது. அவள், அவன் சொன்னபடி சொன்னதைச் செய்து விட்டு இறங்கி அவனிடம் போகும் ரயிலில் ஏறக் காத்திருந்தாள். காலை அவசரம் சன நெரிசல் அவள் எதிர்பார்த்த சத்தம் கேட்கவில்லை. சில வேளை, நேரம் தப்பலாம் அல்லது இடம் மாறலாம் என நினைத்தபடி அடுத்தப் பயணத்துக்குக் காத்திருந்தவளைக் காக்கிச் சட்டைகள் சுற்றிக்கொண்டது. பெரிய நாய்களும் காக்கிச் சட்டைகளும் அவளை விலங்கிட்ட அந்தக் கணங்களை அவளால் உணர்ந்து கொள்ள முடிய வில்லை.

அனுராதபுரம் தாண்டி வவுனியா போகும் ரயிலில் போகலாம் என்று சொன்னவனையும் அவள் முன் கொண்டு வந்து இருவரையும் விலங்கிட்டு ஏற்றிக்கொண்டு போனார்கள். காதல் கண்ணை மறைத் ததா அவளது கவனப்பிழை காரியத்தைக் கெடுத்ததா? எதையும் அவளால் புரிந்துகொள்ள முடியவில்லை.

அவள் அறியாத வதைகள் அவளை இரவுபகல் தெரியாமல் வதைத்தது. சித்திரவதை என்பதனைச் செவிகளால் மட்டுமே கேட்டிருந்தவள், அந்தக் கொடும் வதைகளையெல்லாம் அனுபவித் தாள். மாதங்கள் பல அவளுக்கு நினைவில் நிற்கவில்லை. ஒட்டிய அவள் வயிறு உப்பி உயிரின் ஓசை அவள் உணர்வைத் தட்டி யெழுப்பியது. காற்றோடு கரைந்து போனாலும் அவன் காதலைச் சுமப்பதில் இன்பமென்று ஒருகாலம் நினைத்தவளுக்கு அவன் மீது எரிச்சலாயிருந்தது.

சித்திரவதைக் கூடத்திலிருந்து வெளியேற்றப்பட்டுச் சிறை யொன்றுக்கு மாற்றப்பட்டாள். அவளது வயிற்றுக்குள் வளர்ந்த உயிர் உருவமாகிக் குழந்தையாய் சிறைக்கம்பிகளின் பின்னால் கண் விழித்தது. அவள், ஒரு ஆண் குழந்தையைப் பெற்றாள். சிறையின் அரியண்டங்களோடு அவளது குழந்தை அவளது காதலின் மீதம் அவளோடு இரண்டு வயதாகும் வரை வாழ்ந்தது.

தனது குழந்தையின் எதிர்காலம் பற்றியே அவளுக்குப் பெரும் பயம். சிறையில் வளரும் தனது குழந்தையை வெளியில் யாராவது வளர்க்க முன்வர மாட்டார்களா என ஏங்கினாள். அவளது ஏக்கம் வேண்டுதல் நிறைவேற அவளது உறவுகள் அவளது குழந்தையைச் சிறையிலிருந்து வெளியில் கொண்டு போக முன்வந்து, அவளது குழந்தையைக் கொண்டு போய்விட்டார்கள். ஐந்து வயது வரையும்

அம்மாவுக்கு மகனைக் கொண்டுவந்து காட்டியவர்கள் நிரந்தரமாக அவளது குழந்தையைக் கொண்டுபோய்விட்டார்கள்.

ஒவ்வொரு வயதிலும் தனது குழந்தை எப்படியிருப்பான் எப்படி யான வளர்ச்சியில் இருப்பான் என்ற கனவுகளோடு காலங்கள் போகத் தொடங்கியது. அவளது காதலனைச் சந்திக்க வாரம் ஒரு ஞாயிற்றுக் கிழமை அனுமதி கிடைத்தது. இருவரும் சந்திக்கிற நேரமெல்லாம் ஆளையாள் குற்றம் சாட்டியே பிரிவது வளமை.

எப்படியும் வெளியில் போய்விடலாம் குழந்தையுடன் சேர்ந்து வாழலாம் என்ற கனவில் இடிவிழுந்து இருவருக்கும் ஆயள்தண்டனை வழங்கப்பட்டது. இருந்த நம்பிக்கையும் போய்விட்ட துயரில் அவள் அவனை முற்று முழுதாக வெறுத்தாள்.

தனது கனவுகளையும் இலட்சியத்தையும் ஏமாற்றி அழித்த பாவம் அவனுக்குரியதாக்கி அவனைச் சந்திப்பதையும் முழுதாக நிறுத்திக் கொண்டாள். காதல் பேசிய அவனது கண்களில் துரோகம் நிரம்பிய விரோதமாகவே தெரிந்தான் அவளுக்கு.

எப்படியோ வாழலாம் என்ற கனவோடு வடக்கிலிருந்து ரயிலேறி யவள், தெற்கின் சிறையில் வாழ்வும் போய் வயிற்றில் சுமந்த குழந்தையையும் பிரிந்து அப்படியொரு அம்மாவின் குழந்தைதான் தானென்றதைக்கூட அறியாது மறந்து போன குழந்தையின் நினைவு களையே தனது கனவாக்கிக்கொண்டு நடைபிணமானாள்.

தண்டனை பெற்ற கைதிகள் வேலைக்கு அழைத்துச் செல்லப்படும் வாகனத்தில் இவளும் ஏற்றப்படுவாள். அதிகாரிகளின் ஏவலுக்கு எல்லாக் கடினங்களையும் மாய்ந்துமாய்ந்து செய்து தொலைய வேண்டிய தனது விதியை நினைத்து அழுவாள். உடல் வலிக்க செய்கிற வேலைக்கு உகந்த உணவும் கிடைக்காது. உடல் அசந்து ஓய்வாய் உறங்கவும் முடியாத கடந்த காலத் துயரம் சிறையோடு வாழ்வே இனி முடிவென்றாயிற்று.

இலங்கையில் இப்படியொரு உலகம் இருக்கிறதென்பதனை இலங்கை ஜனாதிபதிகூட அறிந்திருக்க வாய்ப்பில்லை. அத்தகைய கொடுமைகளும் அசிங்கங்களும் அந்தச் சிறைச்சாலைக்குள் ஒளிந் திருந்தது. போதை வஸ்து, விபச்சாரம், கொள்ளை, கொலை, களவென எல்லாக் குற்றங்களுக்கும் தண்டனை பெற்ற சிங்களக் கைதிகள் நடுவில் இவளும் இவள் போன்ற தமிழ் அரசியல் கைதி களும் படுகிற வலிகளையும் தாங்கியபடி அவள்...

2012ஆம் ஆண்டு புது வருடப் பிறப்பில் ஆயுள்தண்டனை பெற்ற சில கைதிகளுக்கு ஜனாதிபதி பொதுமன்னிப்பு வழங்கப்போவதாகவும் அதற்கான படிவங்களை நிரப்பும்மாறும் சொன்னார்கள். இப்படி எத்தனையோ கடிதங்கள் மன்னிப்பு மன்றாட்ட மனுக்கள் இந்தப் 19 வருடங்களில் அனுப்பியிருப்பாள். இதுவரையில் ஒரு ஜனாதிபதியும் அவளுக்குக் கருணை காட்டவுமில்லை கண் திறக்கவுமில்லை. இம்முறை இந்த நாடகத்தில் அவள் பங்கேற்பதில்லையென்றே ஒதுங்கியிருந்தாள். ஆனால், அவளோடிருந்தவர்கள் சிலர் அவளது பெயரையும் இணைத்து ஜனாதிபதிக்கு மனு அனுப்பியுள்ளார்கள்.

புது வருடத்துக்குப் புலம்பெயர் தமிழர்கள் யாரோ கொடுத்த உதவியில் அவர்களுக்கெல்லாம் பிரியாணி சாப்பாடு கிடைத்திருந்தது. புழு அரிசியும் வேகாத சூத்தைக்கத்தரிக்காய், வெண்டக்காய் அவியல் சாப்பிட்ட வாய்க்கு, பிரியாணி சோறு தேவாமிர்தம் போலிருந்தது. அந்தச் சோற்றில் கைவைக்க ஒருத்தி சொன்னாள் அக்காவுக்கும் பொதுமன்னிப்புக் கிடைக்கும்.

நீண்ட காலம் கட்டி வைத்த அழுகை அந்தக் கணத்தில் வந்து குதித்தது. புது வருடத்தில் கிடைத்த பிரியாணிச் சோற்றின் முன் னிருந்து கதறியழுதாள். இந்தச் சிறையை ஜனாதிபதியை வந்து பாக்கச் சொல்லி மனுப்போடுங்கோ எனக் கத்தினாள். ஆசை யோடு எடுக்கப்பட்ட புது வருடப் பிரியாணிச் சோறு சுவையிழந்து போக அவளது கண்ணீர் போல எல்லாக் கண்களும் கண்ணீரால் நிறைந்தது.

01.01.2012

24. மரணம் கொன்ற மாவீரர்களின் அப்பா

அப்பாவை அன்புச்சோலை முதியோர் இல்லத்தில் சமாதான காலத்தில் சந்தித்தேன். மகள் என்று சொல்லி தனது இருப்பிடம் பிள்ளைகளின் படங்களையெல்லாம் காட்டினார். எனது பிள்ளை களைத் தன்னோடு கூட்டிச்சென்று தனது உணவிலிருந்து பங்கு கொடுத்தார். அன்புச்சோலையில் இருந்த பல அப்பாக்கள், அம்மாக் களில் அந்த அப்பாவும் ஒருவர். தலைவரிடம் கௌரவம் பெற்ற படமொன்றைத் தன்னோடு வைத்திருந்தார்.

அன்புச்சோலைக்குப் பொறுப்பாயிருந்த டிஸ்கோ அண்ணா அங்கிருந்த பலரது சோகக் கதைகளைக் கதைகதையாகச் சொன்னார். அன்புச்சோலையை விட்டு வெளியேறும் போது பலரது பாசத்தையும் சுமந்துகொண்டே திரும்பினேன்.

யுத்தம் முடிந்து அநாதைகளான பலரைத் தேடியது போல அன்புச் சோலையின் அம்மாக்களையும் அப்பாக்களையும் தேடினேன். வவுனியா கோயில்குளம் சிவன் கோயிலில் பலர் இருப்பதாகச் சொன்னார்கள். சிலருக்கு இயன்ற உதவிகளைச் செய்ததோடு போய் விட்டது.

20.04.2013 அன்று ஒரு போராளி அப்பாவைப் பற்றிச் சொன்னான். அவரது மூன்றாவது மகளை அவன் திருமணம் செய்துள்ளதாகவும் அப்பா உணவுக்கே வசதியில்லாமல் இருப்பதாகவும் சொன்னான். அப்பாவைத் தேடி தொலைபேசியில் தொடர்புகொண்ட போது, மகள் எனக்கு மருந்து வேணும் என்னாலை தாங்கேலாமல் இருக்கம்மா! என்று அப்பா அழுதார்.

ஏதாவதொரு உதவியை ஒழுங்குசெய்து தரலாமென்ற வாக் குறுதியை அப்பா நம்பினார். ஓம் மகள், ஓம் மகள் என சொன்ன எல்லா ஆறுதல் வார்த்தைகளையும் ஏற்றுக்கொண்டார். கதைத்துக் கொண்டிருந்த இடையில் அவரால் தொடர்ந்து கதைக்க முடியாமல் இருமல் இடையூறு செய்து அப்பா மகளிடம் தொலைபேசியைக் கொடுத்தார்.

அப்பாவின் மகளின் குடும்ப நிலைமையை எழுதி உதவிகோரி முல்லைமண் வலைப்பூ, யாழ் இணையம் முகநூலிலும் போட்ட அடுத்த சில மணித்தியாலங்களில் யேர்மனியிலிருந்து தம்பி ஜீவா அப்பாவின் மகளின் குடும்ப வாழ்வாதாரத்தை உயர்த்த உடனடியாக ஐம்பதாயிரம் ரூபாய்களை வழங்கி அந்த உதவி அடுத்த சில நாட்களில் அவர்களுக்கும் சென்றடைந்தது.

ஆஸ்ரேலியாவிலிருந்து பிரகாஸ் என்ற உறவு தந்த உதவியை முதல் மாத தேவைக்கு அனுப்பிவிட்டேன். அடுத்த மாத தேவைக்கு யாரும் உதவ முன்வரவில்லை. வாழும் நாட்களில் ஒரு நேரம் கஞ்சியேனும் அப்பா குடிக்க வேண்டுமென்ற நினைப்பு தொடர்ந்து அலைத்தது. 27.05.2013 அன்று அப்பாவுக்கு உணவுத் தேவைக்காக சிறுதொகை அனுப்பிவிட்டு அப்பாவின் மருமகனுக்குக் குறுஞ்செய்தியொன்றை அனுப்பினேன்.

அப்பாவின் மருமகன் 27.05.2013 அன்று இரவு ஐரோப்பிய நேரம் ஏழு மணிக்கு அவசரமாகக் கதைக்க வேணுமென தகவல் அனுப்பியிருந்தார். ஸ்கைப் வந்த அவன் சொன்ன செய்தி. இலங்கை நேரம் இரவு ஒன்பது மணிக்கு அப்பா இறந்துவிட்டாராம். மரணம் அப்பாவை விரைவில் எடுக்குமென்றது அறிந்திருந்தாலும் இப்படி திடீரென அது நிகழும் என்று யாரும் நினைத்திருக்கவில்லை.

காலை அனுப்பப்பட்ட பணம் அன்றே அப்பாவின் மகளின் வங்கிக்குப் போயிருந்தது. ஆனால், அந்தப் பணத்தில் ஒரு தண்ணீர் கூட வாங்கிக் குடிக்காமல் அப்பா போய்விட்டதை ஏற்றுக்கொண்டு ஆறுதல்பட முடியவில்லை.

இஞ்சை ஒரே அழுகாயக் கிடக்குதக்கா! இவள் சொன்னாலும் கேட்காமல் அழுதுகொண்டிருக்கிறாளக்கா! அவனது குரலும் மாறியது. ஒருக்கா குடுங்கோ கதைக்க! அவன் கொடுத்ததும் அவள் பெருங் குரலெடுத்து அழுதாள்.

“ஏன்ரையப்பா போட்டாரக்கா. கடைசீலகூட பாக்கேலாத நிலை மையில எங்களை ஆக்கீட்டாங்களக்கா. என்ரையப்பாக்கு உதவி கிடைக்குதெண்டு சந்தோசப்பட்டனானக்கா. அதைக்கூட அனுபவிக் காமல் போட்டாரக்கா..!”

அவள் சத்தமிட்டு அழுதுகொண்டிருந்தாள். அவளது குழந்தை களும் அழத் தொடங்குகிறார்கள். அவளைத் தேற்றவோ ஆற்றவோ வார்த்தைகள் வரவில்லை. அழாதேயென்று சொல்லக்கூட நாவு எழவில்லை.

"நான் அக்காவோடை கதைச்சிட்டு, பிறகு உங்களோடை கதைக் கிறன்" என்று சொல்லிவிட்டு தொடர்பைத் துண்டித்தேன். அப்பாவை மரணம்வரையும் காப்பாற்றிய அக்காவின் இலக்கத்தை அழைத்தேன். பெயரைக் கேட்டதும் அவளும் பெருங்குரலெடுத்து அழுதாள்.

"எத்தினை துன்பத்தையக்கா தாங்கிறது? நேற்றைக்கு மூத்தவன் பள்ளிக்கூடத்தில பந்தடியில கை முறிஞ்சு வர, ரெண்டாவது, கூரைத் தகரத்தைக் காத்து இழுக்குதெண்டு பிள்ளை மேலையேறி தகரத்தைச் சரியாக்கீட்டு இறங்கேக்க, பிள்ளை தவறி விழுந்து அவனும் முறிஞ்சு போனான்.

மாஞ்சோலைக்குத்தான் கொண்டு போனனான், அங்கை ஏலா தெண்டு வவுனியாவுக்கு அனுப்ப வேணுமெண்டினம் அப்பாவை விட்டிட்டுப் போகேலாமல் பிள்ளையளை தெரிஞ்ச ஒராளைப் பிடிச்சு வவுனியாவுக்கு ஏத்திவிட்டிட்டு வீட்டை வந்தனானக்கா. என்ரையப்பா தனியவெண்டு ஓடியந்தனானக்கா.

வீடு திரும்பியவள் படுக்கையிலிருந்த அப்பாவிடம் தான் போனாள். பிள்ளைகளின் நிலைமையைச் சொல்லி அழுதாள். என்னாலை உனக்குத்தான் மேன கரைச்சல். நான் நாளைக்குப் போய்ச் சேந்திடுவன். நீ யோசிச்சு கவலைப்படாமல் பிள்ளையளைப் பார் மேன..! மறுநாள் தான் இறந்து விடுவேனெனவே அப்பா சொல்லிக்கொண்டிருந்தார்.

எவ்வளவோ கரைச்சல்பட்டு அவள் காப்பாற்றிய அப்பாவை அவளால் இழக்க முடியாதிருந்தது. ஒரே அபசகுனம் போல பிள்ளைகள் முறிந்து சத்திர சிகிச்சையில் தாயுமின்றி உறவு ஒருவரோடு வவுனியாவில். இங்கோ மரணத்தை அழைத்தபடி அப்பா..! இரவு முழுவதும் அவளுக்கு ஒரு கண் உறக்கமில்லை. அப்பாவும் பிள்ளை களுமே மாறிமாறி மனம் அமைதியிழந்தது.

27.05.2013 அன்று காலை விடிந்ததும் அன்று அப்பா இயலாத தனது நிலைமையையும் மீறி எழுந்தார். அன்று அப்பாவின் வாழ் வோடு இணைந்து அவரது சுகதுக்கங்களில் எல்லாம் துணையிருந்த அவரது மனைவியின் நினைவுநாள். மனைவியின் நினைவுநாளில் மகளுக்கு துன்பம் குடுக்காமல் போய்விடப் போகிறேன் என அடிக்கடி சொல்லிக்கொண்டார்.

"நீ அழாத மேன நான் போப்போறன் அம்மாவும், கொண்ணன் மாரும்தான் கூப்பிடுகினம்..! பிள்ளையளைக் கவனமாப் பார்,

அவள் தங்கைச்சிக்குச் சொல்லு என்னை நினைச்சு அழாமல் இருக்கச் சொல்லி..!" தனது மரணத்தைத் தானே அறிந்து வைத் திருந்தது போல அப்பா அன்று முழுவதும் அவளுக்கு ஆறுதல் சொல்லிக்கொண்டிருந்தார்..!

மதியத்துக்குப் பின்னர் அப்பா கட்டிலை விட்டு அசையவே யில்லை. கண்ணால் கண்ணீர் மட்டுமே வழிந்துகொண்டிருந்தது. அசைக்க முடியாத தனது கைகளால் மகளின் தலையைத் தடவி விட்டார். தண்ணீரையும் மறுத்தார். மாலை நேரத்துக்குப் பின்னர் அப்பாவின் பேச்சு மெல்லமெல்ல அடங்கிக்கொண்டு போனது. அயலை அழைத்து அவள் அழுதாள்.

மருத்துவமனைக்கு எடுத்துப்போகலாமென அயலாரிடம் உதவி கேட்டாள்.

"பிள்ளை இண்டைக்கு ஆள் முடிஞ்சிடும் நீ அலைஞ்சு பிரியோசன மில்லை" என்று ஊரவர் ஒருவர் சொன்னார். மரணம் அப்பாவின் தலைமாட்டில் வந்து நிற்க அவள் அப்பாவைக் காக்க கண்ணீரால் கடவுளர்களையெல்லாம் வேண்டினாள். கடவுளரும் கைவிட்டு அப்பாவைத் தங்களடிக்கு அழைத்து போய்க்கொண்டிருந்தனர். இரவு ஒன்பது மணிக்கு அப்பாவின் மூச்சு, பேச்சு யாவும் அடங்கி அப்பா நிரந்தரமாகவே தான் வாழ்ந்த நிலத்தைவிட்டு மறைந்து போனார்.

"நான் எதிர்பாக்கேல்லயக்கா.. இப்பிடி கெதியில போயிடுவ ரெண்டு! முந்தநாள் மூத்தண்ணான்ரை நினைவுநாள் இண்டைக்கு அம்மான்ரை நினைவுநாள்... அப்பாவும் போயிட்டாரக்கா..!"

அவளுக்கு ஆறுதல் சொல்லி அவள் அதையெல்லாம் கேட்கும் நிலைமையில் இல்லாமல் புலம்பிக்கொண்டிருந்தாள். "நான் நாளைக்கு எடுக்கிறன்" என்று சொல்லிவிட்டு தொடர்பைத் துண்டித்தேன்.

கடைசியாக ஒருமுறை அந்தக் குரலைக் கேட்டிருக்கலாம் போலிருந்தது. எனது அப்பா 2008இல் இறந்த போது வடித்த கண்ணீரைவிடவும் துயரத்தை விடவும் இந்த அப்பாவின் மரணம் மேலான துயரைத் தந்தது. எனது அப்பா எல்லா வசதிகளோடும் மரணத்துக்கு முதல் வினாடி வரையும் இருந்தார். பிள்ளைகள் யாரு மில்லையென்ற குறையைத் தவிர அப்பா வாழ்வை நன்றாக வாழ்ந்து முடித்திருந்தார்.

இந்த அப்பாவோ தனது ஆண் பிள்ளைகளை மண்ணுக்கு மாவீரர் களாய் தந்துவிட்டு மரணத்தின் கடைசி வினாடி வரையும் வலியோடும்

வாய் ருசிக்க ஆசைகள் இருந்தும் எதையும் அனுபவிக்க பணமின்றி அந்தரித்தே போய்ச் சேர்ந்தார். 'மகள்... மகள்...' என்றழைத்த அந்தக் குரல் மீளாத் தொலைவாகிக்கொண்டிருந்தது.

ஸ்கைப்பில் வந்த ஒரு நண்பன் 25.05.1999அன்று கடலில் காவியம் படைத்து வீரச் சாவையணைத்த அப்பாவின் மூத்த மகனின் நினைவுநாள் இணைப்பைத் தந்தான். அந்த மாவீரன் பற்றி அவன் சொல்லிக்கொண்டுபோனான்..!

ஒரு லெப்.கேணல் தாயகத்துக்காக தனது உயிரைக் கடலில் கரைத்துப் போனான்... அந்த வீர மகனின் அப்பா வறுமையோடு இறந்துபோனார் என்ற கதையை அவனுக்குச் சொன்ன போது அதிர்ச்சியால் அவனிடமிருந்து பேச்சு எதுவும் வரவில்லை.

சற்று நேரம் கழித்துச் சொன்னான். "எங்கடை நிலைமையும் ஒண்டும் செய்யக்கூடிய மாதிரியில்லை, என்ன செய்யிறது!" நினைக்காத போதில் ஸ்கைப்பில் வந்த நண்பன் அப்பாவின் மூத்த லெப். கேணல் மகனின் நினைவுநாள் இணைப்பைத் தந்து மேலுமொரு துயரைத் தந்து போனான்..!

எதிர்பாரத நிகழ்வுகள் எதிர்பாராத நேரங்களில் நிகழ்வது உண்மை யென்பதை ஒரு மரணமும் ஒரு நினைவுநாளும் சம நேரத்தில் துயர் தரும் வலியின் பாரம் கண்ணீராகிக் கொண்டிருந்தது. ●

28.05.2013

25. மே மாத நினைவும் இரு கண்களை இழந்த போராளியின் கதையும்

தாயகத்தில் யுத்த நிறுத்தம் ஏற்பட்டிருந்த காலம் அது. 08.06.2003 அன்று மகளின் ஐந்தாவது பிறந்தநாள். அந்த முறைப் பிறந்தநாள் செஞ்சோலையில் காலையும், மாலை காந்தரூபன் அறிவுச் சோலையிலும், மதியம் நவம் அறிவுக்கூடத்தில் பல்துறை அறிவுசார் கற்கை நெறிகளில் தங்களை ஈடுபடுத்திக்கொண்டிருந்த ஊனமுற்ற போராளிகளோடும் அன்றைய பொழுதை செலவிடுவதென முடிவாகி காலை எட்டு மணிக்கு வள்ளிபுனம் செஞ்சோலைக்குச் சென்று மதியம் பன்னிரண்டு மணிக்கு விசுவமடுவில் அமைந்துள்ள நவம் அறிவுக்கூடத்துக்குச் சென்றோம்.

ஏற்கெனவே இருமுறை நவம் அறிவுக்கூடம் போயிருந்ததில் ஏற் பட்ட அறிமுகம் பல பாடகர்கள், இசைக்கலைஞர்கள், கவிஞர்கள், எழுத்தாளர்களென பலர் அறிமுகமாகியிருந்தனர். பிள்ளைகளை மாமா, அன்ரி, அக்கா, அண்ணாவென ஆளாளுக்குக் கூட்டிக்கொண்டு போனார்கள்.

நவம் அறிவுக்கூடத்தின் வளவுக்குள் போவோர் சந்திப்பிடமாக அமைந்த விருந்தினர் வரவேற்பிடத்துக்கு நேராக லெப்.கேணல். நவம் அவர்களின் பெரிய படமும் நினைவிடமும் அமைந்திருந்தது. ஒரு பக்கம் கணினிப் பிரிவும், அடுத்த பக்கம் அமைந்திருந்த கூடம் இசைக் கருவிகள் வைக்கப்பட்டு இசைப்பயிற்சி செய்வதற்கான ஒழுங்கமைப்பில் இசைக் கூடம் அமைக்கப்பட்டிருந்தது.

இசைக் கருவிகளின் இசையும் பாடலும் காற்றோடு கலந்து அந்த ஆனி மாத மதியம் இசைக் கருவிகளோடும் பாடலோடும் கலந் திருந்தது. பாட்டென்றால் பிடிக்காதவர்கள் யாரும் இருக்க முடியாது போல.

“அக்கா போய்ப்பாப்பமே?” என்று கேட்டான் மருது.

“விரும்பினா பாக்கலாமக்கா பிள்ளையள் பாட்டு பயிற்சியெடுக் கினம்” என்றாள் ஒரு போராளி.

"அக்கோய்..!" என்றபடி புகழேந்தி வந்திருந்தான். "எப்பிடியக்கா இருக்கிறியள்? நான் நினைக்கேல்ல நீங்க திரும்பியும் வருவீங்களெண்டு? நேற்று அண்ணை சொன்னவர் இண்டைக்கு வருவியளெண்டு!" மீண்டும் சந்தித்ததில் அவனடைந்த சந்தோசத்தை அவனது வார்த்தைகள் வெளிப்படுத்தின.

கடந்த முறை சந்தித்த போது புகழேந்தி தனது கிளிநொச்சி களமுனை அனுபவம் பற்றியும் ஓயாத அலைகள் 3இல் ஆனையிறவு பகுதியில் தனது அனுபவங்கள் பற்றியும் நிறையச் சொல்லியிருந்தான். அவனது குரலில் அவனது கிளிநொச்சி கள அனுபவத்தை அவனுக்குத் தெரியாமல் ஒலிப்பதிவு செய்ததை அவனிடமிருந்து விடைபெற்ற போது சொன்னேன்.

"என்ரை குரலை என்னக்கா செய்யப்போறியள்?" எனச் சிரித்தான்.

புகழேந்தி நல்ல சண்டைக்காரன். கதைகளில் வாசித்த களமுனைக் கதைகளை, புகழேந்தியின் வாயால் கேட்கிற போது அந்தக் களத்தில் நிற்பது போலவே இருக்கும். அவன் வைத்திருந்த ஆயுதங்களுடன் அவன் எப்படி சண்டையிட்டிருப்பானோ அதேபோல ஆயுதங்கள் பற்றிய கையாள்கை முதல் சகலத்தையும் விபரிப்பான்.

ஓயாத அலைகள் 3 ஆனையிறவை மீட்ட களத்தில் புகழேந்தியும் களத்தில் நின்றான். ஒரு கட்டத்தில் நிலைமை இறுக்கமடைந்து அவன் தனது ஆயுதத்துடன் கீழே விழுந்துவிட்டான். போராளிகளின் உக்கிரமான தாக்குதலில் படையினர் ஓடிக்கொண்டிருந்தார்கள்.

தனது ஆயுதத்தைப் பாதுகாக்கும் நோக்கில் குப்புற விழுந்து தனது ஆயுதத்தை உடலால் மறைத்துக்கொண்டு படுத்திருந்தான். ஓடிக் கொண்டிருந்த படையினர் அவனுக்கு மேலால் மிதித்துக்கொண்டு ஓடினர். ஏற்கெனவே தலையில் காயமடைந்து பாதிப்புற்றவன் மீதேறி ஓடியவர்களின் மிதிப்பில் அவன் உடல் பட்ட ரணங்களை அவன் சொல்லிக்கொண்டிருந்த போது உயிரைப் பிடுங்குமாப்போலிருந்தது.

ஒரு சிறந்த சண்டைக்காரன் தனது தாயகத்தின் விடுதலைக்காக ஆயுதம் ஏந்திய விடுதலைப் போராளி அவனுக்குள்ளும் ஈரமுள்ள இதயமொன்று இயங்கிக்கொண்டிருப்பதைக் கடைசி இரு மணித் தியாலங்களும் பகிர்ந்துகொண்டான்.

ஏழை அம்மாவுக்காகவும் சகோதரங்களுக்காகவும் துயரடைந்தான். அவனது துயரின் ஈரம் இப்போதும் நினைவில் வரும் நேரமெல்லாம் நெஞ்சு வலிக்கும்.

அன்றைய நாள் பலருடன் பேசி, பலருடன் உறவாகி பலரது நினைவைச் சுமந்து வந்த போதும் புகழேந்தி மறக்க முடியாத சிலருள் ஒருவனாய்!

விடைபெறும் நேரம், "அக்கா எனக்கொரு உதவி செய்வீங்களா?"

"சொல்லுங்கோ!" என்றதும், தனது இருப்பிடத்துக்குப் போயிட்டு வருவதாகச் சொல்லிவிட்டுப் போனவன் ஒரு நாட்குறிப்போடு திரும்பி வந்தான்.

நீலம், சிவப்பு கரையிடப்பட்ட ஒரு கடித உறையில் பல மடிப்புகள் கண்ட ஒரு கடிதத்தை வெளியே எடுத்தான். பலமுறை வாசித்துவாசித்து அந்தக் கடிதம் அவனுக்கு மனப்பாடமாகியிருந்தது. கொஞ்ச வருடங்கள் முதல் அந்தக் கடிதம் அவனுக்கு யேர்மனியிலிருந்து போயிருக்கிறது.

"இதக்கா என்ரை தம்பியின்ரை கடிதம் கனவரியம் முதல் யேர்மனி போனவன். கொஞ்சநாள் கடிதம் போட்டவன் இப்ப 2 வரியமா தொடர்பொண்டுமில்லை கடிதங்களும் வாறேல்ல! ஒருக்கா இந்த விலாசத்தைக் கொண்டுபோய் தேடிப்பாருங்கோ. அவனைக் கண்டீங்களெண்டா சொல்லுங்கோ அம்மாவைப் பாக்கச் சொல்லி அம்மாக்கு உதவி செய்யச் சொல்லி..! நானும் காயம்பட்டு ஏலா தெண்டு சொல்லுங்கோ."

தலையில் ஏற்பட்ட காயத்தின் தன்மை சில வேளை அவன் கதைத்துக்கொண்டிருக்கும் போது மறந்துவிடும்! பின்னர் அவன் விட்ட கதையைச் சொன்னால் தொடர்ந்து பேசுவான். தலையில காயம் பட்டனான்தானேயக்கா அதுதான் சிலவேளை இப்பிடி..! வெயில் பட்டா தாங்கேலாம இருக்குமக்கா..!

அவன் கேட்டதற்கிணங்க யேர்மனி வந்து அவன் தந்த விலாசத்துக்கு கடிதம் போட்ட போதும் எவ்வித பதிலும் வரவில்லை. தொலைபேசியிலக்கம் தேடி அது கிடைக்கவில்லை. அவன் தனது அம்மாவுக்கு உதவுவான் என நம்பியிருந்த தம்பியின் நிலைமையை அறியவே முடியாது போனது.

"அக்கா! நான் கேட்ட விசயம் அறிஞ்சீங்களே?" ஒரு வருடத்தின் பின்னர் நேரில் சந்திக்கும் வரையும் அவன் காத்திருந்திருக்கிறான். எந்தப் பதிலும் அந்த முகவரியிலிருந்து வரவில்லையென்றதை சொன்ன போது அவனது முகம் மாறிப்போனது.

அம்மான்ரை தொடர்பை தாங்கோவன் நான் ஏதாவது செய்யிறன்? இல்லையக்கா பாப்பம் என சமாளித்தான். அவன் விரும்பினால் இயக்கம் அவனது குடும்பத்தைக் கவனிக்கும், ஆனால், தனது குடும்ப நிலைமையைச் சொல்லாமல் தனக்குள்ளே அழுதுகொள்வான் போல.

O

அங்கே பாடல் பயிற்சியில் பாடிக்கொண்டிருந்தவர்களின் பாடல்களைக் கேட்டுக்கொண்டிருந்தோம். ஒரு பெரிய இசைக் கச்சேரியே நடந்துகொண்டிருந்தது.

அப்போது பாடிக்கொண்டிருந்த இரு கண்களையும் இழந்த பெண் போராளியைப் பற்றியும் புகழேந்திதான் சொன்னான். அந்தப் பிள்ளையக்கா தீச்சுவாலைச் சண்டையில காயம்பட்டுத்தான் கண் ரெண்டும் தெரியாமப்போனது. நல்ல கெட்டிக்காரி நல்லாப் பாடுவா கவிதை எழுதுவா எனச் சொன்னான்.

பாடல் பயிற்சியை முடித்துக்கொண்டு வந்து கதைத்துக்கொண்டிருந்தவர்களையும் அவனே அறிமுகப்படுத்தினான். அவளையும் அறிமுகப்படுத்தினான். அவள் எழுதிய கவிதைகளையும் கதைகளையும் எடுத்து வந்து தந்தாள். வாசிச்சிட்டு அனுப்பிவிடச் சொன்னாள். ஒரு சிறிய நேயர் விரும்பம் நிகழ்ச்சியையும் ஆளாளுக்குச் செய்து முடித்தார்கள்.

அங்கேதான் இன்னொரு பாடகனும் அறிமுகமானான். அவன் கிழக்கு மாகாணத்தைச் சேர்ந்த போராளி. ஒலிப்பதிவு செய்யப்படுவதற்காக ஒத்திகை பார்க்கப்பட்ட பாடலொன்றை அவன் பாடினான். அந்தப் பாட்டை ஒலிப்பதிவு செய்யுமாறும் கூறினான். இசையில்லாத அவனது குரலில் ஒலித்த, 'நாட்காட்டி நாளெல்லாம் எம் வீர வரலாறு குறிகாட்டும் இலக்கெல்லாம் எம் ஈழம் தனிநாடு' பாடல் இன்றுவரை அந்தத் தம்பியின் ஞாபகமாய்..!

பதிவேற முன்னர் பாடித்தந்த போராளியின் நினைவாக அவன் பாடிய பாடல் :-http://nesakkaram.org/ta/wp-content/uploads/thanaa.mp3

அங்கிருந்தவர்கள் எல்லோருமே ஒரு வகையில் ஊனமுற்றவர்கள். ஆனால், சிலர் மட்டும் நிரந்தரமாக மனசில் இடம்பிடித்துக்கொண்டார்கள். புகழேந்தி உட்பட சிலரது பெயர்களையும் அவர்களது கையெழுத்துகள் நினைவுவாசகங்களையும் பத்திரப்படுத்திக்கொண்டேன்.

பின்னர் 2004இல் ஐரோப்பாவுக்கு வருகை தந்திருந்த கலைக் கோன் மாஸ்ரரிடம் எல்லோரைப் பற்றியும் விசாரித்ததன் பின்னர் அவ்வப்போது வருகிற சில கடிதங்களில் நவம் அறிவுக்கூடத்துப் போராளிகள் பற்றியும் வரும்.

2009 யுத்தத்தின் இறுதி நாட்களில் உனமுற்றவர்களெல்லாம் இறந்துபோய்விட்டார்களென்ற கதைகள் வந்தது. நாட்கள் செல்லச் செல்ல நவம் அறிவுக்கூடம், அருமை புலனாய்வுப்பள்ளி, மயுரி இல்லங்களில் இருந்த பலர் உயிருடன் இருப்பதாய் செய்திகள் வந்து எங்கிருந்தோவெல்லாம் அழைப்புகள் வந்தது.

அக்கா அருமையில இருந்த! அக்கா நான் நவம் அறிவுக்கூடத்தில இருந்த! என வந்த குரல்களில் பலரது தொடர்புகள் மீளவந்தது. அப்போது வந்தவர்களிடமெல்லாம் புகழேந்தி பற்றி விசாரித்தேன். யாரும் தொடர்பில் அவனில்லையென்றார்கள்.

ஒருவன் சொன்னான், "இறுதி யுத்தத்தில் புகழேந்தியின் குழந்தை இறந்ததாக, குழந்தையின் இறப்பின் பின் புகழேந்தி தற்கொலை செய்ததாக!" புகழேந்தி பற்றிய பல்வேறு கதைகள் புகழேந்தி உயிரோடில்லையென்றுதான் வந்தது.

02.05.2013 அன்று தொலைபேசியில் ஒருத்தி அழைத்திருந்தாள். "அக்கா நா ன்விழி... நவம் அறிவுக்கூடத்துக்கு நீங்க வந்த நேரம்..." அவள் தன்னை யாரென அடையாளப்படுத்தி முடிய முதல் தொடர் பறுந்தது. திரும்ப அழைத்தவள் சொன்னாள். "அக்கா காசில்லை ஒருக்கா எடுங்கோ."

அன்று மாலை அவளை அழைத்த போது 2009இன் பின்னர் அவள் படுகிற துன்பங்கள் பற்றிச் சொல்லத் தொடங்கினாள்.

"கடைசீல எங்களை ஆமிதானக்கா உள்ளை கொண்டு போனது. நாங்கள் பட்ட கேவலத்தை இப்ப நினைச்சாலும் தாங்கேலாதக்கா..! 2 வருசம் தடுப்பிலயிருந்துதானக்கா வெளியில வந்தனான். 2011இல வீட்டை வந்தனான். ரெண்டு கண்ணும் தெரியாத என்னைக் கவனிக்க என்ரை வீட்டுக்காரராலை ஏலாதுதானேக்கா..!"

மொத்தம் ஆறு பெண் பிள்ளைகள் அவள் வீட்டில். அவள் வீட்டில் ஐந்தாவது பிள்ளை. நான்கு சகோதரிகளும் திருமணம் முடித்து விட்டார்கள். கடைசித் தங்கை பிறப்பில் ஊனமடைந்தவள். அவ ளோடு கண்ணிரண்டையும் இழந்த இவளையும் பெற்றோரால் கவனிக் கக்கூடிய வசதியில்லை. தெரிந்தவர்களிடமெல்லாம் தங்கள் பெண்

பிள்ளைகள் இருவரினதும் நிலைமையைச் சொல்லி சின்னச் சின்ன உதவிகளைப் பெற்று இரண்டு நேர சோற்றைக் கொடுத்துக் கொண்டிருந்தார்கள்.

வெளிநாடுகளிலிருந்து உதவிகள் பலருக்குக் கிடைப்பதாக அறிந்து பலரிடம் தொடர்புகளை ஏற்படுத்த முயன்றும் எந்தவித வழியும் கிடைக்கவில்லை. ஊரில் இயங்கிய நிறுவனங்களுக்கு வெண்கம்பைக் கொண்டு பெற்றோருடன் திரிந்தாள். அவளைப் நிழற்படமும் ஒளிப் படமும் எடுத்தார்கள் பலர்.

வாக்குறுதி கொடுத்துவிட்டுப் போனவர்கள் திரும்பி எந்த உதவி யையும் கொண்டு வரவில்லை. ஏமாற்றமே மிஞ்சியது. வயதான தந்தை கூலிக்குப் போனால் மட்டுமே அந்த வீட்டில் அடுப்பெரியும் நிலைமையில் குடும்ப வறுமை.

2011 அன்று அவளைக் காதலித்தவன் தடுப்பு முகாமொன்றில் இருப்பதாக அவளுக்குக் கடிதம் போட்டான். விரைவில் விடுதலை யாகி வந்துவிடுவதாயும் அவளைத் திருமணம் செய்வதாகவும் தகவல் அனுப்பியிருந்தான். கண்ணில்லாத அவளுக்குக் கண்ணாயிருப்பே னென சில வருடங்கள் முன்னர் சொல்லிக்கொண்டிருந்தவனின் தொடர்புகள் இல்லாது போய் அவன் உயிரோடிருப்பதாக வந்த செய்தி ஆறுதலைக் கொடுத்தது.

2012இல் விடுதலையானவன் பெற்றோரின் விருப்போடு அவளைத் திருமணம் செய்துகொண்டான். தன்னை வருத்தி கூலிவேலை செய்து கண்ணில்லாத அவளையும் காத்து தறப்பாள் ஒன்றில் வாழ்வை ஆரம்பித்தார்கள். வேலையின் கடினம் அவன் நோயுற்றான். பலமுறை காயங்களுக்கு உள்ளானதில் உடலெங்கும் இரும்புச் சிதறல்கள்.

திடீரென எழுந்திருக்க முடியாத நிலையில் மருத்துவமனைக்குக் கொண்டுசெல்லப்பட்டான். தலையிலும், முள்ளந்தண்டுப் பகுதியில் ஓரிடத்தில் பெரிய செல்துண்டொன்று உள்ளதாகவும் அந்தத் துண்டுகள் நகர்வதாகவும்; வலியேற்பட்டு இயங்க முடியாதுள்ளதாகவும் சொன் னார்கள்.

அந்த இரும்புத் துண்டுகளை வெளியில் எடுப்பது மிகவும் ஆபத்து எனவும் சொன்னார்கள். நிரந்தரமாக முள்ளந்தண்டு வடம் பாதிப் படையும் நிலைமையே 90 சதவிகிதம் இருப்பதாகவும் சொல்லப் பட்டது. கடுமையான வேலைகள் செய்யக் கூடாதென்றும் அறிவுறுத் தப்பட்டு வீட்டுக்கு அனுப்பப்பட்டான்.

வாழ்க்கையின் ஆரம்பமே இடைஞ்சலாக வருமானமில்லாது போனது. அவர்களுக்கு இப்போதைய வருமானம் அரசாங்கம் மாதாந் தம் வழங்கும் பிச்சைச்சம்பளம் 150 ரூபாய்தான். இருவருக்குமான பிச்சைச் சம்பளத்தை பெறுவதற்குப் போய்வரும் போக்குவரத்தில் பாதி போய்விடும்.

பாதிநாள் அவனது வீட்டாருடனும், பாதிநாள் அவளது பெற்றோரின் வீட்டிற்குமென அலைந்தார்கள். அன்றாடச் சாப்பாடு இரண்டு வீட்டிலிருந்தும் பங்கு பிரிக்கப்பட்டது. வீட்டில் கிடைக் கிறதை வைத்து அவர்களுக்கும் பங்கிட்டார்கள்.

ஊனமுற்றவர்களை இயக்கம் இருந்த போது பராமரித்த பரா மரிப்பும் கவனிப்பும் மனசுக்குள் அடிக்கடி வந்து போகும் நேர மெல்லாம் ஆளையாள் சொல்லி அழுது ஆறுதற்படுவதைத் தவிர வேறெதையும் பெற முடியவில்லை.

மீண்டும் அவன் உடல் இயலாமல் போன போது மருத்துவ மனையொன்றுக்குப் போனார்கள். தலைமை மருத்துவரிடம் தங்கள் இயலாமையை அன்றாட வாழ்வுப் போராட்டத்தைச் சொன்னார்கள். தலைமை மருத்துவர் ஒரு தொலைபேசியிலக்கத்தைக் கொடுத்து அந்த இலக்கத்துக்கு உரிய பெயரைச் சொல்லி உங்களுக்கும் தெரிஞ் சிருக்கும் இல்லது நான் தந்ததெண்டு சொல்லிக் கதையுங்கோ எனக் கொடுத்தார்.

“கனநாள் உங்கடை நம்பர் தேடினான். ஆனா, கிடைக்கேல்லயக்கா டொக்ரர் சொன்னோடனும் எவ்வளவக்கா சந்தோசப்பட்டனாங்கள் தெரியுமேக்கா?” என்று சொல்லி அழுதாள்.

“சாப்பாட்டுப் பாடே பெரிய பிரச்சினையாக் கிடக்குதக்கா..! அரை ஏக்கர் காணிதானக்கா சொத்து. அதிலயொரு தறப்பாள் போட்டிட்டு இருக்கிறமக்கா. ரொய்லெட் இல்லை, கிணறில்லை வேறையாக்களின்ரை வளவுக்குத் தானக்கா போறனாங்கள். ரெண்டு பேற்றை குடும்பங்களும் வசதியில்லை. அவையளும் எல்லாத்தையும் இழந்திட்டு இருக்கினம் அவை தந்தாத் தானக்கா சாப்பாடு.

பெரிசா அதைத் தாங்கோ, இதைத் தாங்கோண்டு உங்களைக் கேக்கேலாதக்கா..! ரெண்டு கண்ணும் தெரியாமல் என்னாலை ஒரு வேலையும் செய்யேலாது அதோடை காலொண்டும் ஏலாது. மாதத் துக்கு ஒரு ஆறாயிரம், ஏழாயிரம் ரூபா ஒழுங்கு செய்து தந்தீங்க ளெண்டா பெரிய உதவியா இருக்குமக்கா. எங்கள் ரெண்டு பேருக்கும் சாப்பாட்டை சமாளிக்க காணுமக்கா.

"புகழேந்தியின்ரை தொடர்பிருக்கோ?" கேட்டபோது சொன்னாள். "அவர் கடைசி நேரம் இல்லையக்கா!" புகழேந்தி பற்றி கடைசி உறுதிப்படுத்தலாக அவளும் புகழேந்தி உயிரோடில்லையென்பதை உறுதிப்படுத்திச் சொன்னாள்.

ஞாபகத்தில் புகழேந்தியின் கடைசிக் கதைகளும் சிரிப்பும் கண்ணுக்குள் வந்து போனது. அவள் புகழேந்தி பற்றிச் சொல்லிக் கொண்டிருந்தாள். அவன் கையோடு கொண்டு திரிந்த நீல உறை போட்ட நாட்குறிப்பையும் காவிக்கொண்டு தாண்டித்தாண்டி நடந்து வருவது போலிருந்தது.

கிழக்கு மாகாணத்தைச் சேர்ந்த புகழேந்தியின் நண்பன் எனக்குக் கடைசியாக நாட்காட்டி பாடலைப் பாடிப் பதிவு செய்து தந்த போராளிப் பாடகனை விசாரித்தேன்.

"நீங்கள் ஒருத்தரையும் மறக்கேல்ல என்னக்கா!" என்றாள். "எங்கையிருக்கினமெண்டு தெரியேல்லயக்கா!"

"தொடர்பு கிடைச்சா தாங்கோ" என்றேன்.

"ஓமக்கா!" என்றாள்.

யுத்தம் முடிந்து நான்கு வருடங்கள் முடிகிற இந்த நாட்களில் யுத்த உச்சத்தின் இழப்புகள் பலரது நினைவுகள் அவர்களது கடைசிக் கடிதங்கள், கவிதைகள், பாடல்கள்... என பலரது ஞாபகங்களைத் தந்து மனசை அலைக்கிறது இந்த மே மாத நாட்கள்! ●

18.05.2013

26. அன்றொரு நாள் கரும்புலி இன்று புற்றுநோயாளி

அவன் ஒரு கரும்புலி. ஒரு காலம் அவனின் தேவையும் சேவையும் தேவையாக இருந்தது. பதினைந்து வயதில் இயக்கத் துக்குப் போனபோது இப்படியொரு கரும்புலிக் கனவை அவன் கண்டதேயில்லை. ஆனால், காலம் அவனை ஒரு புலனாய்வுப் போராளியாக்கியது புலனாய்வின் தொடர் எதிரியின் கோட்டைக்குள் பணியமைந்து தானாகவே கரும்புலிக்கான பயிற்சியையும் பெற்றுக் கொண்டு பிறந்த கிளிநொச்சியை விட்டு சமாதான காலத்தில் வெளி யேறினான். குடும்பத்தில் தம்பியும் அக்காவும் போராளிகளானார்கள்.

எல்லாக் கரும்புலிகள் போல அவனும் குடும்பம், உறவு என்ற வட்டத்தைத் தாண்டி தாயகக் கனவோடு சாவினைத் தழுவ, அவன் தனக்கான சந்தர்ப்பத்தைத் தேர்ந்து வெளிக்கிட்ட போது இலட்சியக் கனவை நிறைவேற்றி தன்னினம் வாழ வேண்டுமென்றதை மட்டுமே நினைத்திருந்தான்.

போகும்போது அவன் சொத்தென்று கொண்டுபோனது சில உடுப்புகள் மட்டுமே. முற்றிலும் மாறுபட்ட கொழும்பைக் கற்று முடிக்கச் சில மாதங்கள் எடுத்தது. கடையொன்றில் பகல் நேர வேலையாளாகவும், அதிகாலையில் இராணுவ மையமொன்றிலும் பணியாளனாக மாறினான்.

நாடு, லட்சங்களை இந்த லட்சிய வீரர்களுக்காகக் கொடுக்கத் தயாராக இருந்த போதும் தங்கள் உழைப்பிலே தங்கள் செலவையும் தங்கள் தேவையைக் கவனித்து சரித்திரங்களான பல வேர்கள் போலவே இவனும் பணியில் இணைந்தான்.

இலக்கின் எல்லையைத் தேடியே விழிகள் எப்போதும் புலனாயும். அணியும் சேட்டில் மறைக்கப்பட்ட சயனைட் மட்டுமே அவனுக்கான பாதுகாப்பு. ஆள ஊடுருவி வன்னியை நிலை குலைக்கும் கனவோடு காரியத்தில் இறங்கி வன்னிக்குள் அச்சத்தைக் கொடுத்துக் கொண்டிருந்தான் எதிரி.

ஏதிரியின் பகுதிக்குள் ஊடுருவி அவர்களது கோட்டைக்குள்ளிருந்து இழப்பைக் கொடுத்து ஈழ விடியலை நோக்கிய வீச்சுக்கு

வெளிச்சமாகும் கனவோடு கரைந்த வெளியில் வராத எரிமலைகள் போலவே அவனும் கனவோடலைந்தான். கொழும்பின் இயல்புக்கு ஏற்ப அவனும் மாறி இலக்கையடையும் நாளொன்றில் விடியலுக்குத் தயாராகினான்.

அன்றோடு அவன் ஒரு பெயரற்ற கல்லறைக்கும் அவனைப் புரிந் தவர்களின் இதயத்தில் மட்டும் அடையாளம் காணப்படுபவனாக மாறிவிடும் வேகத்தில் ஒருநாள் விடியற்காலை தயாராகினான். அவனது தயார்நிலையை முந்திக்கொண்டு விதியாய் வந்தது எதிரியின் புலனாய்வு. அதிகாலை தட்டப்பட்ட கதவு அவனது கட்டுப்பாட்டை மீறி உடைக்கப்பட்டு உள்நுளைந்தவர்களால் கைதுசெய்யப்பட்டான். உறங்காத அந்த விழிகள் உள்புகுந்தவர்களால் கட்டப்பட்டு கொண்டு செல்லப்பட்டான்.

யாருமறியாத இருட்டறைகளில் வதையிடங்களில் சிறையிடப் பட்டு தொடர் சித்திரவதைகள் உறுதியோடு தயாராயிருந்த கரும் புலியின் இறுதி நாட்களையே அறிய விடாது நாட்கணக்கில் நினைவிழந்து போயிருந்தான். ஆள்மாறி ஆள்மாறி விசாரணையென்ற பெயரால் உயிரறும் உச்ச வதைகள் எல்லாவற்றையும் தாங்கினான். விடுதலையின் வெளிச்சம் புலருமொரு நாளில் அவன் வீழ்ந்தானென்ற சொல்லோடு போய்விடவே காத்திருந்தான்.

இரண்டு வருடங்கள் அடையாளம் சொல்லப்படாத இடங்களில் வைத்து வதைக்கப்பட்டான். அனுப்பியவர்களும் தொடர்புகொள்ளவோ தேடிப்பார்க்கவோ அவகாசமின்றி களநிலைமை நிலையிழந்து கொண்டிருந்தது.

2009ஆம் ஆண்டு எல்லாம் முடிந்து ஆயிரக் கணக்கில் போராளிகள் சரணடைந்தார்கள் என்ற செய்தியை அவனும் கேள்விப்பட்டான். கிளிநொச்சியில் வாழ்ந்த குடும்பத்தைப் பற்றிய கவலை அவர்கள் யாராவது மிஞ்சியிருப்பார்களா அல்லது இறந்து போனார்களா என்ற தகவலும் தெரியாது.

அவன் அடைபட்டிருந்த இடத்துக்கு சரணடைந்த பலரும் கொண்டுவரப்பட்டார்கள். ஏன்? எப்படி? காவலாளிகளின் கண் காணிப்புகளையும் தாண்டி சங்கேத மொழியால் கேட்டுக்கொள்வான். என்ன வதையானாலும் அவர்கள் இருக்கிறார்கள் என்ற நம்பிக்கையில் சிறைவாசத்தை சாதாரணமாக ஏற்றுக்கொண்ட பலரது நெஞ்சில் வீழ்ந்த இடியாக மாறிய நிலைமையால் ஏற்பட்ட ஏமாற்றம் அவனுக்கும்.

2010இல் அவன் நிரந்தரமாக சிறைக் கம்பிகளின் பின்னால் அடைக்கப்பட்டான். இப்போது முன்பு போல அடிக்கடி வந்து வந்து ஆளாளுக்கு அடியுதையில்லை. ஆனால், ஏற்கெனவே ஏற்றப்பட்ட ஊசிகள், போத்தல்கள் உடலில் ஏற்பட்ட தாக்கங்கள் அவனால் இயங்க முடியாத நிலைமைக்கு ஆளாக்கியது. சிறைச்சாலையின் உணவு மட்டுமே. அது தவிர சிறைச்சாலை மருத்துவமனையில் இருந்து தரப்படும் சில மருந்துகள். அதுவும் ஏனோ தானோ என சாட்டுக்கு வழங்கப்படும்.

இறுதி யுத்தத்தில் இருந்து வந்தவர்களைப் பார்க்க உறவுகள் வருவார்கள். நெருங்கிய கம்பிக்கட்டுக்கு மறுமுனையில் நின்று சில நிமிடங்கள் தங்கள் உறவுகளைப் பார்த்துவிட்டு கண்ணீரோடு பிரிந்து போய்விடுவார்கள். அப்படி வந்தவர்கள் மூலம் கூடவிருந்தவர்களின் உதவியில் தனது குடும்பத்தைத் தேடினான்.

வலைஞர் மடத்தில் இடம்பெயர்ந்து இருந்த போது விழுந்த ஏறிகணையில் குடும்பமாகக் காயமுற்று தங்கை காலிழந்து, மைச்சினனும் காயமுற்று, மருமக்களும் காயங்களோடு உயிர் தப்பி, அப்பா நோயாளியாகி அவன் எங்கோ வெடித்து காவியமாகிவிட்டதாக நம்பிய அம்மா மனநலம் பாதிப்புற்று தம்பி வீரச்சாவடைந்து போனதாகவும் செய்தி வந்தது.

கடைசிவரை வன்னியில் வாழ்ந்த ஒவ்வொரு குடும்பத்தின் இழப்பு போல அவனும் தனது குடும்பத்திலிருந்து இழந்தது திரும்ப ஈடுசெய்ய முடியாத பேரிழப்பு. அவனைப் பார்க்கவோ அல்லது அவன் எப்படியிருக்கிறான் என்பதனை அறியவோ அவனது குடும் பத்திலிருந்து ஒருவரும் சிறைக்குச் செல்வதில்லை.

குடும்பத்தின் மொத்த பொருளாதாரமும் சிதைந்து இன்றைய அவர்களது வாழ்வு அன்றாடமே அவதியாக. அவனைப் பார்க்க ஒரு முறை பயணிக்க தேவைப்படும் பெரும் தொகை பணமற்று மிகவும் அடிநிலைக்குப் போய்விட்டார்கள். அடிப்படைத் தேவைகளைக் கூட அவனுக்கு அனுப்பவோ அல்லது யாரிடமேனும் கொடுத்துவிடவோ அந்தக் குடும்பத்திடம் வசதியில்லை. கூடவிருப்போர் தங்களால் இயன்றதைக் கொடுத்தாலே தவிர வேறெதுவும் இல்லை.

இறுதியாக 2006இல் பார்த்த அவன், இப்போது தனது வயதையும் மீறிய தோற்றமும் கண்டறியப்படாத நோயாய் சொல்லப்பட்ட நோய் புற்றுநோயென மருத்துவர்களின் அறிக்கைகள் சொல்கிறது. உடலை

வருத்தும் நோயின் வலியும் துயரமும் அவனது குடும்பத்தால் அறிய முடியாத கதைகள்.

தனது ஆடைகளைத் துவைக்கவோ தண்ணீர் அள்ளவோ களைத்துச் சோருகிற உடல் சோர்வும் வலியும் இன்று படுக்கைக்குப் போனால் நாளை எழுவானோ என்றதே தெரியாத வாழ்வு. சுமத்தப்பட்ட வழக்கு எவ்வித முடிவுமின்றி அதுவும் காலம் நீட்டப்பட்டு முடிவற்ற தொடராய்..!

சில வேளைகளில் நல்ல உணவைச் சாப்பிட வேணும் போலிருக்கும், சில நாட்களில் குடும்பத்தினருடன் பேச வேணும் போலிருக்கும் எதற்குமே பணமிருந்தால் மட்டுமே முடியும். அவனிடம் பணமுமில்லை சின்னச்சின்ன ஆசைகளை நிறைவேற்ற பணம் கொடுக்கவும் யாருமில்லை.

அவனது குடும்பத்து வறுமை அவனையும் கிட்டத்தட்ட மறந்த நிலைமையே இப்போது. எட்டு வருடங்கள் முதல் பார்த்த அம்மாவை, அப்பாவை, தங்கையை, மருமக்களையெல்லாம் பார்க்க வேண்டும் போல சில வேளைகளில் மனசு துடிக்கும். ஆனால், யாருக்கும் தெரியாமல் தனது ஆசைகளை மறைத்து தனித்து அழுது விட்டு மற்றவர்கள் முன்னால் சிரிக்கிற வல்லமையைக் கற்றுக் கொண்டுவிட்டான்.

ஒரு காலத்தின் கரும்புலி, பெரு வெற்றியின் ஏணி, 15 வயதில் தேசக் கனவோடு போய் இன்று 37 வயது மனிதன். தனது சாவின் நாட்களை எண்ணிக்கொண்டிருக்கிறான். மரணம் எத்தனை விரைவாய் அழைக்குமே அத்தனை விரைவாய் அழைத்துக்கொண்டு போனாலே போதுமென்ற மனநிலையில் நீண்ட சிறைவாழ்க்கை வெறுப்பைத் தருகிறது.

ஆனாலும், நிறைவேறாத சின்னச்சின்ன ஆசைகளை அனுபவிக்க வேண்டும் போலவும் ஆசைப்பட்டவற்றையெல்லாம் சாப்பிட வேண்டும் போலவும் மனசு அலையும் நேரங்களில் தன்னைத் தானே கட்டுப்படுத்தி என்றாவது தனக்கும் விடுதலை வருமென்று நம்புகிறான்.

21.04.2013 அன்று அவன் அழைத்தான். கிட்டத்தட்ட ஒரு வருடங்களின் பின்னர் வந்த அழைப்பு அது.

அக்கா! நான் அருள்சந்திரன். எப்பிடியிருக்கிறீங்கள்?

கிடைத்த 2 நிமிடத்திலும் அவன் சொல்ல விரும்பிய யாவற்றையும் சொல்லிவிடும் ஆவலில் கதைக்கத் தொடங்கினான்.

“வீட்டுக்காரர் வாறவையோ?” என்று கேட்ட போது சொன்னான், “அவையளை 8 வருசமா பாக்கேல்லயக்கா... எல்லாருக்கும் விசிற் வருமக்கா எனக்கு ஒருத்தரும் வாறேல்ல..! முந்தி கொஞ்ச நாள் உங்கடை உதவி கிடைச்சது. பிறகு நீங்களும் விட்டிட்டீங்கள்.”

எங்கை தொடர்புகள் விடுபட்டுப் போச்செல்லோ அதுதான் விடு பட்டுப் போச்சு. தொடர்ந்து ஆளாளுக்கு உதவி உதவியென்று அழைக்கிற அழைப்புகளில் யாருக்கு முதலிடம் கொடுக்க, யாரை தொடர்ந்து கவனிக்க?

ஒவ்வொருவருக்குமான உதவியை எங்கிருந்து பெற்றுக்கொள்ள? என்ற பாரத்தை இவனுக்குச் சொல்ல முடியவில்லை.

“இப்ப வருத்தமெல்லாம் என்ன மாதிரி?

மாற்றமில்லையக்கா..!

இப்ப துப்புரவா உடம்பு முடியுதில்லை.

சரியான களைப்பும் வலியும் சிறுநீரகத்திலயும் பிரச்சனையாம்..!

எனக்கு மாதம்மாதம் ஏதுமொரு சின்ன உதவி செய்யேலுமெண்டா செய்யுங்கோ அக்கா..!”

•

23.04.2013

27. மூன்று மாவீரர்களை நாட்டுக்குத் தந்த அப்பாவின் இன்றைய வறுமை

ஐயாவின் வாழ்க்கை இன்று ஒற்றைக் கட்டிலுக்குள் அடங்கி விட்டது. மூன்று ஆண் பிள்ளைகளும் மூன்று பெண் பிள்ளைகளுமாக ஆறு பிள்ளைகளைப் பெற்று வாழ்ந்த வாழ்க்கையின் கடந்தகாலத்தை எண்ணினால் அது பெரும் துயர் சூழ்ந்த காலம்தான். இப்போது தானொரு சுமையாகிப் போனேன் என்ற இயலாமைதான் மனசை உறுத்திக்கொண்டிருக்கிறது.

ஐயா ஒரு கடற்தொழிலாளி. ஊரில் ஐயாவும் கடற்தொழிலால் முன்னேறி மற்றவர்களுக்கு ஒரு காலம் அள்ளிக் கொடுக்கும் கையாகத்தான் இருந்தார். மகிழ்ச்சிக்கு குறைவில்லாத வாழ்வு ஐயாவின் குடும்பம் அனுபவித்ததும் ஒரு காலம்.

ஐயாவின் மூத்த ஆண் மகனைக் கடலில் வைத்து இலங்கை இராணுவ கடற்படை என்று சுட்டுக் கொன்றதோ அன்று விழுந்த இடி, ஐயாவின் குடும்பத்தின் பாதையைத் திசைமாற்றி திசைக்கொன்றாய் அள்ளியெறிந்தது. ஐயாவும் விபத்தொன்றில் கையொன்று இயங்காமல் போக உடைந்து போனார்.

அண்ணனை, கடற்படை கொன்றுவிட, தம்பிகள் போராளிகள் ஆனார்கள். ஒருவன் புலனாய்வுப் போராளியாகவும் மற்றையவன் கடற்புலியானான். கடைசித் தங்கையும் புலியாகினாள். மிஞ்சிய இரு பெண் பிள்ளைகளும் திருமணம் முடித்து குடும்பமாகினர்.

பிள்ளைகளின் பிரிவு அம்மாவை நிரந்தர நோயாளியாக்கி 2005இல் மரணித்துப் போனதோடு ஐயாவின் நம்பிக்கையும் பறிபோனது. கடைசி மகள் சமரொன்றில் காயமுற்று ஊனமாகினாள். தொடர்ந்தும் தனது தேசத்துக்கான பணியைச் செய்துகொண்டிருந்தாள்.

2006இல் கடற்புலிப் போராளியொருவனைக் காதலித்துத் திருமணம் செய்தாள். ஐயாவுக்கும் ஆறுதலாயிருந்தவள் அவள். திருமணம் முடிந்த கையோடு ஐயாவையும் அந்த மகள் தன்னோடு கொண்டு போனாள். போராளியான மகளும் போராளியான மருமகனும்

தங்கள் கடமைகளில் உறைந்துவிட்டாலும் அவர்களுடன் வாழ்வது ஐயாவுக்குப் பிடித்திருந்தது. தனது ஊனமுற்ற கையோடு வீட்டுக்கான எல்லா வேலைகளையும் தானே செய்துவிட்டு மகளுக்காகவும் மரு மகனுக்காகவும் காத்திருப்பார்.

2008இல் அந்த மகள் ஒரு ஆண் குழுந்தைக்குத் தாயானாள். பேரக்குழந்தை ஐயாவின் உலகத்தை மகிழ்ச்சியால் நிரப்பியது. குழந்தை பிறந்து ஒரு மாதத்தில் கடமைக்காக வீட்டைவிட்டு மரு மகன் போய்விட மகளுக்கும் பேரப்பிள்ளைக்கும் ஐயாதான் உறு துணை. காலையில் வீட்டிலிருந்து தனது பணிக்காகப் போகிற மகள் இரவு திரும்பும் வரை ஐயாவே அந்தக் குழந்தையின் ஆதாரம்.

யுத்தம், தொடர் இடப்பெயர்வு ஐயாவைச் சோர வைத்துவிட்டது. ஆனால், மகளோடு ஒவ்வொரு ஊராக இடம்பெயர்ந்து 2009 மே மாதம் 9ஆம் திகதிவரை ஐயாவின் அலைச்சலும் துயரமும் ஆயிரம் காலத்துக்கும் மாறாத துயரங்கள். ஏற்கெனவே ஊனமுற்றிருந்தும் திரும்பவும் தனது தேசக்கடமை முடிக்கச் சென்ற மருமகன் காய முற்றதாக செய்தி வந்தது.

இயலாத காயத்தோடு அவனைக் களத்தில் வைத்திருக்காமல் சக போராளிகள் அவனது குடும்பத்தோடு போயிருக்க அனுப்பினர். முள்ளிவாய்க்காலில் அவர்கள் இருப்பதை அறிந்து தகவல் கொடுத்த போராளி சொன்ன அடையாளத்தை வைத்துத் தேடி அவனைக் குடும் பத்தோடு இணைத்தான் சக போராளி.

ஐயாவின் மூத்த மகள் குடும்பமும் ஒரேயிடத்தில் இருந்தார்கள். காயத்தோடு திரும்பிய மருமகனுக்கு ஐயாவே வைத்தியனாய் கவனம் பார்த்தார். அவன் ஐயாவின் மருமகனான நாள் முதல் அவனை ஐயா ஒரு போதும் மருமகனாய் நினைத்ததுமில்லை அழைத்ததுமில்லை. எப்போதும் ஐயாவுக்கு அவன் மகனாகவே வாழ்ந்தான். ஐயா மூச்சுக்கு முன்னூறுமுறை மகன் மகன் என்றுதான் அவனில் அன்பைச் சொரிந்தார்.

எல்லாரும் போயினம் மகன் நாங்களும் போவம்..! பெரிய மருமகன் நல்லா சிங்களம் கதைப்பார் நாங்களும் அவையோடை வெளிக்கிட்டா அவர் கதைச்சு எங்களையும் காப்பாற்றிடுவர்..!

ஐயாவின் சொல்லை முதல் முறையாக மறுத்த மருமகன், வேண்டுமானால் தங்கள் குழந்தையை அவர்களைக் காப்பாற்ற முடியு மென்றால் கொண்டுபோகச் சொன்னான்.

நாங்கள் கடைசி மட்டும் நிக்கப்போறம். நடக்கிறத இஞ்சையே காணுவம்..! என பிடிவாதமாய் நின்றான். ஐயாவும் அவர்களோடு நிற்பதாக மூத்த மகள் குடும்பத்துக்குச் சொல்லிவிட்டு அவர்களோடு தங்கினார்.

17.05.2009 அன்று கடைசி முடிவெடுக்க வேண்டிய நிலைமையில் ஐயா, மருமகன் மகளின் முடிவையே தானும் ஏற்றுக்கொண்டு கால காலமாய் வாழ்ந்த நேசித்த மண்ணைவிட்டு எதிரியிடம் சரண் புகுந்தார்கள். அந்தக் கொடிய நாட்களை வதைகளைத் தாங்கிய லட்சக் கணக்கானவர்களுடன் ஐயாவும் மகள் மருமகன் பேரக் குழந்தையும்...

2010இல் ஊனமுற்றவர்கள் விடுதலை செய்யப்பட்ட போது ஐயாவின் மருமகனும் விடுதலையாகி மீளவும் ஒன்றிணைந்த போது ஐயா இன்றைப் போலொரு துயரம் தனக்கு வருமென்று நினைக்கவே யில்லை.

விடுதலை செய்யப்பட்ட மருமகனும் மகளும் தொடர் விசா ரணைகள் என்ற பெயரால் மீளவும் சித்திரவதைகளுக்கு உள்ளாக் கப்பட்டார்கள். வெளிவராத குரல்களின் மௌனங்கள் உலகின் செவி களுக்குக் கேட்காது. நடந்த அந்தக் கொடுமைகளால் இனி ஊரில் வாழ முடியாத நிலைமை உருவாகியது.

கருவுற்றிருந்த மகள் கடத்தப்பட்டு வதைக்கப்பட்டாள். தொழில் தேடி யாழ் சென்ற மருமகன் வரும்வரை அவளை விடுதலை செய்யா மல் வைத்துத் துன்புறுத்தினார்கள். ஊர் மீண்டு மனைவியைக் காத்து தினம் தினம் அச்சம் நிறைந்த இரவுகள். எவரது கண்ணையும் நம்ப முடியாத அந்தரத்தின் கொடிய பொழுதுகளைத் தாங்க முடியாது ஒரு முடிவுக்கு வந்தார்கள்.

O

வாழ்வு அல்லது மரணம் என்ற முடிவோடு 2011இல் நாட்டை விட்டு வெளியேறி அயல்நாடு போனார்கள். ஐயாவையும் அழைத்துப் போக முடியாத அந்தரம். ஐயா நாங்கள் கொஞ்ச நாளில நிலைமை சரிவந்தா திரும்பி வந்திடுவம். அதுமட்டும் அக்காவோடை இருங்கோ! மருமகன் சொன்னபோது ஐயாவும் ஓமென்றுதான் சொன்னார். ஐயா, மகனாய் நேசித்த மருமகனும் மகளும் ஐயாவின் ஆறுதலாயிருந்த பேரனும் நாட்டைவிட்டு வெளியேற அவசர அவரசமாய் இருந்த காணிகளை விற்றுக் கொடுத்தார் ஐயா.

காலம் எப்போதும் நம்பிக்கைக்கு எதிரியாய் மாறிவிடுவதுபோல ஐயாவின் நம்பிக்கையும் பொய்யாகியது. பிரிந்து போன மகளும் மருமகனும் பேரனும் ஐயாவிலிருந்து பிரிக்க முடியாத அங்கமாகி அவர்கள் நினைவில் ஐயா தன் இயல்பை இழந்து போனார்.

ஐயா நோய்வாய்ப்பட்டு படுக்கையில் வீழ்ந்தார். உயிர் இதோ அதோ என இருந்த நேரம் மருமகனின் நண்பர் மூலம் மருத்துவ மனையில் சேர்க்கப்பட்டு சத்திரசிகிச்சை வரை போய் உயிர் மீண்டார். ஐயாவுக்கு அப்போதைய ஆறுதலாக இருந்த இரண்டாவது மகள் நான்கு பிள்ளைகளோடும் வீட்டு வறுமையைச் சமாளிப்பதா ஐயாவைக் கவனிப்பதா என்ற நிலைமையில் வறுமையே அந்த வீட்டில் நிரந்தரமாகத் தங்கியது.

பரம்பரையாகச் செய்து வந்த கடற்தொழிலைச் செய்ய வசதி யில்லாது போனதால் இரண்டாவது மகளின் கணவன் ஐயாவின் இரண்டாவது மருமகன் ஏதாவதொரு தொழில் செய்ய வேண்டு மென்றதே இறுதித் தேர்வாகியது. கையில் முதலின்றி சுயதொழிலைத் தொடங்க முடியாது போக மேசன் வேலைக்குப் போய் வந்த மரு மகனின் உழைப்பு மட்டுமே குடும்பத்தின் ஆதாரம்.

இக்காலப் பொருளாதார இறுக்கம் பிள்ளைகளின் கல்விச் செலவுகள் உணவுத் தேவைகள் வருமானத்துக்கு மேலாகியது. ஐயாவுக்கான மருந்து தேவைகளையும் மருமகனின் உழைப்பே நிவர்த்தி செய்ய வேண்டியிருந்தது. ஐயாவால் சதாரணமாக உணவை உட்கொள்ள முடியாது போனது. தண்ணீர் வகைகளும், பால்மா, தேநீர், பழம் மட்டுமே அவரால் உண்ண முடிந்தது. பால்மாக்கள் விற்கிற விலையில் அதனை வாங்கிக் கொடுக்க அந்தக் குடும்பத்திடம் வசதியில்லை. கிடைக்கிற உழைப்பில் ஐயாவுக்கும் எதையாவது கொடுத்து ஆறு மாதங்கள் கடந்த போது அந்தக் குடும்பத்தின் துயரில் மேலுமொரு இடி.

மேசன் வேலைக்குப் போன மருமகன் கட்டடமொன்றிலிருந்து தவறி விழுந்து கோமா நிலமைக்குப் போயிருந்தார். ‘பட்ட காலிலே படும், கெட்ட குடியே கெடும்’ என்ற பழமொழி ஐயாவின் குடும் பத்துக்கு நிகழ்ந்தது. உழைக்கவிருந்த ஒரு மருமகனும் சில மாதங்கள் கோமா நிலைமையிலிருந்து நினைவுகள் மறந்து ஒரு குழந்தையின் வடிவமாக வீடு வந்து சேர்ந்தார்.

இரு நோயாளிகளைப் பராமரிப்பு, 16,14,12, 9 வயதுகளிலிருக்கும் பிள்ளைகளைக் கவனிப்பது எல்லாவற்றுக்கும் மேலாக வருமானமே

யின்றிய வாழ்வு ஐயாவின் மகளுக்கு. ஒரு நேரமேனும் வீட்டில் உள்ளவர்களுக்குச் சாப்பாடு கொடுக்கவேணும் உழைக்க வேண்டிய பொறுப்பும் 36 வயதான ஐயாவின் மகளின் தலையில்.

அழுதாலும் தீராத துயரம் அந்தக் குடும்பத்தின் விதியாகி 75 வயதான ஐயா தன்னை மரணம் கொண்டுபோகமலிருக்கும் விதியை எண்ணி கட்டிலிலேயே கண்ணீரோடு கழிக்கிறார். மூன்று ஆண் பிள்ளைகளையும் ஒரு பெண் பிள்ளையையும் நாட்டுக்குக் கொடுத்து விட்டு, அநாதையான தனது வாழ்வு மீது ஐயாவுக்கு வெறுப்பாயே இருக்கிறது. ஐயாவிடம் விரைவில் வருவார்கள் என ஐயா நம்பியிருந்த இளைய போராளி மகளும் மருமகனும் பேரப்பிள்ளைகளும் ஆசிய நாடொன்றில் பயண முகவரால் ஏமாற்றப்பட்டுச் சிறையொன்றில்..!

நேற்று 19.04.2013 ஐயாவுடன் தொடர்பு கொண்டேன்.

"அம்மா..! எப்பிடியம்மா இருக்கிறியள்?"

"இருக்கிறமய்யா..! எப்பிடி ஐயா சுகமா இருக்கிறியளே?" கேட்ட எனக்கு ஐயாவின் அழுகை மட்டுமே பதிலாய் வெளிவந்தது.

"என்னை ஏனம்மா கடவுள் இப்பிடி சோதிக்கிறான்? மூன்று ஆம்பிளைப் பிள்ளையளைப் பெத்திட்டு இண்டைக்கு என்ரை பொம்பிளைப் பிள்ளைக்குப் பாரமா இருக்கிறனம்மா..! எல்லாம் போச்சம்மா..!"

அப்பாவுக்கு நிகரான ஐயாவின் கண்ணீர் கதைகள் இதயத்தில் சுமையாகிறது. ஐயா உயிர் வாழும் வரையில் ஐயாவுக்கு உணவு வேண்டும். அதற்கான ஒரு வழி வேண்டும்..!

ஈழவிடுதலைப் போராட்டம் நடைபெற்ற சமகாலத்தில் ஆதரவற்ற மாவீரர்களின் பெற்றோர்கள் வாழ அவர்களுக்கான இல்லம் ஒரு காலம் இருந்தது..! ஆளில்லையென்று சொல்ல ஆளில்லாமல் அவர்களுக்கான நல்வாழ்விருந்தது... இன்று..! எத்தனையோ மாவீரர்களின் பெற்றோர்கள் ஒரு நேர உணவுக்கு ஒரு தலையிடி மருந்துக்காகவும் ஏங்குகிற இந்த ஏழைப் மாவீரர்களின் பெற்றோர்களுக்காக எங்கிருந்தாவது ஒரு நேசக்கரம் நீளுமென்ற நம்பிக்கையில்.

20.04.2013

28. ஆப்பிரிக்காவில் பசியாயிருக்கும் ஈழப்போராளியின் குழந்தைகள்

அவன் ஒரு கடற்புலிப் போராளி. அவனொரு திறமையான சண்டைக்காரன். அவனொரு சிறந்த படகோட்டி, அவனொரு சிறந்த கலைஞன், நடிகன்..! இப்படித்தான் அவனைப் பற்றிய அறிதல் இருந்தது.

2009ஆம் ஆண்டு முடிவுகளின் பின்னர் நாட்டைவிட்டுத் தப்பி விட ஆயிரக் கணக்கில், நேசித்த தாயகத்தைவிட்டு வெளியேறவும் அவர்களது குடும்பங்களையும் குழந்தைகளையும் காப்பாற்றவும் வேண்டியக் கட்டாயத்தில் இந்தியா, இந்தோனேசியா, மலேசியா என கடல்கடக்கத் துணிந்தார்கள்.

எரியும் வீட்டில் பிடுங்கியது மிச்சமென புதியபுதிய வெளி நாடனுப்பும் முகவர்கள் பாதிக்கப்பட்ட போராளிகளை அணுகி னார்கள். வெளிநாடுகளில் இருந்தெல்லாம் பல அழைப்புகள். துறை சார்ந்த நட்புகள் தொடக்கம் பல அழைப்புகள் தெரிந்த அறிந்த பழகியவர்களென நாடிவரத் தொடங்கிய 2010இன் ஆரம்பம்..!

இந்தியா வந்துவிடு இந்தோனேசியா வந்துவிடு, மலேசியா வந்து விடு, ஐரோப்பா, ஆஸ்ரேலியா, கனடாவுக்கு அழைக்க முடியுமென்ற ஆசை வார்த்தைகளும் வாக்குறுதிகளும் கொடுத்த உற்சாகத்தில் பலர் ஒளித்தொழித்து வெளியேறிக்கொண்டிருந்தார்கள்.

அந்த நேரம்தான் அவனும், இனிமேல் வாழ முடியாதென்ற முடிவில் இருந்தவற்றையெல்லாம் விற்று தெரிந்தவர்களிடமும் உதவி பெற்று ஒன்பதரை லட்ச ரூபாவை சேகரித்து பயணமுகவராக அறிமுகமானவர்களிடம் பணத்தையும் கொடுத்து இரண்டு பிள்ளைகள் மனைவியோடு நாட்டைவிட்டு வெளியேறினான்.

கனடா போகலாம் என 2011இல் கப்பல் ஏறினான். நன்றாய் துளிர்த்து வளர்ந்த செடியொன்றை இடையில் பிடுங்கியெறிவது போன்ற வலியை மனசு அனுபவித்தாலும் தனது குடும்பத்துக்கான

தனது குழந்தைகளுக்கான நல்வாழ்வொன்று வெளிநாட்டில் காத்திருப்பதாக நம்பி எல்லாத் துயர்களையும் தாங்கினான்.

கனடா கனவறுந்து தென்னாப்பிரிக்காவின் நாடொன்றில் கரை சேர்ந்தார்கள். நம்பிக்கை கொடுத்து காசை வாங்கியவர்கள் கைவிரித்தார்கள். வாழ்வா..? சாவா..? நிலைமையில் அன்றாடத் தேவைகள், பசி, அடுத்த கட்ட வாழ்வுக்கான வழி எதுவும் தெரியாது போனது.

IOM (International Organization for Migration) நிறுவனம் நாடுதிரும்ப விரும்புகிறவர்களைத் திருப்பியனுப்ப உதவுவதாகச் சொன்னார்கள். நாடுதிரும்பி இனி வாழவும் முடியாத நிலைமை. நாடு திரும்பினால் நேரடியாக சிறையே நிரந்தரமாகும். ஏற்கெனவே நடந்த இராணுவத் தொந்தரவுகள் திரும்பவும் குடும்பம் மீது பாயும் என்ற அச்சம். கையில் இருந்த தெல்லாம் கரைந்து பிள்ளைகளுக்குச் சோறு கொடுக்கவும் வழியற்றுப் போய் விட்டது.

எல்லாம் இழந்து இனி வழியேதுமற்ற நிலைமையில், தெரிந்த அறிந்த எல்லோரையும் நாடி உதவி கோரினான். அப்படி அவன் தேடி வரும் வரை எனக்கு அவன் பற்றி தெரிந்தது இவ்வளவும் தான்.

O

உதவியென அழைக்கிற பல குரல்கள் போலவே அவனது குரலும், ஸ்கைப்பில் ஒருநாள் அழைத்தது. எனது தொடர்பைக் கொடுத்த ஒரு போராளியின் பெயரைச் சொல்லி அறிமுகமானான்.

“அக்கா எனக்கேதாவது உதவி செய்யுங்கோ... என்னாலை ஊருக்கும் போகேலாது... இங்கை ஏதும் வேலை தேடிச் செய்யலாமெண்டு முயற்சி செய்யிறன் ஆனால், கிடைக்குதில்லை. பிள்ளைகள் சோளம் களிதான் சாப்பிடுதுகள்..! அப்பா சோறு வேணுமெண்டு கேக்குதுகளக்கா..! என்ரை பிள்ளையளுக்கு சோறு சமைச்சுக்குடுக்க ஏதாவது உதவுங்கோ அக்கா..!”

உடனடியாக எதுவித வாக்குறுதியையும் கொடுக்க முடியாதிருந்தது. சில மணித்துளிகள் மட்டுமே அவனால் ஸ்கைபில் பேச முடிந்தது. தனது தொடர்புக்கான தொலைபேசியிலக்கத்தை எழுதி விட்டுச் சொன்னான்..!

“ஸ்கைப் காசு முடியுதக்கா நேரம் கிடைச்சா ஒருக்கா டெலிபோன் எடுங்கோக்கா..!”

“உங்கடை நாட்டுக்கு சரியான காசு போகும் டெலிபோனுக்கு..! நெற்கபே வரேலுமெண்டா ஸ்கைப்பில இலவசமா கதைக்கலாம்” எனச் சொன்ன எனக்குச் சொன்னான், “அக்கா நெற்கபேக்கு நான் இருக்கிற இடத்திலயிருந்து வாறதுக்கு ஒரு மணித்தியாலம் செல்லும். முச்சக்கர வண்டியில வாறதெண்டா காசு அதாலை நான் நடந்துதான் வந்து கதைக்க வேணும். என்னாலை வேகமா நடக்கேலாது நீங்கள் அப்பிடியெண்டா மிஸ்கோல் விடுங்கோ ஒரு மணித்தியாலத்தில வந்திருவன்” அன்று போய்விட்டான்.

அதோ இதோ என்ற கொடையாளர்கள் சிலரிடம் அவனுக்காக உதவிவேண்டி தொடர்புகொண்ட போது எல்லாத் தரப்பும் கழுவும் நீரில், நழுவும் மீன்களாக ஆரவாரமில்லாமல் ஒளிக்கத் தொடங்கி னார்கள். ஒரு போராளி மட்டும் அவனுக்கு ஏதாவது செய்ய வேண்டு மென்ற முயற்சியில் இணைந்து தனது தொடர்புகளுக்கால் உதவியைத் தேடிக்கொண்டிருந்தான். அதுவும் கைகூடவில்லை.

அவனுக்கு உதவியை எங்காவது பெற்று வழங்க வேண்டுமென்ற முயற்சியில் இணைந்த போராளியே எனக்கு அவன் நடித்த குறும்படம் பற்றிச் சொன்னான். அவனுடன் கதைத்தபடி Youtubeஇல் அந்தக் குறும்படத்தைத் தேடியெடுத்தேன்.

ஏற்கெனவே நான்கு தடவை பார்த்த அந்தப் படம். அதில் நடித்த வர்கள் பற்றித் தெரியாதிருந்த போது ஒரு கரும்புலியின் வாழ்வு பற்றிய உண்மை மட்டுமே அறிந்திருந்தேன். அந்தப் பாத்திரமாகவே அவன் வாழ்ந்து நடித்திருந்தான். நடிப்போடு மட்டுமன்றி விடுதலைப் பாதையில் அவனும் இறுதிவரை பயணித்திருந்தான் என்ற உண்மை அவன் மீதான மதிப்பை உயர்த்தியது.

மறுநாள் ஸ்கைப்பில் வந்தான். “அக்கா நேற்று உங்களுடன் பேசிய தாக வீட்டில் சொன்னேன், பிள்ளைகள் கேட்டார்கள், நாளைக்கு நாங்கள் சோறு சாப்பிடலாமா என்று. கடந்த ஒரு கிழமையாக சோளன் களிதான் சாப்பிடுகிறார்கள். மகளுக்குச் சத்துக்குறைவு அதாலை ஒரே வருத்தம். மகன் பறவாயில்லை இருக்கிறா.ன் எனக்கு அவசர உதவியாக என்ரை பிள்ளையளுக்கு சோறு குடுக்க ஏதாவது செய்வீங்களோ அக்கா?”

யாரிடமாவது உதவி பெற்று தனது குழந்தைகளின் பசி போக்க விரும்பும் தந்தையாக அவன் குரல் உடைகிறது. பலரிடம் தனது குழந்தைகளுக்காக உதவி கோரி நொந்து நம்பிக்கையிழந்து போன

பின்னால் கடைசி முயற்சியாக வந்திருப்பதாகச் சொன்னான். முதலில் தனது பிள்ளைகளின் முகத்தை ஸ்கைப்பில் போட்டான். பின்னர் தனது முகத்தையும் போட்டுக் காட்டினான்.

பட்டினியால் நலிவுற்ற ஆப்பிரிக்க நாடுகளின் குழந்தைகள் மனிதர்களை தொலைக்காட்சி பத்திரிகைகளில் பார்த்த நினைவுதான் அவனது குழந்தைகளின் முகங்களையும் அவனது முகத்தையும் பார்த்த போது நினைவு வந்தது. இன்னும் கண்ணுக்குள் அந்த முகங்களும் அந்தக் கண்களில் நிரம்பியிருந்த வெறுமையும் மட்டுமே நினைவில் நிற்கிறது.

10.04.2013 அன்று மதியம் ஸ்கைப் வந்திருந்தான். "அக்கா யாராவது உதவ முன்வந்தினமா? பிள்ளைகளின்ரை சாப்பாடுதான் பெரிய பிரச்சனையா இருக்கு..!" எந்த முயற்சியும் பயனளிக்கவில்லையென்ற உண்மையைச் சொல்ல வேண்டி வந்துவிட்டது கைவிரித்த யாவரையும் சொன்னேன்.

"கடைசி முயற்சி உங்கட நிலைமையை ஒரு பதிவாக எழுதட்டோ? கட்டாயம் வாசிக்கிற ஒரு கருணையுள்ள மனமாவது உங்கடை பிள்ளையளுக்கு சோறுதர உதவலாம்."

முழுக்க நனைஞ்ச பிறகு முக்காடெதுக்கெண்டு நினைச்சானோ என்னவோ சொன்னான். "எழுதுங்கோ பிரச்சினையில்லை."

அன்று தன்னைப் பற்றிய முழுமையான விபரங்களையும் சொல்லிக் கொண்டிருந்தான்.

15 வயதில் இயக்கத்தில் இணைந்தவன். 29 வயதுவரை போராளியாக வாழ்ந்திருக்கிறான். 1998ஆம் ஆண்டில் சமரொன்றில் காயமடைந்து ஒரு கால் ஊனமுற்று, காயம் ஆறி மீளவும் களவாழ்வு. 2005இல் நீதி நிர்வாகத்துறையில் இணைக்கப்பட்டு நீதிநிர்வாகம் கற்று சட்டத்தரணியாகி 2008வரையும் சட்டத்துறையில் பணியாற்றினான்.

இறுதிக்களம் உக்கிரமடைந்ததோடு மீண்டும் சண்டையில் போய் நின்றான். நாட்டுக்காய் புறப்பட்ட போது எடுத்துக்கொண்ட சத்தியத்தைக் காக்க சண்டையில் நின்றவன் 2009இல் மீண்டும் காயமடைந்தான். 98இல் காயமடைந்த அதே கால் மீண்டும் காயமடைந்து கடுமையாகப் பாதிப்புற்றான்.

‘பட்டகாலிலே படும்’ என்ற பழமொழி அவனுக்குச் சரியாகவே பொருந்தியது.

கடைசிவரை நேசித்த மண்ணுக்குள் நின்று அந்த மண் மீளும் என்ற கனவோடு புதைந்தவர்களின் கனவுகளைச் சுமந்து களமாடி ஊனமாகி எல்லாம் இழந்து ஒரேநாளில் மயானமாகிய முள்ளிவாய்க்காலை விட்டு எதிரியிடம் கையுயர்த்திச் சரணடைந்தவர்களோடு அவனும் அவனது குடும்பமும் சரணாகதியாகியது..!

காலம் கைவிட்டு, கடவுள்களும் கைவிட்டு அநாதையான வன்னி மண்ணும் 3 லட்சத்துக்கு மேலான மக்களும் இறுதிவரை போராடிச் சரணடைந்த 11 ஆயிரத்துக்கும் மேற்பட்ட போராளிகளும் அநாதை களாகினர்.

O

11.04.2013 தொடர்பு கொண்டேன். அவன் இருக்கும் நாட்டில் இரவு 12 மணி. ஒவ்வொரு நாளும் காலையில் எழுந்து வறுமையால் வாடும் அந்த நாட்டில் வேலை தேடுவதே வளமையென்றான். அன்று யாரோ ஒருவரோடு சேர்ந்து ஒரு பாண் தயாரிக்கும் வெதுப்பகம் போனான். காலையிலிருந்து மாலைவரை அந்த வெதுப்பகத்துக்குத் தேவையான விறகு கொத்திக் கொடுத்தானாம். இரவு அந்த நாட்டுப் பணம் 2 ஆயிரம் கிடைத்திருக்கிறது. ஒரு கிலோ அரிசியின் விலை அந்த நாட்டுக் காசு ஆயிரம் ரூபா விற்கிறது. வீட்டுக்கு 2 கிலோ அரிசி வாங்கிக்கொண்டு போயிருக்கிறான். பிள்ளைகள் இரண்டும் ஏங்கும் சோற்றைக் கொடுக்க அன்றைய பணம் உதவியிருக்கிறது.

“புள்ளைகள் பள்ளிக்கூடம் போறேல்லயா?”

“அதுக்கெல்லாம் லட்சக் கணக்கில வேணுமக்கா..! இப்போதைக்கு என்ரை பிள்ளையளுக்கு சாப்பாடு வேணுமக்கா.” அவன் வார்த்தை களில் தெறித்த இயலாமையும் வறுமையும் முகத்தில் உமிழ்வதுபோல உறைத்தது. பாடசாலை போகும் வயதில் இருக்கும் பிள்ளைகள் இருவருக்கும் அவனே ஆசான்.

எனது பிள்ளைகள் படித்து பெரிய முன்னேற்றமடைய வேண்டும். ஒரு விஞ்ஞானியாக, ஒரு விமான ஓட்டியாக, ஒரு விண்வெளி ஆராட்சியாளராக இப்படி எனக்கு உள்ள எல்லாக் கனவுகளும் அவனுக்கும் அவனது மனைவிக்கும் நிச்சயம் இருக்கும். ஆனால், அன்றாட உணவே போராட்டமாக உள்ள போது அவனது கனவுகள்?

பிள்ளையள் ரெண்டும் இல்லையெண்டா நானும் மனைவியும் செத்திடுவமக்கா..! இண்டைக்கு எல்லாத்தையும் இழந்திட்டு நடுத் தெருவில நிக்கிற நிலைமையும் இருந்திருக்காது..! இப்பிடி அவ மானப்பட்டுக் கொண்டு வாழவும் தேவையில்லையக்கா..! அவன் வெறுப்பின் உச்சத்தில் கதைத்துக்கொண்டிருந்தான்.

அவனிடம் கறந்த ஒன்பதரை லட்சத்தையும் வேண்டி விழுங்கீட்டு எதுவுமே நடவாதது போல வாழும் முகவரால் எப்படித்தான் நிம்மதி யாக உறங்க, உண்ண, உலாவ முடிகிறதோ?

இல்லாதவன் பொல்லாதவனாகிறான் என்பது ஊர் மொழி யொன்று. அவன் பொல்லாதவனாகாமல் இன்னும் பொறுமையோ டிருப்பதே அதிசயமாயிருந்தது. அவனது பொறுமையின் ஆதாரம் அவனது இரு குழந்தைகளுமே.

கண்ணதாசன் எழுதிய பாடலொன்றில் வரும் வாசகங்கள்:- 'உயர்ந்த இடத்தில் இருக்கும் போது உலகம் உன்னை மதிக்கும், உன் நிலைமை கொஞ்சம் இறங்கி வந்தால் நிழலும்கூட மிதிக்கும், மதியாதார் தலைவாசல் மிதிக்காதே என்று, மானமுள்ள மனிதனுக்கு ஔவை சொன்னது அதில் அர்த்தம் உள்ளது.'

உயர்ந்தவர்களாய் மான மறவர்களாய் ஒருகாலம் உலகத்தாலும் எங்கள் இனத்தாலும் உச்சத்தில் ஏற்றிவைக்கப்பட்டவர்களின் நிலைமை 2009இல் மாறியது. அவர்களை அவர்களது நிழல் மட்டுமில்லை அவர்கள் நிழல்களாய் வருவோம் என்று சபதம் செய்து வீரராய் மதித்த தமிழரே இன்று வீதியில் விட்டெறிந்து நல்ல வீணைகளை நலங்கெட புழுதியில் எறிந்து..!

'தனியொருவனுக்கு உணவில்லையெனில் இந்த ஜெகத்தினையே அழித்திடுவோம்' என்று எழுதிவிட்டுப் போனான் மீசைக் கவிஞன் பாரதி. இந்திய தேசத்தின் எழுச்சியின் குறியீடாகினான் பாரதி. எல்லா இலக்கண வரையறைகளுக்கும் உதாரணமாயும் உயர்வாயுமிருந்த என் சக உறவின் குழந்தைகளின் பசி போக்க நாங்கள் இந்த ஜெகத்தை எரிக்கவா முடியும்?

பசியால் அழும் குழந்தைகளின் அழுகையில் உயிரை வதைக்கும் கொடுமை இனியுலகில் எந்தப் போராளிக்கும் வரவே கூடாது. ஒவ்வொரு முறையும் பிள்ளைகள் சாப்பிடும் போதும் அவன் தனது பிள்ளைகள் பற்றிச் சொன்னதே நினைவில் வருகிறது. அந்தக் குழந்தைகளின் அழுகையாக அவனது குரல் ஒலித்துக்கொண்டே யிருக்கிறது.

அவன் நடிப்பில் வெளியாகிய குறும்படத்தை மீளவும் பார்க் கிறேன். தற்கொடையாளனாய் தன்னினத்தை மட்டுமே நேசித்து, குடும்பம், அம்மா, அக்கா, சக தோழர்கள் யாவரையும் பிரிந்து போன அந்தக் கரும்புலியின் மறுவடிவமாகிய அவன் ஒரு காலத்தின் குறியீடாக..!

அவனது சிரிப்பு, பேச்சு இன்று ஆப்பிரிக்க நாடுகளின் அடை யாளமாக உருமாறிப் போன தோற்றமும் கண்ணீராய் வழிகிறது. யாருக்கென்று அழுவதென்று தெரியாது. ஆனால், அவனது குழந் தைகளுக்காக இன்று அழுகிறேன். அவர்கள் சாக எங்கள் உயிர்காத்துப் புலம்பெயர்ந்து வாழும் இந்த வாழ்வைத் தந்த அவர்களுக்காய் அழுகிறேன்.

12.04.2013 அன்று இரவு அவனை அழைத்தேன். ஆறாத ரணமாக அவனது பிள்ளைகளின் பசியைத்தான் சொல்லி வருந்தினான். கையில் எதுவுமில்லை கடனும் வாழ்வின் சுமையும் அழுத்துகிற அவலத்தை அவனுக்குச் சொல்லி, தப்பித்துப் போக முடியவில்லை. மாதத்தின் நடுப்பகுதி எல்லாம் முடிந்து கடனட்டையில் மிஞ்சியிருக்கும் 110 €. அடுத்த மாதத் தொடக்கம் வரையில் அவசர தேவைகளுக்காக இருக்கிற 110 € அவன் வாழும் ஆப்பிரிக்க நாட்டுப்பெறுமதியில் 61,600வரும்.

அடுத்த கிழமை என்னாலை முடிஞ்ச சின்ன உதவியொண்டை அனுப்புறன். யாராவது உங்களுக்கு உதவ வருவினம். அதுவரை பொறுத்திருங்கோ. சொன்ன எனக்குச் சொன்னான். நன்றியக்கா..! மாதம் ஒரு 30 € யாராவது உதவினால் ஒரு காலத்தின் பெறுமதியான அவனின் குழந்தைகள் பசியாறும்.   •

13.04.2013

29. ஆனந்தபுரம் நினைவும் அவல வாழ்வின் கதையும்

"அக்கா ஒருக்கா இந்த நம்பருக்கு எடுங்களேன்..!"

28.03.2013 அன்றுமுதல் ஒரு தொலைபேசியழைப்பு ஒருமுறை ஒலிப்பதும், பின்னர் தொடர்பு அறுபடுவதுமாக, *03.04.2013* அன்று மதியம்வரை இந்த அழைப்பு வந்துவந்து போய்க்கொண்டிருந்தது. கடந்த ஏழு நாட்களில் அதிகாலையில் எழுப்பும் அழைப்பும் இதுவாகவே இருந்தது.

இப்போதெல்லாம் ஒரு அழைப்பு வந்தால் முன்பு போல அடித்துப் பிடித்து உடனடியாக எடுப்பதில்லை. தொடர்ந்து துயர்களைக் கேட்கிற தாங்கு சக்தி இப்போது இல்லாது போய்க்கொண்டிருக்கிறது. அதுவோ என்னவோ புதிய அழைப்புகள் என்றால் பயம் தொற்றி விடுகிறது. கையில் எதுவும் இல்லாமல் உதவிகள் என்று வருகிறவர் களுக்கான மாற்று வழியைச் செய்ய வகையும் தெரியவில்லை.

03.04.2013 மதியம் *12.27*க்கு அந்த இலக்கத்திலிருந்து வந்த குரல் ஒரு பெண்ணுடையது.

"ஏன்னக்கா உங்களுக்கு இரக்கமே வராதா? எத்தின தரமமக்கா மிஸ்கோல் விட்டனான்? உங்கடை பிள்ளை தானக்கா நானும். நீங்கள் தானக்கா எங்களுக்கு உதவ வேணும்..! எனக்கொரு கையும் கண்ணும் இல்லை. நான் காயப்பட்டிருக்கேக்க நீங்கள் வந்து பாத்தனீங்களக்கா..!" அழுதழுது தனது கதைகளைச் சொல்லிக்கொண்டு போனவளின் தொடர்பு அறுபட்டது.

அடுத்து அரை மணித்தியாலத்தின் பின்னர் மீண்டும் அழைத் தாள். "அக்கா காசு முடிஞ்சுது ஒருக்கா எடுங்கோ..! சரி, நீங்க கட் பண்ணுங்கோ நானொரு 2 மணித்தியாலம் கழிச்சு எடுக்கிறன். காத் திருப்பன் கட்டாயம் எடுங்கோ அக்கா..!" சொல்லிவிட்டு தொடர்பை அறுத்தாள். உரிமையோடும் அதிகாரத்தோடுமான அவளது குரல் ஞாபகத்தில் எங்காவது பதியமாகியிருக்கிறாளா? அவள் யார்? தேடத் தொடங்கியது மனசு.

அடுத்த 3 மணித்தியாலத்தின் பின் அவள் அழைத்த இலக்கத்துக்கு அழைத்தேன்.

உங்கடை பேரென்ன? சங்கீதத்துடன் சேர்ந்த ஒரு இராகத்தின் பெயரைச் சொல்லித் தன்னை அடையாளப்படுத்தினாள். அவளும் அவளது கணவனோடு வீரச்சாவடைந்துவிட்டதாகவே 2009 முடிவுகளின் பின்னால் கிடைத்த செய்தி. ஆனால் 2013இல் அவள் தான் உயிரோடு இருப்பதாகச் சொன்னதை நம்புவதற்கு சிரமமாகவே இருந்தது.

O

1990களில் அவள் போராளியானவள். அந்த நாட்களில் விடுதலைப் பாதையில் அணிவகுத்தவர்களுள் அவளும் ஒருத்தியாய் மாங்குளத்தில் முதல் சண்டையனுபவத்தைப் பெற்றுக்கொண்டாள். அதற்குப் பின் 1991ஆனையிறவுச் சமரில் ஒரு கண்ணை இழந்தாள். யாழ் மருத்துவ மனையில் மருத்துவம் பெற்று மீண்டும் பணியில் இணைந்து 1992இல் துறைசார் பயிற்சியொன்றில் இணைக்கப்பட்டாள். அவளது சாதனையும் ஒவ்வொரு வீரமிகு விழுதுகளின் கதைபோல 2001 வரையும் எழுதிவிட முடியாத வீரம் படைத்தோரின் பெயர்களுள் அவளும் ஒருத்தியாய்..!

2001இல் தீச்சுவாலை நடவடிக்கையில் கையையும் காதையும் இழந்தாள். அவள் பணியாற்றிய துறையைச் சேர்ந்தவொரு வீரன் அவளைக் காதலித்தான். 2002இல் அவனுக்கும் அவளுக்கும் திருமணம் முடிந்தது. 2004இல் ஒரு குழந்தைக்கு அம்மாவானாள். பணியின் நிமித்தம் வீடு குடும்பம் பலருக்கு மறந்து போகிற விடயம். அதுபோல அவளது காதல் கணவனும் வீட்டை மறந்து பணியில்..! காற்றுப்புகா இடங்களில் கடமை முடிக்க அவன் வீட்டை மறந்து போயிருந்தான்.

நம்பிய சமாதானம் இரத்தகளமாய் மாறிக்கொண்டிருந்த தருணத்தில் வன்னிக்கள முனையில் கணவனும் மனைவியும் கடமையில் மூழ்கினர். பிள்ளையுடன் கூட நேரம் செலவளிக்க முடியாது பணியில் ஊறிக்கிடந்தனர்.

யுத்தம் வன்னியை இறுக்கிய காலம். 2009 ஏப்ரல் மாதத்தின் தொடக்கம். புதிய வழியொன்றின் திறவுகோலாக நம்பிய ஆனந்தபுரம் சமர்க்களத்தில் அவளது காதல் கணவனும் களத்தில் நின்றான்.

வெற்றிவரும் ஒரு பெரும் மாற்றம் வருமென்ற நம்பிக்கையில் அவளும் அவள் போன்ற பலரும் தங்கள் கணவர்களை, சக தோழ, தோழிகளின் வெற்றிச் செய்திக்காய் காத்திருந்தார்கள்.

சமரின் உக்கிரம் எதிர்பாராத பேரிடியாய்... ஈழவிடுதலைப் பாதை யின் விடிவெள்ளிகளான முதல்நிலைத் தளபதிகள் பலரையும் இழந்து களம் மாறியது. எல்லோருடைய கனவுகளும் நம்பிக்கைகளும் கரைந்து போனது. அவளது கணவனும் அந்தச் சமரில் வீரச்சாவடைந்து விட்டதாய் செய்தி மட்டும் வந்தடைந்தது.

நெஞ்சில் விழுந்த பேரிடியைத் தாங்கும் வலுவை இழந்தாலும் குழந்தைக்காக அவள் உயிர் மீண்டாக வேண்டிய கட்டாயம். மண வாழ்வில் அவனோடு கரைந்த பொழுதுகளின் நினைவோடு வழியும் கண்ணீரின் கடைசிச் சொட்டு காயும்வரை அவனுக்காய் அழுதாள். ஊலகத்தின் மூலையெங்கும் எழுச்சிக்கொண்டிருந்த உலகத் தமிழரின் பேரெழுச்சி மூலம் மாற்றமொன்று துளிர்க்குமென நம்பிய ஆயிர மாயிரம் பேரைப்போல அவளும் நம்பியிருந்தாள்.

கால நேரம் பாராமல் வெடிக்கும் குண்டுகளின் சத்தமும் சாவுகளின் குரல்களுமான பொழுதொன்றில், விழுந்த எறிகணையில் வயிற்றில் காயமடைந்தாள். சாவின் கடைசித்துளி வரை போனது நிலைமை. இடையில் செத்துப்போய்விடாமல் தன்னுயிர் மீள வேண்டுமென அவள் இயன்றவரை முயன்று மருத்துவம் பெற்றாள்.

O

நினைத்தவை எல்லாம் மாறி நிலைமையும் மாறியது. 2009 மே 17 அன்று கால் போன போக்கில் எதிரியின் எல்லைக்குள் குழந்தை யோடு போய்ச் சேர்ந்தாள். களையெடுப்பில் அவளும் கைநீட்டப் பட்டு சிறையில் அடைபட்டு வெளியுலகை வெளியுலக மனிதர் களையெல்லாம் மறந்த காலங்கள் அவை. சூனியத்தின் வாயில் சிதைந்து போனது குரல்கள். அவளது குரலும் நாலாம் மாடிவரை போய் மீண்டு சிறையொன்றில் அடைக்கப்பட்டாள்.

வாழ்வுக்கும் சாவுக்குமான மரண வேதனையை அந்த நாட்களில் அனுபவித்தாள். துயரமே அவளைத் தின்று தொலைத்தது. ஒரு புறம் ஊனத்தின் வலி... மறுபுறம் குழந்தையின் எதிர்காலம்... இன்னொரு புறம் சிறைவாழ்வின் நீளம்..? இரவுகள் நித்திரை தொலைக்க மன அழுத்தம் பயங்கரம் மிக்க கனவுகள் இதுவே நிரந்தரமானது.

எல்லா இழப்பின் இறுதியிலும் எல்லோரும் இனி கடவுளே எல்லாம் என நம்புகிற ஒரு நிலைமை இவளுக்கும். 2011இல் சிறை வாழ்வு முடிந்து குழந்தையுடன் இணைந்தாள். வருமானமில்லை வாழ்வுக்கான ஆதாரமில்லை.

அப்போது சிறையிலிருந்து மீண்டவர்களுக்கு உள்ளூரில் இயங்கிய நிறுவனமொன்று பத்தாயிரம் ரூபா பண உதவி கொடுத்தது. அந்தப் பத்தாயிரம் ரூபாவோடு இரவல் காணியில் தறப்பாளைக்கட்டிக் கொண்டு அவளுக்கு மிஞ்சிய உறவான அம்மாவும் வன்னியில் ஒரு ஊரில் குடியேறினார்கள்.

அன்றாடப் பொழுதைக் கழிக்கவே பேரவலம் மிக்க கொடுமை யைத் தினம்தினம் அனுபவிக்க வேண்டிய துயரம். உதவிகள் தேடி யாரையும் தொடர்புகொள்ளவும் முடியாத அச்சம். வெளிநாடுகளி லிருந்து முன்னாள் போராளிகளுக்கு உதவிகள் செய்கிறார்கள் என ஆட்கள் சொல்லக் கேட்டிருக்கிறாள். ஆனால், யாரிடம் தொடர்பு கொண்டு யாரிடம் கேட்பது? இன்னொருவரிடம் கையேந்த சுய கௌரவமும் இடங்கொடுக்காத மனநிலை..!

அண்மையில் ஊனமுற்ற முன்னாள் போராளியொருவனின் மரண வீட்டுக்குப் போயிருந்தாள். வந்திருந்த பலரும் ஆளையாள் கண்டதும் அழுது தங்களை ஞாபகம் கொண்டனர். மரண வீட்டில் வந்திருந்த ஒரு ஊனமுற்ற முன்னாள் சக தோழன்தான் அவளுக்கொரு தொலை பேசியிலக்கத்தைக் கொடுத்தான். இலக்கம் கிடைத்தும் எப்படி அறிமுகமாவது எப்படி உதவி கேட்பதென்ற குழப்பம் மீண்டும் அந்தத் தோழனே நம்பிக்கை கொடுத்தான்.

எடுத்துக் கதையுங்கோ அவையின்ரை கடமைதானே எங்களுக்கு உதவிறது? இதிலையென்ன பயப்பிடக் கிடக்கு? பயப்பிடாமல் கேளுங்கோ... யோசிக்காமல் உரிமையோடை கேளுங்கோ..! என்ற அவனது வார்த்தைகளோடு கொஞ்சம் தெம்பு வந்தது.

O

பேச ஆரம்பித்து ஒரு மணித்தியாலமும் 23 நிமிடங்களும் கரைந்து போனது. ஆயிரமாயிரம் கதைகளை அவளது வாழ்வு சுமந்து துடிப்பதை அவள் விளக்கிக்கொண்டு போனாள்.

“என்னாலை வேலையொண்டும் செய்யேலாதக்கா பிள்ளையின்ரை படிப்பு, வயது போன அம்மா இதோடை இந்த ஊனத்தோடை இந்த சமூகத்தோடை சண்டை போட்டு சமாளிக்கேலாமல் இருக்குதக்கா..!

எங்களைக் கண்டாலே சனம் ஒரு மாதிரியாத்தானக்கா பாக்குது..! ரோட்டில போனா ஒவ்வொருதற்றை பார்வையும் ஏதோ நாங்கள் தீண்டத்தகாத மாதிரித்தானக்கா பாக்கினம்... அந்த நேரம் செத்துப் போகாமல் ஏன் வாழ்றமெண்ட வெறுப்புத்தான்... என்னேயிற தெண்டே தெரியாமல் தானிருக்கிறன்.

நீங்களும் நான் கனதரம் மிஸ்கோல் விட எடுக்காமல் விட்டது சரியான கோவமாக் கிடந்தது அதுதான் கோவமாக் கதைச்சுப்போட்டன் மன்னிச்சுக் கொள்ளுங்கோக்கா. நாங்கள் இருந்த நிலைமையும் வாழ்ந்த வாழ்க்கையும் பாருங்கோ இப்ப என்ன நிலைமையெண்டு? ஏனடா இயக்கத்துக்குப் போனமெண்டும் சிலவேளை நினைக்கிறது தான்."

அழுகை மாறி அவள் அந்த நாள் கதைகள் முதல் ஆயிரமாயிரம் நினைவுகளை மீளவும் தந்தாள். இறந்து போனதாய் நம்பிய பலர் உயிருடன் வாழும் கதைகளையெல்லாம் சொன்னாள்.

"அக்கா, அமுதினியைத் (பெயர் மாற்றப்பட்டுள்ளது) தெரியு மெல்லோ அவளுக்குக் காலில்லை கையும் ஏலாதுதானே..! அவளை ஒருவர் பிரான்சிலையிருந்து வந்து கலியாணங்கட்டி ஒரு குழந்தையும் பிறந்திருக்கு தெரியுமே?"

"அமுதினி யாரைக் கட்டினாள்?"

"அது பெரிய கதையக்கா... அவளுக்கு 35 வயது. குடும்பம் சரியான கஸ்ரம். கடையொண்டில வேலை செய்துகொண்டிருந்தவள். பிரான்சிலயிருந்து ஒருவர் இஞ்சை வந்து நிண்டு ஆக்களுக்கு உதவி செய்தவர். அவருக்கு இப்ப வயது 66. தான் கலியாணங்கட்டிற னெண்டு உங்கை கனபேரைக் கேட்டவர். அமுதினி வேலை செய்த இடத்துக்கு நெடுகப்போய் வந்திருக்கிறார்.

இஞ்சை எங்கடை சனம் தெரியும்தானேக்கா தனிய எங்களை வாழ விடாதுகள்..! அவளுக்கும் வேறை வழியில்லை இவர் வெளி நாடு எடுக்கிறனெண்டு சொல்லி கலியாணங்கட்டீட்டார். பிறகு வெளி நாடும் எடுக்கேல்ல வருசத்துக்கு ஒருக்கா வந்து 3 மாதம் நிண்டிட்டுப் போறார். ஒரு கடையும் போட்டுக்குடுத்து ஓட்டோ ஒண்டும் எடுத்துக் குடுத்திருக்கிறார். பிள்ளைக்கும் இப்ப 2 வயதா கீட்டுது. அவர் வெளிநாடு கொண்டு போறது கஸ்ரமெண்டு சொல்றாராம்."

அவரது பெயர் விபரத்தை விசாரித்தேன். அவள் சொன்ன போது எனக்கு யாரோ மூஞ்சியைப் பொத்தி அடிச்சது மாதிரியிருந்தது. 2010ஆம் ஆண்டு நான் வானொலியொன்றில் நேசக்கரம் நிகழ்ச்சி செய்துகொண்டிருந்த போது ஒருவர் தொடர்பு கொண்டு விதவைகளுக்கு உதவ விரும்புவதாகக் கேட்டிருந்தார். நானும் வயதான ஒருவர் தன் பிள்ளையைப் போலொருத்திக்கு உதவுவார் என நம்பி கதைத்த போது அவர் ஒரு போரால் பாதிக்கப்பட்ட விதவையைதான் திருமணம் செய்ய விரும்புவதாகச் சொன்னார்.

“எனக்கு அறுவது தாண்டீட்டுது, மனிசி செத்துப்போட்டா 4 பிள்ளையள் அவையெல்லாம் கலியாணம் கட்டீட்டினம் நான் நல்லா வேலை செய்தனான்... இப்ப பென்சன் வருது... நான் செத்துப் போனா என்ரை பென்சன் வீண்தானே... ஆரும் ஒரு பிள்ளையைக் கலியாணம் கட்டினா அந்தப் பிள்ளைக்கு என்ரை காசும் பிரியோசனப் படுமெல்லே?”

பனையால் விழுந்தவனை மாடேறி மிதித்த கதையாய் அந்த அறுபது தாண்டிய ஐயாவின் இரக்கத்தில் எனக்கு உடன்பாடு இருக்கவில்லை. “ஐயா நீங்கள் கலியாணம் கட்டாமல் உங்கடை பென்சனில பத்துப் பிள்ளையளைப் படிப்பிச்சு விடுங்கோவன்? எங்கடை பிள்ளையின்ரை வறுமையை நீங்கள் ஒரு தமிழன் இப்பிடி பயன் படுத்த நினைக்கிறது சரியோ?”

ஐயாவுக்குக் கடும் கோவம் வந்திட்டுது. “நான் ஊரில போனால் ஆளாளுக்கு வயது வித்தியாசம் பாக்காமல் வந்து நிக்குங்கள். இப்பத்தைய நிலைமையில வெளிநாடு வாறதெண்டா உந்த வயது வடிவு ஒண்டும் பாக்காமல் வெளிக்கிடுங்கள் தெரியுமே?”

அதுக்கு மேல் அவரோடு முரண்பட்டு வாதிட விரும்பாமல், “சரி உங்கடை விருப்பப்படி செய்யுங்கோ. ஆனால், தயவுசெய்து எனக்கு டெலிபோனெடுக்காதையுங்கோ என்னிட்டை இப்பிடி கலியாணங் கட்ட, பெண் கேட்காதையுங்கோ..!” என்று சொல்லிவிட்டுத் தொடர்பை நானே அறுத்தேன்.

அதன் பின் பல தடவை அந்த ஐயா தொடர்பு கொண்டு ஒரே தொல்லையான போது, “இனிமேல் என்னுடன் இத்தகைய கதையோடு வந்தால் பெயர் விலாசம் யாவற்றோடும் ஊடகங்களில் அம்பலப்படுத்திவிடுவேன்” எனச் சொன்னபோது, “நீ பாரன் நான் ஊருக்குப் போய்... அடுத்த வார்த்தைகள் தமிழில் உள்ள கெட்ட

வார்த்தைகளாகத் தொடர்பைத் துண்டித்து அந்த இலக்கத்தையும் தொலைபேசியில் நிறுத்திவிட்டேன்.

அன்று சவால்விட்டு இதோ பார் என்ற அதே நபர் அமுதினியைத் திருமணம் செய்துள்ளதை மனசால் ஏற்க முடியாது போனது. இந்த நிலைமைக்கு இட்டுச் சென்ற எல்லார் மீதும் கோபமே வந்தது.

"அக்கா இஞ்சையிப்ப கனபேர் வெளிநாட்டிலயிருந்து வருகினம் இப்பிடி கன கலியாணம் நடந்திருக்கு." அவள் மேலும் 4 பேரின் கலியாணக் கதையையும் சொன்னாள்.

"அக்கா என்னைப் பிழையாய் நினைக்கக் கூடாது. இப்பிடியான வயது போன யாரும் இருந்தா எனக்கும் ஒண்டைக்கட்டித்தாங்கோக்கா நானும் என்ரை பிள்ளையை ஒரு நல்ல நிலைமைக்குக் கொண்டு வந்திருவன்..!"

"உமக்கென்ன விசரோ? பைத்தியம் மாதிரி..!" (தணிக்கை) எனது வார்த்தைகள் ஒவ்வொன்றும் எனது கட்டுப்பாட்டை இழந்து அவள் மீது கோபமாக மாறியது. அவள் அழத் தொடங்கினாள்.

"அக்கா இஞ்சை நாங்கள் தினம்தினம் படுற வேதனையை அனு பவிச்சாத்தான் தெரியும்... பிள்ளையைப் பாக்க வேணும், இந்தச் சனத்தின்ரை வாயுக்காலை தப்ப வேணும்... எல்லாத்துக்கும் மேலாலை பசி அண்டண்டைக்குச் சாப்பிடவே படுற சிரமம் இதெல்லாம் உங்கை இருக்கிற உங்களுக்கு விளங்காது..!"

"சாமானுகள் விக்கிற விலையில, சாதாரணமா வாழிறதெண்டாலே நாளுக்கு ஐநூறு ரூவாய் வேணும்... மாதத்துக்கு 15 ஆயிரம் ரூவாய் அதுகும் என்னை மாதிரியான ஊனங்களுக்கு மருந்து அதிதெண்டு எவ்வளவு தேவையள்..! ஆரிப்ப எங்களை மதிக்கினம் சொல்லுங்கோ பாப்பம்?"

"அறுவது வயதோ, எழுவது வயதோ இருக்கிறவரையும் ஏதோ வாழ்ந்திட்டுப் போக ஆராவது வெளிநாட்டு ஆம்பிளையள் முன் வந்தா நான் கட்டுவனக்கா..! ஏனெண்டா எனக்கு என்ரை பிள்ளை யின்ரை வாழ்க்கை முக்கியம்" அவள் அழுதழுது சொல்லிக்கொண்டு போனாள்.

என்னால் அவளது முடிவை ஏற்றுக்கொள்ளவே முடியவில்லை. தொலைபேசியை நிறுத்தினேன். அவளது கதைகள்தான் காதுக்குள் ஒலித்துக்கொண்டேயிருக்கிறது. அவள் ஊனமென்றதைத் தெரிந்தே

முன்வந்து காதலித்து அவளை, அவளது கணவன் திருமணம் செய் தான். அவளது ஊனத்தை அவன் ஒரு போதும் சுமையாகவே எண்ணியதில்லை. கண்ணுக்குள் வைத்திருந்தான் என்றே சொல்ல வேண்டும். அப்படித்தான் அவர்கள் வாழ்ந்தார்கள். இன்று அவன் ஒருவேளை உயிரோடிருந்து இந்த முடிவினைக் கேட்க நேரின்?

அண்மையில் பி.பி.சி.யில் பேட்டி கொடுத்திருந்த போராளிப் பெண்களின் குரல்களில் ஒரு குரல் போலவே இவளது குரல் எனக்குள் வந்து வந்து போனது..! இந்த அவலங்களுக்கெல்லாம் காரணமான நானும் என் போன்ற தமிழர்களும் இவர்களது வாழ்வை மாற்ற என்ன செய்யப்போகிறோம்?

05.04.2013 அன்று அதிகாலை தொடக்கம் மதியம் வரையும் 11 தடவைகள் மிஸ்கோல் விட்டிருந்தாள். 2 குறுஞ்செய்தியும் அனுப்பி யிருந்தாள்.

05.04.2013 மாலை 15.57க்கு அவளிடமிருந்து வந்த குறுஞ் செய்தியில் இப்படித்தான் எழுதியிருந்தாள்:-

"அக்கா மன்னிச்சுக்கொள்ளுங்கோ. உங்கடை தொடர்பு வந்த போது என்னுறவை மீண்டும் பெற்றது போல மகிழ்ந்தேன். எனது இயலாமையையே உங்களிடம் சொன்னேன். நான் கதைத்தது பிடிக்காமல் கட் பண்ணீட்டீங்கள். அக்கா உங்களை நம்புகிறேன் தயவுசெய்து தொடர்புகொள்ளுங்கள் எதிர்பார்த்திருக்கிறேன்." •

06.04.2013

30. காணாமற்போனவர்கள் இனி வர வேண்டாம்

நீலக்கோடுகள் அடர்த்தியாய் வரையப்பட்ட சாரமும் வெள்ளைச் சேட்டும் அணிந்திருந்தான். சன நெரிசலை விலக்கி வந்துகொண்டு இருந்தவன் தனது நடையின் வேகத்தைக் கூட்டி ஓடிவரத் தொடங் கினான். கையில் ஒரு பை அதனுள் எதையோ வைத்துக் காவிக் கொண்டு ஓடிவந்தான். அவளைப் பெயர் சொல்லி அழைத்தான். கையில் இருந்த பையிலிருந்து ஒரு அழகான பெட்டியை அவளிடம் நீட்டினான். “இது உன்னுடைய மகனுக்காக நான் எடுத்து வைச்சிருந்தனான். இத அவனிட்டைக் குடு, மாமா தந்தனெண்டு..!”

அவன் கொடுத்த பெட்டி தவறி கீழே விழுந்தது. அதனுள் சில்லறைக்காசுகள், நிலத்தில் சிதறிய காசுகளைப் பொறுக்கிப் பெட்டியில் பத்திரப்படுத்திக்கொண்டு நிமிர்ந்தாள். பச்சையுடை யுடுத்த சட்டித் தொப்பியணிந்தவர்கள் அவனைச் சூழ்ந்தார்கள். பாதணி அணியப்படாத வெறும் காலோடு சகதி நிறைந்த ஆற்றுநீரில் இறங்கினான். ஆற்றுநீர் அவனை தன் மெல்லிய கால்களோடு இழுத்துக்கொண்டு போய்க்கொண்டிருந்தது.

அவன் பெயரைச் சொல்லிக் கத்தியழுதாள். சிரித்தபடி அவளிடம் வந்தவன், இரத்தம் வழிய ஆற்றோடு அடிபட்டு இழுபட்டுப் போய்க்கொண்டிருந்தான். மெல்லெலன ஓடிக்கொண்டிருந்த ஆற்று நீரில் அவனது குருதியும் கலந்தோடியது. ஆற்றோடு இழுபடும் அவனை நோக்கிக் கைகளை நீட்டியழுதாள் அவன் கண்ணிலிருந்து விடுபட்டுத் தொலைவாகிக்கொண்டிருந்தான்..!

அவசரமாக எழுந்தாள். சே... கனவு..! உறங்கிக்கொண்டிருந்த மகனின் அறையைத் திறந்து மின்விளக்கைப் போட்டாள்.

“என்னம்மா..!” நித்திரைத் தூக்கத்தில் கேட்டான் மகன்.

“சரி படுங்கோ செல்லம்..!” என்று சொல்லிவிட்டுத் தன் கட்டிலில் வந்து மீண்டும் சரிந்தாள். ஆனால், அந்தக் கனவில் சிரித்தபடி வந்தவன் இரத்தம் கலந்து ஆற்றோடு அடிபட்டுப் போனது மனசுக்குள் ஏதோ

அந்தரிப்பாயிருந்தது. திரும்ப நித்திரை வர மறுத்தது. மனசுக்குள் ஏதோ அந்தரிப்பாயிருந்தது.

2009க்குப் பின்னர் அநேகமான கனவுகள் இப்படித்தான். காணாமற் போனோர் முகங்களும் கடைசியாய் சிரித்தபடி விடை தந்து போனோருமே நிறையும் கனவுகளாகியிருக்கிறது. அவர்கள் பிரிவும், துயரங்களும், கனவுகளையும் நிம்மதியாய் விடாமல் துரத்திக் கொண்டிருக்கிறது.

இன்றைய கனவில் வந்தவனும் 2009இல் காணமற்போனவன். இந்த ஐந்து வருடத்தில் ஒருமுறையும் கனவில் வராதவன் இன்று வந்துபோயிருக்கிறான். சிலவேளை எங்கேனும் இருப்பானோ? கைபேசித் திரையைத் தட்டி இணையத்தில் உலாவத் தொடங்கினாள். அவனது பெயரை கூகிளில் அடித்துப் பார்த்தாள். ஏதாவது செய்திகள் அண்மையில் வந்ததோ எனத் தேடினாள்.

அப்படியேதும் இருக்கவில்லை. ஆனால், நினைவுகளில் இருந்து மறந்துபோனவன் ஏன் இன்று கனவில் வந்து சில்லறைக்காசுகளை அவளது மகனுக்காகக் கொடுத்துவிட்டுப் போயிருக்கிறான்..? பெரும் குழப்பமாகவே இருந்தது. கனவுகளுக்குக் காரணங்கள் ஆயிரம் சொல்லப்பட்டாலும் இதுவரை கனவுகள் பற்றி எவரும் சரியான ஆய்வைக் காணாமல் இருப்பது பற்றி அந்த நேரம் யோசித்தாள்.

இப்போது கனவுகளை யாருடனும் பகிர்ந்துகொள்வதில்லை. கனவுகளைப் பகிர்ந்துகொண்டால் அது பலிக்காதென்று சொல்வதை நம்பி பலமுறை தனது கனவுகளைப் பகிரப்போய் எல்லோரிடமும் நன்றாக வேண்டிக்கட்டியிருக்கிறாள்.

'ஒண்டையே ஒரே நினைச்சுக்கொண்டிருந்தால் கனவும் அதுதான வரும்..!' என்று எல்லோரும் சொல்வார்கள். அதனால், கனவுகளை யாரோடும் பகிர்ந்துகொள்ளாமல் அந்தக் கனவிலிருந்து விடுபடும் வரையும் அமைதியின்றி அலைவாள். மௌனமாய் நினைவுகளோடு கரைதலும் பின்னர் மீள எழுதலுமே வளமையாகிப் போனது.

O

அவனும் அவளும் ஒரே ஊரில் பிறந்திருந்தார்கள். அவன் அப்பா அவளது தாய்வழி உறவு. மாமா என்ற மதிப்போடு அவனது அப்பா அவள் வீட்டுக்கு வந்துபோகும்போதெல்லாம் அவனைப் பற்றி ஏதாவது சொல்லிப் பெருமைப்பட்டுக்கொண்டேயிருப்பார். அவன் க.பொ.த. சாதாரணத் தரத்தில் சிறந்த பெறுபேறுகளைப் பெற்று

கணிதப் பிரிவில் உயர்தரத்தை ஆரம்பித்திருந்தான். அவனிலும் இரண்டு வயதால் இளைய அவள் அவனது கடைசித் தங்கையுடன் படித்துக்கொண்டிருந்தாள்.

ஆண்களும் பெண்களும் கலந்து படித்த பாடசாலைக்கு அவள் ஆறாம் வகுப்பில் இணைந்தபோது அவனும் கூடவே வருவான். மதியம் பேய் உலவும் என்று நம்பிய புளியமரத்தடியை, அவன் வரும் துணிவோடு பயமில்லாமல் கடந்துபோவாள். பனைவடலிகளைத் தாண்டிப் போகும் போதெல்லாம் அவனே துணையாக வந்திருக் கிறான். பின்னர் அவனது கடைசித் தங்கையுடன் சேர்ந்துபோகும் போது அவனும் கூடவே அவர்களோடு சயிக்கிளில் வருவான்.

அதிகம் கதைக்க வேண்டிய தேவைகள் இல்லாது போனாலும் அவன் தங்கைக்குக் காவலனாய் வரும்போது அவளுக்கும் காவலாயே வருவான். வெள்ளி, செவ்வாய்க்கிழமைகளில் வயிரவர் கோயிலில் பஜனை பாடும் போதும் அவனும் வருவான். நெற்றியில் விபூதியும் சந்தனமும் வைத்து அமைதியாய் வைரவரை வழிபடுவான். சரஸ்வதி பூசைக்கு பேச்சுப்போட்டி, தேவார மனனப்போட்டி எல்லாவற்றிலும் அவனும் கலப்பான். ஆளாளுக்குப் போட்டிப் போட்டு பரிசை வெல்வார்கள்.

எதுவென்று பிரித்தறிய முடியாத உறவிணைப்பு. அவன் வீட்டு வளவில் காய்க்கும் நெல்லிக்காய், கொய்யாக்காயிலிருந்து எல்லாமே அவன் எல்லோருக்கும் பங்கிடுவான். சிறு வயது மகிழ்ச்சிக் காலங் களில் அவனோடு சேர்ந்து கிளிக்கோடு மறித்தது தொடக்கம் எட்டுப் பாத்தி, மாங்கோடு, கப்பல் கோடு வரையும் போட்டி என்று எப்போதுமே அவனுடன் இருந்துகொண்டேயிருந்தது.

உயர்தரம் கணித பிரிவில் படிக்க ஆரம்பித்து சில மாதங்களில் அவன் ஊரிலிருந்து காணாமற்போனான். அது இந்திய இராணுவம் வெளியேற்ற காலம். அவனுடைய அப்பா, அவள் வீட்டுக்கு வந்துபோகும் நேரமெல்லாம் கண்கள் பனிக்க அவனைப் பற்றிச் சொல்லுவார்.

"என்ன குறைவிட்டனான்? ஏன் இப்பிடிச் செய்திட்டுப் போனவன்?" அவரது கதைகளைக் கேட்டுக்கொண்டிருக்கும் அவளது அம்மாவுக்குச் சொல்லுவார்...

"அவன் ஒரு பெரிய ஆளா வருவனெண்டுதான் படிப்பிச்சன்... ஆனால், அவருக்கு நாடு பெரிசெண்டு போயிட்டார்..!"

அந்த அப்பாவின் வலியின் கொடுமை அவளுக்கு அப்போது புரிந்ததில்லை. ஆனால், அவனைப் பற்றி பெருமையாக இருந்தது. மனசில் சின்ன நெருடல் அவ்வப்போது இருந்தாலும், அவன் ஒருநாள் துவக்கோடு ஊரில் வந்து வரிச்சீருடையுடன் அவளையும் தாண்டி மோட்டார் சயிக்கிளில் போன போது ஏனோ இனம்புரியாத துயரம் மனசை நெருக்கியது.

அவனது உயிர் இன்று அல்லது நாளை போய்விடும் போல அவனது கடமை அமைந்து அவன் களத்தில் நின்றான். எங்காவது எதேச்சையாகக் காணும் நேரங்களில் ஒரு சிரிப்பு அவ்வளவுதான் அதற்கு மேல் எதுவுமில்லை. அவனை உறவென்று சொல்லிக்கொள் வதில் ஒருவகை பெருமிதம்.

1990 மேலும் ஊரிலிருந்து ஆண்கள், பெண்கள் காணாமற் போனார்கள். அவன் போன கடுமையான பயணத்தில் பலர் இணைந் தார்கள். மீண்டும் இடப்பெயர்வு, குண்டுச் சத்தங்கள், மரணங்கள் அவலத்தின் பொழுதுகள் அவன் பிறகு காணாமற்போய்விட்டான். பொறுப்பாளராய் உயர்ந்து ஓமந்தையில் நிற்கிறான் எனச் சொன்னார்கள்.

O

காலநதியில் எழுதப்பட்ட கதைகள் பல. அவை கண்ணீராலும் எழுதப்பட்டு, கரைந்துகொண்டேயிருந்தது. அவள் நாட்டைவிட்டுப் பிரிந்தாள். திருமணம், குழந்தைகள் என வாழ்வு மாறிப்போனது. அவன் நடந்த களத்திலிருந்து தூரமாகினாள்.

இடையில் களங்கள் இறுகி தொடர்புகள் அறுந்து உறவுகள் அயல் எல்லாம் எங்கெங்கோ பிரிந்து போனார்கள். அவனும் நினைவு களிலிருந்து மறந்து போகாமல், பல தோழர்களின் நினைவுகளோடு அவ்வப்போது நினைவுகளோடு வந்துபோயிருக்கிறான். உறவொன் றைச் சந்தித்த போது அவனைப் பற்றி விசாரித்தாள். அவன் ஒரு தளபதியாகத் தகுதிநிலை உயர்ந்தானென்று தகவல் சொன்னார்கள். ஒரு பெண் போராளியைத் திருமணமும் செய்தானென்றும் சொன் னார்கள்.

காலம் 2002...

மீண்டும் தாயகப் பயணம் போன போது அவனது கடைசித் தங்கையைத் தேடிப்பிடித்தாள். முல்லைத் தீவில் ஒரு அழகான தென்னந்தோப்பு வளவில் குடியிருந்தார்கள்.

“அண்ணா என்ன செய்றான்?” என்று கேட்ட போது, அவனது சின்னத்தங்கை அவனைப் பற்றிச் சொன்னாள். சந்திக்கக் கூடிய இடத்தில் அவன் அப்போது இல்லையென்றார்கள். மீண்டும் 2003இல் பிள்ளைகளோடு போனபோது கிளிநொச்சியில் அவன் அரசியல் அலுவலகத்தில் இருப்பதாகச் சொன்னார்கள். அந்தக் கால அவசரங் களோடு அவனும் அலுவலாகியிருப்பதாகச் சொன்னார்கள்.

ஒருநாள் அறிவமுது புத்தகசாலையில் அவள் புத்தங்கள் வாங்கப் போயிருந்தாள். பலர் புத்தகக் கடைக்கு வந்துபோய்க்கொண்டிருந் தார்கள். அவள் ஒவ்வொரு புத்தகங்களையும் பார்த்துப்பார்த்து அது வேணும், இது வேணும் என எடுத்துக்கொண்டிருந்தாள்.

“என்னக்கா கடை போடப்போறியளோ?” புத்தகக் கடையில் நின்ற தம்பியொருவன் கேட்டான்.

மேலும் சிலர் வந்தார்கள். அவள் புத்தங்களைப் பார்த்துப்பார்த்து எடுத்துக்கொண்டிருந்தாள். பலசரக்குக் கடைக்கு சீனிச்சரை சுத்தவோ உவ்வளவு புத்தகமும் ஒருவன் சொன்னது கேட்டது. திரும்பிப் பார்த்த போது அவன் தனது முகத்தைக் காட்டாமல் மறுபக்கம் திரும்பி நின்றான். இடுப்பில் பெலிற் கட்டி பிஸ்ரல் செருகியிருந்தான். பிஸ்ரல் கட்டிய ஒருவர் புத்தகங்கள் சீனிச்சரை சுத்தவோ புத்தகங்கள் என்றது சட்டென கோபத்தைக் கொடுத்தாலும், அதை வெளிக்காட்டாமல் புத்தகங்களை எடுத்தாள்.

பிள்ளைகள் வெளியில் ஐஸ்கிறீம் வாகனத்தைக் கண்டதும் ஐஸ் கிறீம் வேணுமென அடம்பிடித்தார்கள். பிள்ளைகளுடன் அவளுக்கு உதவியாய் வந்திருந்த தம்பியிடம் சொன்னாள். “தம்பி ரெண்டு பேருக்கும் ஐஸ்கிறீம் வேண்டிக் குடுக்கிறீங்களே நான் புத்தகத்தை எடுத்திட்டு வாறன்.”

“ஓமக்கா...” என்றவன், “வாங்கோ நாங்க ஐஸ்கிறீம் வாங்குவம்” என பிள்ளைகளைக் கூட்டிக்கொண்டு தெருவுக்குப் போனான்.

123 புத்தகங்களை கொள்வனவு செய்துகொண்டு வெளியில் வந்தாள். பிள்ளைகள் ஐஸ்கிறீமும் கைகளில் விளையாட்டுப் பொருட் கள் சிலவற்றையும் வைத்துக்கொண்டு தம்பியுடன் நின்றார்கள். அரசியல்துறை அண்ணையொராள் வந்தவர் பிள்ளையளுக்கு ஐஸ் கிறீமும் விளையாட்டுச் சாமான்களும் வாங்கிக் குடுத்திட்டு போறார் என்றான். உங்கடை ஊராம் உங்களைத் தெரியுமாமெண்டு சொன்

னவர். பிள்ளையளுக்குத் தான் மாமாவெண்டு சொல்லி உதெல்லாம் வேண்டிக் குடுத்தவர்.

தம்பி சொல்லியும் அது யாரென்பது புரியவில்லை. அவனை நினைவும் வரவில்லை. வீடு போன பின்னர் தம்பியிடம் அவனது பெயரை விசாரித்ததில் அவன் நினைவில் வந்தான். “சமாதான செயலகத்தில சொல்லிவிட்டால் ஆளைப் பாக்கலாமக்கா…!”

அண்மையாகச் சந்தித்தவன் பேசாமல் போனது, கோபமாக இருந்தது. தம்பி சொன்ன பிறகும், கௌரவம் விடாமல் அவனைச் சந்திக்கும் முயற்சியை எடுக்கவில்லை. எங்கே நிற்கிறாள் யாருடன் நிற்கிறாள் என்பதெல்லாம் நிச்சயம் அறிந்திருப்பான். அப்படியிருக்க அருகில் வந்தும் பேசாமல் போனானென்றால்… திமிர் என தனக்குள் முணுமுணுத்தாள். ஆளாளுக்குப் பிடிவாதத்தில் சந்திக்க முயற்சியெடுக்கவில்லை. அவள் ஐரோப்பா திரும்பிவிட்டாள்.

2006இல் இந்தியாவில் இருந்த அவனது சித்தி நோய்வாய்ப்பட்டு இருப்பதாக அறிந்து கதைக்க எடுத்த போது, கதையோடு அவனது கதையும் வந்தது. “நீயென்னடி மூன்று மாதம் கிளிநொச்சியில் நிண்டியாம் தன்னை ஒருமுறைகூடப் பார்க்க வரேல்லயெண்டு சொன்னான். ஏனடியாத்தை ஒருக்கா பிள்ளையளையும் காட்டி பாத்திருக்கலாமெல்லே?”

“புத்தகக்கடையில கண்டவர் ஏனன்றி என்னோடை கதைச்சிருக் கலாம் தானே..! பிள்ளையளுக்கு விளையாட்டுச் சாமானுகளை வாங்கிக் குடுத்திட்டு போகத் தெரிஞ்சவர், கதைச்சா என்ன குறைஞ்சே போயிடுவர்?”

“நீ தன்னை அடையாளம் பிடிக்கிறியோண்டு பாக்கத்தான் அவன் கடையில கண்டிட்டு கதைக்காமல் போயிருக்கிறான். சீனிச்சரை சுத்தவோ புத்தகமெண்டு சொன்னவனாம்… அப்ப பக்கத்தில தானே நிண்டவனாம்..!”

“சத்தியமா எனக்கு அடையாளம் தெரியேல்லயன்ரி..! ஏத்தின வரியம் இப்பத்தைய தோற்றத்தை என்னாலை அடையாளம் காண முடியேல்ல… வேணுமெண்டு தானே கதையாமல் போனவர்..!”

“பழைய குரல் நினைவிருக்கலாம் என நினைத்தானோ என்னவோ!” அவன் கொஞ்சம் வீம்பு பிடித்தவன் என்பாள் அவளது தங்கை. அதற்காக அருகில் நின்றும் தன்னை அடையாளம் காட்டாமல்

போனவன் மீது சொல்ல முடியாத கோபம். ஆளாளுக்குப் பிடிவாதம் பிடித்து சந்திக்காமல் தொடர்புகொள்ளாமல் விட்டு அதுவொரு சின்ன வயசு கால கோபம் போலவே போய்விட்டது.

அவனைப் பற்றி பலரும் கதைத்தார்கள். அவனது பதவிநிலை, பணிகள், திறமை எல்லாவற்றையும் ஊரவர்கள் தொடக்கம் அவனது பெயரையும் காலம் உச்சரித்துக்கொண்டேயிருந்தது. அவனது அலுவலகத்தில் அவனுக்கு உதவியாளராயிருந்த அவனது துறைசார் போராளியொருவனுடன் ஒருமுறை அலுவல் ஒன்றிற்காக தொடர் பேற்படுத்திய போது அவனைப் பற்றி அடிக்கடி அறியக் கிடைத்தது. ஒருமுறை அவனது உதவியாளர் அவனது நிழற்படமொன்றை மின்னஞ்சலிட்டிருந்தான்.

“சொல்லுங்கோ தம்பி அவர் கதைக்காட்டி நானும் கதைக்க மாட்டனாமெண்டு.”

“ஐயோ கடவுளே இந்தக் குழந்தைப்பிள்ளையள் ரெண்டின்ரை தொல்லையும் எனக்கு பெருந்தொல்லையப்பா..! ஏன் அவ கதைக்க மாட்டாவோண்டு அவரும், இவ ஒராள் என் அவர் கதைக்க மாட்டாரோண்டு..!” தம்பி ஒருமுறை கதைத்த போது இப்படித்தான் அலுத்துக்கொண்டான்.

காலம் ஓடியது. யுத்தம் மூண்டது. இரத்தமும் அவலமும் தோய்ந்த நாட்களாய் விடியத் தொடங்கியது. தொடர்பில் இருந்த அவனது உதவியாளர் தம்பி, இடையிடை தொடர்பு கொள்வான். சுகம் விசாரிப்பான். அவனும் ஆனந்தபுரம் சண்டை முடிவோடு இல்லாமல் போய்விட்டான். சொல்லாமல் கொள்ளாமல் காணாமற்போயிருந்தான்.

மே மாதம் 2009 உலகம் பரபரத்தது தமிழர்கள் மட்டும் கண்ணீ ரோடும் துயரத்தோடும் அந்தப் பொழுதுகளை வரவேற்றுக்கொண் டார்கள். எல்லாம் மாறியது, நினைக்காத சரணடைவு கனவிலும் பார்த்திராத அந்த நிகழ்வு நடந்து, எல்லாம் முடிந்து போனது. பலரின் முடிவு போல அவனும் இறுதியில் சரணடைந்தானா? சாவை தனக்குத் தானே மூட்டினானா என எதுவும் தெரியாது.

தேடித்திரிந்தவர்களில் அவனும் ஒருவனாய் அவள் தேடினாள். அவனது குடும்பம் அவனது மனைவி, பிள்ளைகள் யாரையும் எங்கும் கண்டுபிடிக்கவில்லை. உறவுகள், நண்பர்கள், தெரிந்தவர்கள் என காணாமற்போனவர்களின் பட்டியலில் அவனும் காணாமற் போயிருக்கிறான்.

இணையத்தில் செய்திகளைத் தேடுகிறாள். அவர் கைது, இவர் கடத்தல் என தமிழ் ஆய்வாளர்களின் ஆய்வுகளும், செய்திகளும் தூள் பறக்கும் அலசல்களால் நிறைகிறது தமிழ் இணையங்கள். அவனது பெயர் இதுவரை எங்குமே வரவில்லை. துரோகியாய் ஆராயப்பட்டு அவன் வாழ்ந்த வாழ்வை எவரும் இதுவரை கொச்சைப்படுத்தாதது ஆறுதலாக இருந்தது.

அவன் விரும்பியிருந்தால் வெளிநாடொன்றில் வசதியை அனுப வித்து தனது வாழ்நாளைக் கடத்தியிருக்கலாம். அவனது கணிதத் துறைக் கல்வியைத் தொடர்ந்து வென்றிருந்தால் ஒரு விஞ்ஞானியைக் கூட அவனது குடும்பமும் அவனது ஊரும் பெற்றிருக்கலாம். ஆனால், பதின்மம் மாறாத அந்த வயதில் தேசத்தை நேசித்துப் போனதால் அவன் காணாமல் போனான்.

எல்லோரையும் போல சுயநலமாய் இல்லாமல் பொதுநலமாய் யோசித்து, தன்னை மறந்து தேசத்தை நேசித்த போராளிகளை மாவீரர் களை சமகால தமிழ்ச்சாதி கவனிக்கும் கவனிப்பையெல்லாம் பார்க்காமல் மறைந்தவரும் காணாமற்போனவரும் இனி வரவே வேண்டாமென நினைத்துக்கொண்டாள்.

ஒருவேளை காணாமற்போனவர்கள் திரும்பி வந்து இந்த நிலை மையைப் பார்த்தால் எதிரியிடம் பிடிபடாமல் இலட்சியத்தை வெல்ல அணிந்த சயனைட் வில்லைகளை இந்தச் சமூகத்தின் மீதான அவநம்பிக்கையைச் சகிக்க முடியாமல் தற்கொலைக்காக பயன் படுத்தக் கூடும். அவர்கள் வர வேண்டாம்... காணாமலேயே இருக்கட்டும்.

சின்னப்பிள்ளையள் மாதிரி ஆளாளுக்கு முரண்டு பிடித்து கதைக் காமல், தொடர்புகொள்ளாமல் விட்டது இப்போது நெஞ்சுக்குள் வலியைத் தருகிறது. நீ முதல் கதைச்சாலென்ன என ஆளாளுக்கு அடம்பிடித்ததையும் ஒருகாலம் விளையாட்டாக ரசித்தது போல இப்போது ரசிக்க முடியவில்லை. இனி என்றுமே திரும்பக் கிடைக்காத அவனும், அவன் போன்றவர்களினதும் நினைவுகள் மட்டும் மீதமாக..!

•

08.04.2014